# ग़ज़ल

प्रा. डॉ. सुरेशचंद्र नाडकर्णी

मेहता पब्लिशिंग हाऊस

Please contact us at **Mehta Publishing House,** Pune 411030.
✆ +91 020-24476924 / 24460313 / Mob. No. 9545000513
Email : production@mehtapublishinghouse.com
Website : www.mehtapublishinghouse.com

◆ *या पुस्तकातील लेखकाची मते, घटना, वर्णने ही त्या लेखकाची असून, त्याच्याशी प्रकाशक सहमत असतीलच असे नाही.*

**GAZAL by Dr. SURESHCHANDRA NADKARNI**

**ग़ज़ल : प्रा. डॉ. सुरेशचंद्र नाडकर्णी** / संदर्भ



Email : author@mehtapublishinghouse.com

मराठी पुस्तक प्रकाशनाचे हक्क : मेहता पब्लिशिंग हाऊस, पुणे.

प्रकाशक : सुनील अनिल मेहता, मेहता पब्लिशिंग हाऊस, १९४१, सदाशिव पेठ, माडीवाले कॉलनी, पुणे - ४११०३०.

अक्षरजुळणी : पीसी-नेट, नारायण पेठ, पुणे ३०.

मुद्रक : पार्कसन्स ग्राफिक्स

मुखपृष्ठ : चंद्रमोहन कुलकर्णी

प्रकाशनकाल : फेब्रुवारी, १९८६ / सुधारित द्वितीयावृत्ती : जानेवारी, २००१ / जून, २००६ / फेब्रुवारी, २०१५ / पुनर्मुद्रण : ऑक्टोबर, २०१७

किंमत : ₹ २९०

P Book ISBN 9788177661217
E Book ISBN 9789387319264
E Books available on : amazonkindle Apple Books Google Play Books

---

*उम्रभर आपकी आवाज़ने*
*लुभाया था हमें*
*अब कहाँ वो के ब-हरग़ाम*
*ठहर जाते हैं ।*

आयुष्यभर ज्या आवाजाने
मोहिनी घातली होती, तो आवाज
आता अनंतात विलीन होऊन गेलाय्
अन् केवळ आठवणीने पावलोपावली
अडखळाय्ला होतंय्......

**– सुरेशचंद्र नाडकर्णी**

# त्याचं असं झालं ...

काव्य, क्रीडा, संगीत वगैरे कलांची आवड बहुधा पारंपरिक असावी. माझ्या घरी क्रीडापटू आणि कलावंत यांचा सतत राबता असे. तेच संस्कार माझ्यावर घडत आले असणार.

लहानपणापासून अनेक कलावंतांचा अगदी जवळून सहवास घडला. त्यांतल्या त्यांत डॉ. वसंतराव देशपांडे यांचे सान्निध्य अखेरपर्यंत लाभले. हीच माझ्या आयुष्यातील फार मोठी कमाई. गुरुवर्य वसंतरावांची ओळख सर्वसाधारण रसिक जनतेला फारच उशिरा, म्हणजे १९६५ नंतर त्यांनी व्यावसायिक नाटकांत पदार्पण केल्यानंतर झाली. परंतु वसंतरावांचे पुण्यात आगमन चाळीस सालच्या जरा अगोदरच झाले. लाहोरमधून त्यांनी बरोबर आणलेली उस्ताद असद अली खाँ साहेबांची आक्रमक थाटाची पंजाबी गायकी आम्हांला अतिशय मोह घालत असे. वसंतराव कधी सार्वजनिक कार्यक्रमाचा हव्यास करीत नसत. त्यामुळे बहुतेक रसिकांना त्यांची कला जवळजवळ वीस-पंचवीस वर्षे अज्ञात राहिली. घरगुती छोटेखानी मैफिलीत त्यांच्या अलौकिक गानप्रतिभेचे पैलू विलक्षण तेजाने झळाळून उठत. गप्पा-टप्पांतून घडणारे त्यांच्या सर्वगामी बौद्धिक व्यासंगाचे दर्शन केवळ स्तिमित करणारे असे. मीच काय, पण वयस्कर प्रज्ञावंत मंडळी देखील थक्क होऊन ऐकत असत. तो साक्षात्कार घडताना झपाटून गेल्याप्रमाणे होत असे. अशा कितीतरी मैफिलींची आठवण अद्याप ताजी आहे. लाहोरच्या वास्तव्यात त्यांनी आत्मसात केलेली ठुमरी-दादऱ्याची 'तक़रार' विलक्षण मोहक होती. त्यातली उर्दू भाषेची नज़ाकत आणि पेशकारीचा डौल इतका लोभसवाणा होता, की त्या छोटेखानी मैफलीतले रसिक झिंगल्याप्रमाणे फुलून-फुलून दाद देत. तिन्हीसांजेला जमलेली मैफल मध्यरात्र उलटली, तरी कुणी जायचे नाव काढीत नसे.

हीच माझी उर्दूकडे वळण्याची सुरुवात असावी.

नंतर कॉलेजमध्ये प्रा. दस्तगीर शेख आणि डॉ. अमानत या दोन उर्दू-पर्शियनच्या व्यासंगी गुरुजनांनी माझ्यावर अकृत्रिम लोभ केला. त्यांच्या आशीर्वादामुळेच

माझ्या उर्दू व्यासंगाला काहीसा आकार आला.

एका खासगी मैफलीतील गोष्ट. वसंतराव अचानकपणे वळून म्हणाले, 'बेटा, तू नेहमी उर्दू लिहितोसच... आमच्या मराठी रसिकांना उर्दू ग़ज़ल समजेल, असं काहीतरी कर ना...'

गुरुवर्यांचा शब्द म्हणजे माझ्या लेखी आज्ञाच होती. या थोर कलावंताने माझ्यावर सख्ख्या मुलापेक्षाही जास्त प्रेम केले. त्यांच्या कुटुंबाने देखील निरतिशय प्रेम केले. पुस्तक अर्धे अधिक लिहून झाले आणि वसंतरावच निघून गेले. पुस्तक दीनवाणे होऊन पडून राहिले. आता पूर्ण करून दाखवायचे होते तरी कुणाला?

केव्हातरी माझे बंधू दिवाकर आणि सौ. शैला यांना त्या अपूर्ण पुस्तकप्रकल्पाची माहिती समजली आणि त्यांनी खनपटीला बसून पुस्तक पूर्ण करवून घेतले. कनिष्ठ बंधू अविनाश देखील सतत चौकशी करून प्रोत्साहन देत. त्या तिघांनी वेळोवेळी काढलेले कौतुकोद्‌गार हीच या लिखाणामागची शक्ती.

सर्वसाधारण मराठी रसिकाला उर्दू ग़ज़ल काय आहे, याची स्थूल रूपरेषा समजावी आणि काही विख्यात उर्दू शायरांचा परिचय व्हावा, इतकीच या पुस्तकाची परिसीमा. त्यात ग़ज़लेचे व्याकरण, तंत्र वा पांडित्य यांचा अभिनिवेश नाही. मी निवडलेले उर्दू शायर हीच उर्दू शायरीची कमालमर्यादा नाही किंवा त्यांचे उद्‌धृत केलेले लिखाण हीच त्यांची सर्वोत्तम कामगिरी, असा माझा दावा नाही. त्यांचे समग्र लिखाण मी अभ्यासले आहे, असाही माझा दावा नाही. या शायरांच्या आणखीही उत्तमोत्तम ग़ज़ला आहेत, पण त्या सर्वच येथे देणे शक्य नाही; आणि या शायरांव्यतिरिक्त आणखीही फार सुरेख रचना करणारे गुणवान शायर आहेत. त्यांचा परिचय करून देणे या पुस्तकात शक्य झाले नाही.

पुस्तक माझे स्नेही शायर, पटकथा-लेखक, सिनेदिग्दर्शक, निर्माता असे बरेच काही असलेले श्री. गुलज़ार यांच्या शुभ हस्ते प्रकाशित झाले आणि महाराष्ट्र राज्य सांस्कृतिक महामंडळाचे भरघोस पाठबळ लाभले. त्यामुळे प्रथमावृत्ती खूपच यशस्वी झाली. कै. विद्याधर गोखले यांनी लिहिलेली गौरवास्पद प्रस्तावना आणि प्रकाशनप्रसंगी गुरुवर्य प्रा. अरविंद मंगरूळकर यांनी काढलेले कौतुकोद्‌गार यांनी आवृत्तीच्या यशोमंदिरावर कळस चढविला.

ग़ज़ल-रसिकांनी पुस्तकाचे मनःपूर्वक स्वागत केले आणि प्रथमावृत्ती अल्पावधीतच संपली. परंतु गुरुवर्य वसंतराव देशपांडे यांच्या अकाली निधनामुळे त्यांना पुस्तक दाखवू शकलो नाही अन् त्यांची शाबासकी मिळवू शकलो नाही, हा सल मनात

कायमचा राहून गेला. साहजिकच पुस्तकाची दुसरी आवृत्ती काढण्याचा कधी विचारच केला नाही.

त्यानंतर सुमारे पंधरा वर्षांचा कालावधी उलटून गेला. या कालावधीत प्रकाशन व्यवसायातील सर्वश्री अनिल आणि सुनील मेहता या पित्रापुत्रांसमवेत माझे संबंध केवळ व्यावसायिक किंवा लेखक-प्रकाशक ही पातळी केव्हाच ओलांडून आता निकटवर्ती स्नेही या पातळीवर येऊन स्थिरावले आहेत.

त्यांना पहिल्या आवृत्तीची माहिती होतीच. त्यांनी परिश्रमपूर्वक पहिल्या आवृत्तीच्या काही प्रती मिळविल्या आणि त्यांत सुधारणा करून, भर घालून अधिक अभ्यासपूर्ण दुसरी आवृत्ती तयार करावी, असा प्रस्ताव ठेवला. त्यांना नाही म्हणणे शक्यच नव्हते. त्याप्रमाणे गेल्या काही महिन्यांत या सुधारित आवृत्तीचे हस्तलिखित तयार केले. ही सुधारित आवृत्ती म्हणजे या मेहता पितापुत्रांच्या स्नेहाचे प्रतीक म्हटले, तर वावगे ठरू नये.

शेरोशायरी अथवा उर्दू भाषा हा त्यांचा विषय नव्हे; परंतु प्रत्येक बाब काळजीपूर्वक समजून घेऊन, पुस्तकाची मांडणी करताना त्यांनी घेतलेल्या अथक परिश्रमांची कृतज्ञतापूर्वक नोंद करतो.

श्री. मोहन वेल्हाळ यांनीदेखील उर्दू भाषेतील शब्दोच्चार आणि त्यांनुसार त्यांचे देवनागरी लिपीत होणारे रूपान्तरण यासाठी अतिशय मेहनत घेतली. त्यांचे नावही श्रेयनामावलीत खूप वरच्या क्रमांकावर नोंदले गेले आहे.

मुखपृष्ठ आणि सजावट या दोन्ही बाबी नेहमीप्रमाणेच श्री.चंद्रमोहन कुलकर्णी यांनी उत्तम प्रकारे हाताळल्या आहेत.

या सर्वांचे आणि इतर अनेक रसिक मित्रांचे साहाय्य या सुधारित आवृत्तीसाठी लाभले आहे. त्या सर्वांचा नावानिशी उल्लेख करणे अशक्यच आहे अन् त्यांनाही ते रूचणार नाही.

शेवटी, मराठी रसिकांनी या प्रयत्नाचे मन:पूर्वक स्वागत करावे, या अपेक्षेसह–

**– सुरेशचंद्र नाडकर्णी**

## मर्मग्राही ग़ज़ल

(पहिल्या आवृत्तीची प्रस्तावना)

गेल्या वीस वर्षांत 'इये मराठीचिये नगरी' देखील ग़ज़ल ह्या रम्य काव्यप्रकाराची नि गायन-प्रकाराची आवड वाढत गेली; 'ग़ज़ल' नामक मूळची इराणी-उर्दू मदिरा, मराठी रसिकतेच्या घराघरांत प्रतिष्ठा पावली. साहित्याच्याच नव्हे, तर राष्ट्रीय एकात्मकतेच्या दृष्टीनेही ही आनंदाचीच गोष्ट आहे; पण अलीकडे ग़ज़ला रचण्याची- गाण्याची नि ऐकण्याची 'फॅशन' बोकाळून त्या गवताऐशा उदंड वाढताहेत, ही मात्र चिंतेची गोष्ट मानली पाहिजे.

अशा परिस्थितीत मूळ उर्दू ग़ज़ल ही काय चीज आहे? ह्या दिलकश गुलबदनीची असली खूबसूरती कशी आहे? तिच्या रंगात नि अंतरंगांत गेल्या दीडशे वर्षांत काय बदल होत गेले? तिचा स्थायिभाव कोणता? प्रमुख शिल्पकार कोणते? इत्यादींचे रसिकतेने आणि व्यासंगीपणाने विवेचन करणारा 'उर्दू ग़ज़ल' हा ग्रंथ पुण्यातील नौरोसजी वाडिया महाविद्यालयातील प्राध्यापक आणि उर्दू शायर डॉ. सुरेशचंद्र नाडकर्णी ह्यांनी लिहून एक उत्तम साहित्यिक कामगिरी बजावली आहे, यात शंका नाही. काळाची गरज भागविणाऱ्या आणि काळजीपूर्वक लिहिलेल्या या ग्रंथातील पहिली काही पृष्ठे 'ग़ज़ल' ह्या काव्यप्रकाराचे विवेचन करण्यात वेचली आहेत, तर उरलेल्या पृष्ठांत वैशिष्ट्यपूर्ण वा युगनिर्मात्या उर्दू कविराजांचा मार्मिक परिचय आणि त्यांच्या निवडक ग़ज़ला मराठी अर्थासह दिल्या आहेत. अशा रीतीने हा ग्रंथ म्हणजे उर्दू शायरीचा छोटासा 'हेमकोश' (Golden Treasury) बनला आहे. तो ग़ज़लविषयक जाणकारी वाढवून मराठी ग़ज़लांचा प्रांत श्रीमंत करील!

ग्रंथाच्या प्रारंभीच लेखकाने 'ग़ज़ल'चे बहिरंग नि बांधणी ह्यांचे विवेचन केले आहे. साहजिकच, सलामीची सयमक द्विपदी (मतला), शेराची पहिली ओळ (उला मिसरा), शेराची दुसरी ओळ (सानी मिसरा), पूर्वयमक (काफिया) अंत्ययमक (रदीफ), इत्यादी तांत्रिक गोष्टींचे विवेचन ओघानेच आले. मग 'ग़ज़ल'चे

अंतरंग लेखकाने यथास्थित उघडून दाखविले आहेत. विषयानुसार 'ग़ज़ल' चे रिवायती (शृंगारप्रधान पारंपरिक), तरक्कीपसंद (सुधारणावादी) आणि जदीद (म्हणजे आधुनिक) हे मुख्य प्रकार होतात. ते सोदाहरण समजावून दिल्यानंतर प्रा. नाडकर्णी ह्यांनी ग़ज़लांचा दर्जा कशावर अवलंबून असतो, ह्याचेही विवेचन केले आहे. अगदी मोजक्या शब्दांत खूप आशय व्यक्त करणे, प्रत्येक द्विपदी (शेर) स्वतंत्र असणे, विशिष्ट संकेतांचा कौशल्याने वापर करून उत्कट अभिव्यक्ती साधणे, ही वैशिष्ट्ये नमूद करून ते म्हणतात : 'ग़ज़ल ही अनेक स्वयंपूर्ण उत्कट बिंदूंची मालिका बनते आणि तिचा प्रत्येक शेर स्वतंत्र असल्यामुळे तो केव्हाही वेगळा काढून सुभाषितासारख्या कुठेही वापरता येतो, हा ग़ज़लेचा एक खास सौंदर्यपैलू आहे!'

**डोळस प्रेमादर**

हा पहिला प्रास्ताविक भाग बोलून-चालून व्याकरणासारखा नि इतिहासवजा. त्यापेक्षा पुढील भागातच लेखकाचा समतोल परखडपणा आणि मार्मिक विवेचन ह्यांचा प्रत्यय येतो. थोडक्या शब्दांत भरपूर अर्थ सांगण्याचा उर्दू ग़ज़लेचा गुण, त्यांनी लिहिलेल्या शायरांच्या लघु-परिचयात दृष्टीस पडतो. उदाहरणार्थ, मीर तकी 'मीर' ह्याचे हे वर्णन पाहा : 'तुसडा, घमेंडखोर, तऱ्हेवाईक, एकलकोंडा, तोंडाने फटकळ, परंतु काव्यगुणाने एकमेवाद्वितीय असा हा 'ग़ज़ल' चा अनभिषिक्त सम्राट!'...

हे सर्व शायर-परिचय लेखकाने डोळस प्रेमादराने लिहिले आहेत. त्यांत रूक्षपणा नाही. कधी कधी तर परिचयाची सुरुवात एखाद्या लघुकथेच्या ललित सुरुवातीसारखी वाटते.

'मीर' नंतर बहादूरशाह 'ज़फर'चा परिचय करून देताना 'ज़फरच्या रचना ह्या ज़फरच्या नव्हेतच' ह्या अन्यायकारक मताचा समाचार अंतर्गत पुराव्याच्या आधाराने घेतला आहे. तो विचार करण्यासारखा वाटतो.

बहादूरशाह 'ज़फर'चा काव्यगुरू 'ज़ौक़' ह्याच्या काव्याचे विशेष गुण म्हणजे सोपा आशय, सोपे शब्द, प्रवाही भाषा, शेरांची आकर्षक बिनचूक बांधणी! ते सांगून झाल्यानंतर लगेच हा साक्षेपी लेखक म्हणतो,

'पण त्या वेळी दिल्लीत वेडीवाकडी अवघड यमके घेऊन ग़ज़ल बांधण्याची फॅशन होऊन बसली होती. तिच्या आहारी जाऊन ज़ौक़ने ज्या काही रचना केल्या, त्या काव्यगुणांच्या दृष्टीने फार तोकड्या वाटतात.'

'ज़ौक़'चा प्रतिस्पर्धी ग़ज़लसम्राट ग़ालिब! त्याची वैशिष्ट्ये कथन करताना - 'ग़ालिबने तृप्तीपेक्षा तृष्णेची प्रशंसा केलेली आढळते. हा त्याच्या काव्याचा

विशेष पैलू... ग़ालिब अद्वैताचा पुरस्कर्ता होता. सर्वधर्मसमभावावर त्याचा विश्वास होता... स्वभावाने इराणी, धर्माने अरबी; पण शिक्षणाने व संस्कृतीने पूर्णतया भारतीय!'

असे जे मार्मिक विवेचन केले आहे, ते कोणाला अमान्य होईल?

'ज़ौक़' ह्यांचा शिष्य मिर्जा दाग़ देखील सोप्या, सरळ भाषेत वाकबगार होता. त्याच्या लोकप्रियतेचे रहस्य सांगताना लेखक म्हणतो,

'दाग़ची अत्यंत सोपी सरळ नि बोली भाषेतले शब्द वापरून बांधलेली मनोवेधक शृंगारिक रचना सहजगत्या जनसामान्यांपर्यंत पोहोचत असे...'

पण लगेच हा समतोल काव्य-समीक्षक स्पष्ट पुस्ती जोडतो,

'ग़ालिब, जौक़ वगैरेंच्या तुलनेत दाग़ने कोणतीही नवीन गोष्ट काव्यात आणली नाही.'

सर मुहम्मद इक्बाल हे दाग़ ह्यांचे शिष्य जणू काही मिर्जा ग़ालिबचा नवीन युगप्रवर्तक अवतार! त्यांचा लघु-परिचय ग़ालिबपरिचयाप्रमाणेच सुरेख उतरला आहे. 'मजाज़ लखनवी अथवा महरूह सुलतानपुरी हे तरक्कीपसंद ग़ज़लांचे प्रवर्तक नसून, डॉ. महंमद इक्बाल हेच खरे प्रवर्तक आहेत... त्यांच्या रचनांमुळे तत्त्वचिंतन, देशप्रेम आणि राष्ट्रवाद या गोष्टी प्रथमच उर्दू शायरीत दिसू लागल्या. युरोप-यात्रेनंतर त्यांची दृष्टी नि प्रतिभा विलक्षण विस्तार पावली' असे यथायोग्य मूल्यमापन करूनच प्रा. सुरेशचंद्र नाडकर्णी थांबले नाहीत, तर इक्बालविषयक एक महत्त्वाचा गैरसमजही त्यांनी दूर केला आहे. ते उद्गारतात,

'फाळणीचे खापर डॉ. इक्बालच्या डोक्यावर फुटले, हा फार मोठा अन्याय आहे. ...काहीही करा; पण फाळणी होऊ देऊ नका, असे स्वच्छ मत त्यांनी नमूद करून ठेवले आहे ...१९३८ च्या अ. भा. मुस्लिम लीगच्या अधिवेशनात त्यांनी स्पष्टपणे अखंड भारताचा पुरस्कार केला आहे. अर्थात मुस्लिम बहुसंख्य असलेल्या प्रांतांचे भारतीय संघराज्यांतर्गत घटक-राज्य बनवावे, असे प्रतिपादन केले आहे... त्यांचा 'कौमी तराना' आजही भारतात आवडीने गायिला जातो. पण पाकिस्तानला मात्र या थोर शायराचा संपूर्णपणे विसर पडला आहे.'

ग़ालिब-इक्बाल त्यांच्या पंक्तीत सहज शोभून दिसावा, असा अलीकडील श्रेष्ठ शायर म्हणजे 'जिग़र मुरादाबादी'. त्यांनी निर्विवाद नवीन काय दिले, हे सांगताना प्रा. नाडकर्णी ह्यांनी अचूक विधान केले आहे,

'जिग़र'ची मेहबूबा संवेदनक्षम आणि भावनांना प्रतिसाद देणारी आहे. मेहबूबा-(प्रेयसी) बाबतचा हा नवीन दृष्टिकोन ही जिग़र साहेबांची उर्दू शायरीला फार मोठी देणगी आहे.'

मोमिन, जोश, फैज़, इत्यादी कविवर्यांची लघु-चरित्रेही लेखकाच्या समतोल

रसिकतेची साक्ष पटवितात. लहान चटकदार किस्से नि उद्‌बोधक माहिती ह्यांनी ती वेधक झाली आहेत. उदाहरणार्थ, ग़ालिब नि ज़ौक़ ह्यांचा समकालीन असलेला गुणशाली मोमिन केवढा संगीत-तज्ज्ञ होता, हे सांगताना लेखक सहज लिहून जातो :

'मोमिनच्या मृत्यूनंतर दिल्लीतील सुप्रसिद्ध वीणावादक मियाँ नजीर खाँ यांनी- 'आता दिल्लीत संगीताचा दर्दी कुणी राहिला नाही,' असे म्हणून वीणा कायमची गवसणीत बांधून ठेवली!'

**ग़ज़ल-गायकीचे मर्म**

संगीतावरून बरे आठवले. प्रस्तुत ग्रंथाचे लेखक प्रा. नाडकर्णी हे स्वतः संगीताचे– विशेषतः ग़ज़ल-गायकीचे-मर्मज्ञ आहेत. त्यांचे ग़ज़ल-गायनाबाबतचे विचार आजच्या उदयोन्मुख गायकांनी लक्षात घ्यावेत. ते स्पष्टपणे बजावतात,

'ग़ज़ल-गायकी हे मूलतः लोकसंगीत आहे. लोकसंगीत शब्दप्रधान गायकी आहे, तर शास्त्रीय संगीत स्वरप्रधान गायकी आहे. म्हणूनच कमीत कमी अन् मोजक्या स्वरांचा वापर, शब्दांना उठाव येईल, इतक्याच बेताने सुरांचा लगाव... स्वच्छ उच्चारलेले शब्द, अंतःकरणाचा ठाव घेत वजनात ठसक्याने म्हटलेले शेरांचे मिसरे... ह्यांमुळे बेगम अख्तर यांची ग़ज़ल-पेशकारी प्रतिष्ठित मैफलीचा मानबिंदू होऊन बसली... पण अलीकडे जागोजागी ऐकू येणारी मेहदी हसन, गुलाम अली, हुसेन बक्ष वगैरे पाकिस्तानी कलावंतांची फीतमुद्रित ग़ज़ल ही खऱ्या अर्थाने ग़ज़ल-गायकी नाहीच. कानाला अतिशय गोड लागणारी त्यांची पेशकारी एखादा छोटा ख्याल आहे... एखादे भावगीत घेऊन त्याला तानबाजी किंवा आलापीने नटविले, तर त्याची शास्त्रीय चीज-बंदिश होऊन बसेल, तसाच हा प्रकार आहे.'

अशा ह्या मर्मग्राही ग्रंथाने 'ग़ज़ल'कडे पाहण्याचा शुद्ध नि रसिक दृष्टिकोन निर्माण होईल.

पण ह्यात काही उणिवा नाहीतच का? आहेत, पण किरकोळ आणि त्याही बहुशः पृष्ठसंख्येच्या मर्यादेमुळे पडलेल्या. आमच्या मते, काही शेरांचा अर्थ जरा विस्तृत हवा होता. चांगले उर्दू शेर बहुशः मितभाषी, पण विपुल अर्थी असतात, आपल्या अभिजात ध्वनिकाव्याप्रमाणे! त्यांचा वाच्य अर्थ देऊन झाल्यावर 'लतीफेमानी' (सूक्ष्म, सूचित नि सुंदर अर्थ) जर पुरेशा विस्ताराने सांगितला नाही, तर 'यथार्थदीपिका' बनते, पण ''भावार्थदीपिका' होत नाही! असे ह्या ग्रंथात काही ठिकाणी झाले आहे. उदाहरणार्थ, मोमिनच्या 'सनम आखिर खुदा नहीं होता' ह्या ओळीचा 'प्रेयसी म्हणजे परमेश्वर नव्हे.' हा अर्थ ठीकच आहे. पण तोच- 'अरे वेड्या, बेदर्द नि बेपर्वा प्रेयसी कितीही आकर्षक नि सुंदर असली, तरी ती काही

दयाळू परमेश्वर नव्हे!' असा खुलवावयास पाहिजे. तसेच 'दिल किसी काम का नहीं होता' ह्याचा अर्थ 'अहो, हृदयाचा तसा काहीच उपयोग नसतो.' हाही अर्थ ठीकच आहे. पण येथेही 'आशिकाचे रक्तबंबाळ नि छिन्न-विछिन्न हृदय घेऊन तिला काय उपयोग? ते बिचारे कोणाच्याच कामाचे नाही!' अशी पुस्ती जरुरीची वाटते. 'जोश मलिहाबादी पाकिस्तानात गेल्यानंतर मात्र त्यांच्या शायरीला ग्रहण लागले,' हे नाडकर्णी ह्यांचे म्हणणे खरेच आहे; पण सत्य एवढेच नाही. पुस्ती जोडणे जरुरी आहे की, 'ही शोकान्तिका जोश ह्यांच्या दुटप्पी वर्तनाने ओढवून घेतली. भारतात राष्ट्रीय कवित्वाचा मान मिळालेल्या ह्या 'शायरे इन्किलाब'ला पाकिस्तानात जाण्याची दुर्बुद्धी झालीच का?'

**काही अपेक्षा, काही सूचना**

'मराठी ग़ज़ल' हा देखील एका संपूर्ण प्रकरणाचा विषय आहे. दोन-चार परिच्छेदांचा नव्हे! मराठी ग़ज़लेची जी नवीन परंपरा निर्माण झाली आहे, तिचे प्रवर्तक श्री. सुरेश भट आणि मराठी शायरीचा आकर्षक पायंडा पाडणारे ज़िन्दादिल कलंदर शायर श्री. भाऊसाहेब पाटणकर ह्यांचा लेखकाने केलेला गुण-गौरव योग्यच आहे.

परंतु स्वातंत्र्योत्तर काळातील 'मराठी ग़ज़लां'चे मूल्यमापन वेळीच व्हायला पाहिजे. नाहीतर शब्दवेल्हाळ यमकबाजी (तुकबन्दी) आणि रसवत्तेपेक्षा कारागिरी ह्यांनाच अधिक महत्त्व येऊन नवकाव्याप्रमाणेच मराठी ग़ज़ल देखील निर्गंध 'काग़ज़ का फूल' बनेल!... सुदैवाने 'तग़ज़्ज़ुल' ऊर्फ काव्यरम्यता हाच ग़ज़लेचा आत्मा आहे, असे प्रा. सुरेशचंद्र नाडकर्णी मानतात आणि 'भावनांची तीव्रता नसेल, तर शेर लिहूच नयेत. तीव्र अनुभूती नसताना उगाचच यंत्रवत शेर रचणे ही काही फार मोठ्या अकलेची किंवा पांडित्याची गोष्ट नव्हे.' हा फ़ैज़ अहमद फ़ैजचा इशारा आवर्जून उद्धृत करतात. बस्स, ह्याच भूमिकेवरून मराठी ग़ज़लांच्या संभाराचे मूल्यमापन त्यांनी करावे, अशी आमची फर्माइश् आहे.

पुढील आवृत्ती लवकरच निघावी, असेच हे पुस्तक गुणशाली झाले आहे, म्हणून तर ही विनंती!

**विद्याधर गोखले**

दि. २१ जानेवारी, ८६

# अनुक्रमणिका

# उर्दू ग़ज़ल

*अपना लहू तेरी रानाई तारीक़ी इस दुनियाकी*
*इतने सारे रंग जमाकर देखें क्या तसवीर बने ।*

...माझे (लालबुंद) रक्त, तुझी (ज्योतिर्मयी) प्रकाशमानता आणि या जगातील (दुःख, लांड्या-लबाड्या, भ्रष्टाचार वगैरेंचा) कृष्णवर्ण असे सारे रंग गोळा केले आहेत... बघू या यातून (जीवनाचं) काय चित्र जमतंय्, ते...

अरबी भाषेत घझिल (प्रेमालाप करणे) असा एक शब्द आहे. त्यापासून ग़ज़ल या शब्दाची उत्पत्ती झाली, असे काही जाणकारांचे मत आहे. परंतु या मताला दुजोरा देणारा कोणताही इतर संदर्भ अरबी भाषेत आढळत नाही. फार काय, अरबी भाषेत ग़ज़ल हा काव्यप्रकारच आढळत नाही, हे मोठे विस्मयजनक आहे.

ग़ज़ल या काव्यप्रकाराचे मूळ पर्शियन (फारसी) वाङ्मयात आढळते. आठव्या शतकात अरबांनी आक्रमण करून इराण पादाक्रांत केला. अरब राज्यकर्ते बनले. साहजिकच अरबी भाषेचा प्रभाव पर्शियन वाङ्मयावर पडू लागला. कारण ती सत्ताधारी राज्यकर्त्यांची भाषा होती. अरबी वाङ्मयात कसीदा नावाचा एक प्रकार आहे. अमीर–उमराव, बादशाह, क्वचित प्रसंगी परमेश्वरच्या स्तुतिपर कसीदा रचून पेश केला जात असे. सत्ताधारी अथवा धनाढ्य व्यक्तींना खुष करून पैसा मिळविणे हाच त्याचा एकमेव उद्देश असे. वातावरण निर्मितीसाठी कसीद्याच्या प्रारंभी एखाद्या प्रेमकाव्यात शोभतील, अशा, चार-सहा ओळी असत. या प्रास्ताविकाच्या ओळींना 'तशबीब' असे म्हणतात. सांस्कृतिक दृष्ट्या अरबांपेक्षा अधिक प्रगत असलेल्या पर्शियन कवींना तशबीब हा प्रकार फारच भावला. त्यांनी तशबीबपासून एक छोटेखानी, कमी शब्दांत खूप आशय व्यक्त करणारा नवीन काव्यप्रकार निर्माण केला. हाच ग़ज़लचा प्रारंभ मानला जातो. हज़रत रुदकी वगैरे पर्शियन शायरांनी हा काव्यप्रकार अतिशय समृद्ध केला. मूळ पर्शियन भाषेतून भरतात येणाऱ्या ग़ज़लमुळे नंतर उर्दू, हिंदी, मराठी, गुजराती वगैरे अनेक भारतीय भाषांत हा काव्यप्रकार रूढ

झाला. हज़रत अमीर खुसरो यांच्या काळात (इ. स. १२५०-१३२५) ग़ज़लेने इराणपासून गजनी, मुलतान, लाहोर, दिल्ली असा प्रवास केला आहे, असा उल्लेख त्याच्या 'शीरीने-खुसरवी' या ग्रंथात आढळतो.

खिलजी राजघराण्याचा 'पेशवा'–प्रमुख सल्लागार असलेला हज़रत अमीर खुसरो हा जलालुद्दीन खिलजी, नंतर अल्लाउद्दीन खिलजी असे करीत एकूण अकरा सुलतानांचा पेशवा होता. राजकारण, युद्धशास्त्र, तत्त्वज्ञान, धर्मशास्त्र, भाषाशास्त्र अशा अनेक विषयांत पारंगत असलेल्या या महापंडिताचा संगीत आणि काव्यशास्त्र या विषयांतही मोठा अधिकार होता. आज रागदारी संगीतात प्रचलित असलेल्या ख्याल–गायकीचा अमीर खुसरो हा जनक मानला जातो. इराणी संगीतातील ऐमन (यमन), जंगोला (जंगला), सरपरदा वगैरे राग त्याने भारतीय संगीतात आणले. हज़रत अमीर खुसरोने प्रथमतः ग़ज़लेचा निःसंदिग्ध शब्दांत धिक्कार केला आहे '... ऊँटकी तरह बिलबिलाती हुई चन्द अशआरोंकी नामुकम्मल नज़्म...' (एखाद्या स्वारीच्या उंटासारखी सतत वणवण करीत भरकटत जाणारी काही थोड्याच कडव्यांची फालतू अर्धवट कविता...); परंतु जनसामान्यात मात्र या ग़ज़लेची किमया इतकी अद्वितीय ठरली, की त्याच अमीर खुसरोने आपल्या नंतरच्या पुस्तकात ग़ज़लेचा 'चलता फिरता जादू, जो लोगोंके सरपे चढके बोलता है...' असा गौरव केला आहे. याच पुस्तकात त्याने स्वतःच्या पाचशे चाळीस ग़ज़ला संकलित केल्या आहेत.

**ग़ज़ल म्हणजे काय?**

ग़ज़ल या शब्दाचा शब्दकोशातील अर्थ 'सुखन अज़ माशूक गुफ़्तन' अथवा 'महबूबासे बातें करना'- म्हणजे प्रेयसीसमवेत प्रेमाच्या गुजगोष्टी करणे- असा दिलेला आढळतो. परंतु एकूण ग़ज़लेचे स्वरूप पाहता कोणतीही ग़ज़ल आशी संभाषणाच्या स्वरूपात रचलेली आढळत नाही. फार तर, नाटकात जसे स्वगत भाषण असते. त्याप्रमाणे अथवा इंग्रजीत ज्याला प्रकट विचार करणे Thinking aloud असे म्हटले जाते, त्या स्वरूपातच ग़ज़ल आढळते. म्हणजे संभाषण हा भाग नसतोच. तेव्हा शृंगार किंवा इश्क़ ही ग़ज़लेची पारंपरिक तबियत लक्षात घेऊन 'महबूबासे बात करना' किंवा 'महबूबाके बारेमें बातें करना' असा अर्थ लावणे अधिक सयुक्तिक ठरावे.

पर्शियन भाषेतील 'ग़ज़ाल' या शब्दाचा अर्थ हरिण असा आहे. इंग्रजी भाषेतही याच शब्दावरून 'गॅझेल' (Gazel) असा शब्द प्रचलित झाला आहे. हरिणाच्या पाडसाला ग़ज़ाला म्हणतात. हरिण या शब्दातच हालचालीतील लालित्य आणि मूर्तिमंत नाजूक सौंदर्य ही कल्पना अभिप्रेत असल्यामुळेच कदाचित अत्यंत नाजूक हळव्या भावनांचा आविष्कार करणाऱ्या या काव्यप्रकाराला 'ग़ज़ल' हे नाव दिले गेले असण्याची शक्यता नाकारता येत नाही.

विसाव्या शतकातील सर्वश्रेष्ठ शायर म्हणून डॉ. रघुपती सहाय 'फ़िराक़' गोरखपुरी यांचे नाव घेतले जाते. 'फ़िरक' साहेबांच्या लिखाणात आढळणारी अत्यंत हृदयंगम कल्पना पर्शियन भाषेतील सर्वांत जुना शब्दकोश 'सिराजुल-लुगत' (सिराज याचा शब्दकोश, तेरावे शतक) या ग्रंथात आढळते. पारधी मागे लागल्यामुळे प्राण वाचविण्यासाठी हरिण रानात सैरावैरा पळत सुटते. पळता-पळता दुर्दैवाने त्याची शिंगे झाडांच्या फांद्यांमध्ये अडकतात. अशा अवस्थेत ते बिचारे मोठ्या कष्टाने तिरकी नजर करून मागे पाहते, तो पारधी अगदी जवळ येऊन ठेपलेला असतो. आता साक्षात मृत्यूच डोळ्यांसमोर दिसत असताना त्या असहाय हरिणाच्या डोळ्यांतून अश्रू ओघळू लागतात. त्या अश्रूंना जर शब्दरूप लाभले, किंवा त्या ग़ज़ालाच्या मुखातून काही आर्तवाणी उमटली, तर ते उद्‌गार म्हणजेच ग़ज़ल.

अर्थात या रूपकावरून ग़ज़ल केवळ आर्त आणि दु:खमयच असते, अशी कल्पना करणे चूक ठरेल. ग़ज़लेत अत्यंत आनंदाचे शेर देखील आढळतात.

**ग़ज़लेचा आकृतिबंध**

ग़ज़ल हा पक्क्या वृत्तात बांधला जाणारा काव्यप्रकार आहे. ग़ज़लेच्या पहिल्या ओळीचे गण-मात्रायुक्त असे जे काही वजन असेल, ते प्रत्येक ओळीला बंधनकारक असून शेवटच्या ओळीपर्यंत त्यात जराही बदल केला जात नाही.

ग़ज़लेचे प्रत्येक कडवे दोन ओळींचे असते. पहिल्या ओळीला ऊला मिसरा म्हणतात, तर दुसऱ्या ओळीला सानी मिसरा असे म्हणतात. या दोन ओळींच्या कडव्याला शेर अशी संज्ञा आहे. ग़ज़लेत किमान पाच ते कमाल कितीही शेर असू शकतात. परंतु एकूण संख्या बहुधा विषम ठेवण्याचा प्रघात आहे. नियम मात्र नाही.

ग़ज़लेत सामान्यत: दोन प्रकारची यमके वापरली जातात. पहिले यमक हे सारख्या उच्चारांच्या शब्दांचे (Rhyming Words) बनलेले असते. त्याला क़ाफिया (क़फू या तुर्की शब्दाचा अर्थ अनुकरण करणे असा आहे) असे संबोधतात. हा यमकाचा शब्द 'क़ाफिया' किती कौशल्याने वापरला आहे, यावरच शेराचे आणि पर्यायाने ग़ज़लेचे सौंदर्य अवलंबून असते. वेगळ्या शब्दांत सांगायचे झाले, तर काफिया हा शेराचा-सौंदर्यबिंदूच आहे.

यमकाच्या शब्दानंतर–म्हणजे क़ाफियानंतर ओळीच्या शेवटी एक अथवा अधिक शब्द असू शकतात. हे क़ाफियाचे नंतर येणारे शब्द कधीच बदलत नाहीत. त्यांना 'रदीफ' म्हणतात. रदीफ या अरबी शब्दाचा अर्थ घोड्यावर घोडेस्वाराच्या मागे बसणारी व्यक्ती किंवा हल्लीच्या जमान्यात स्कूटर किंवा मोटरसायकलच्या पिलन सीटवर बसणारी व्यक्ती. ही सहसा स्त्रीच असते, म्हणूनच कदाचित 'रदीफ' हा स्त्रीलिंगी शब्द योजला असावा. ग़ज़लेच्या परिभाषेत बोलावयाचे झाले, तर

क़ाफ़ियाचे मागोमाग येणारी ती रदीफ. रदीफ एक किंवा अधिक शब्दांची असू शकते, त्याला मर्यादा नाही.

असे दुहेरी यमकाचे शब्द वापरण्याची पद्धत मराठी काव्यात नव्हती. साहजिकच त्यांना मराठीत प्रतिशब्द उपलब्ध नाहीत. तेव्हा क़ाफ़िया म्हणजे यमक आणि रदीफ म्हणजे अन्त्य यमक असे म्हणणे सोयिस्कर ठरावे.

उदाहरण म्हणून माझ्या एका ग़ज़लेचे काही शेर बघू या. ग़ज़लेत शराब, शबाब, इज्तराब, अज़ाब, ताब, इत्यादी आब- आब अशा सारख्या उच्चाराचे शब्द हे यमक म्हणजे क़ाफ़िये आहेत आणि प्रत्येक क़ाफ़ियाच्या नंतर 'बाक़ी है' असे दोन न बदलणारे शब्द येतात, ती रदीफ म्हणजेच अन्त्ययमक आहे.

*अब भी क़ाफ़ी शराब बाक़ी है*
*मयकदेका शबाब बाक़ी है।*

'... अद्याप पुष्कळ मद्य शिल्लक आहे...अन् मधुशालेचं यौवनही जोमात आहे... (म्हणजेच अद्याप पुष्कळ अवसर आहे आणि मद्य पुरविणारी मधुशालेतील बालिका अद्याप यौवनातच आहे.... तेव्हा अजून खूपच गंमत करता येईल...)...'

ग़ज़लेच्या पहिल्या शेरात हे क़ाफ़िया-रदीफचे बंधन दोन्ही ओळींना लागू असते. या पहिल्या शेराला 'मतला' किंवा 'मतलेका शेर' असे म्हणतात. या मतला शब्दावरूनच मराठीत मथळा असा शब्द आला आहे. वर उद्धृत केलेल्या शेरात दोन्ही ओळी क़ाफ़िया-रदीफ बंधनाने युक्त आहेत. म्हणजे हा ग़ज़लेचा 'मतला' आहे. यावरून ग़ज़लेत क़ाफ़िया-रदीफ कसे चालणार आहेत, याची कल्पना येते. ग़ज़लेत एकापेक्षा अधिक मतले असू शकतात. त्याला मर्यादा नाही.

नंतर येणाऱ्या शेरांमध्ये क़ाफ़िया-रदीफचे बंधन फक्त 'सानी मिसरा' अथवा दुसऱ्या ओळीलाच लागू असते. उदाहरण म्हणून याच ग़ज़लेचे इतर दोन शेर पाहू

*इत्तफाकन मिले थे उनसे कभी*
*आज तक इज़्तराब बाक़ी है।*

*उनसे मिलकर भी जाने क्यौं दिलपर*
*एक मुसलसल अज़ाब बाक़ी है।*

'.... केव्हातरी योगायोगानेच केवळ तिला भेटलो होतो... परंतु तेव्हापासून आजपर्यंत (या माझ्या खुळ्या) हृदयाची तडफड अजून थांबली नाहीय् ...'

'... काय चाललंय्, काही कळत नाहीय् .... (ही तडफड संपावी एकदाची, म्हणून) एकदा आवर्जून तिला भेटूनदेखील आलो... परंतु हृदयात मात्र एकसारखं

सलत असणारं दु:ख मात्र कायमच आहे...'

ग़ज़लेच्या शेवटच्या शेरात शायराचे नाव किंवा टोपणनाव–तखल्लुस–गुंफलेले असते. मराठीत जसे 'तुका म्हणे...' किंवा 'नामा म्हणे...' वगैरे असते, त्यातलाच हा प्रकार आहे. यावरून ग़ज़ल कुणी लिहिली- ग़ज़लेची मक्तेदारी- मालकी- कुणाकडे आहे, हे कळते. आता वरील उदाहरणाच्या ग़ज़लेचा मतला पाहा-

*उनकी आँखोंके सामने, ऐ 'सुरेश'*
*किसको पीनेकी ताब बाक़ी है।*

'... अरे सुरेश, तिचे नेत्र इतके मादक आहेत, की त्या नेत्रांसमोर बसून कुणाला मद्याची आठवण तरी होईल का?...'

प्रत्येक शेरात एक स्वतंत्र विचार अथवा स्वतंत्र कल्पना मांडलेली असते. त्यामुळे कोणत्याही शेराचा अगोदरच्या अथवा नंतरच्या शेरासमवेत काहीही संबध नसतो. एकाच ग़ज़लेच्या वेगवेगळ्या शेरांत निरनिराळ्या भावनांचा आविष्कार असू शकतो. पूर्वीच्या काळी मधुशालेत मद्याचे प्याले घेऊन येणारी छोकरी 'साक़ी' ग्राहकांच्या मनोरंजनासाठी ग़ज़ल पेश करीत असे. ग्राहक अर्थातच वेगवेगळ्या वयोगटांतील, भिन्न भिन्न पेशातील आणि वृत्ती, प्रवृत्तीने देखील वेगवेगळे असण्याचीच शक्यता अधिक असे. तेव्हा तरुण नवजवान ग्राहकासाठी इश्क़िया रंगाचे शेर, विमनस्क अवस्थेत बसलेल्या एखाद्या विरही जीवासाठी प्रेमाच्या कुर्बानीचा अथवा प्रेमाच्या महतीचा शेर, वयस्क, सफेद दाढी असणाऱ्या बुज़ुर्गांसाठी सूफ़िया रंगातील तत्त्वज्ञानाचा अथवा ईशचिंतनपर शेर पेश करून बिदागी मिळविणे सुकर व्हावे, म्हणून एकाच ग़ज़लेत वेगवेगळ्या भावनांचे वेगवेगळ्या रंगांचे शेर रचण्यास सुरुवात झाली असावी.

अर्थात एकाच भावनेचा पाठपुरावा करणारे शेर असणारी ग़ज़लही असू शकते, अशी ग़ज़ल 'रवानी ग़ज़ल' किंवा 'मुसलसल ग़ज़ल' (धारावाही ग़ज़ल) म्हणून ओळखली जाते. परंतु शेर एकमेकांपासून पूर्णत: स्वतंत्र असावेत, हे बंधन आहेच. अन्यथा ते एकमेकांसमवेत निगडित असतील, तर ती एखादी कविता अथवा भावगीत होऊन बसेल.

प्रत्येक शेर स्वतंत्र असल्यामुळे कोणताही शेर ग़ज़लेतून वेगळा काढून सुभाषिता-प्रमाणे वापरता येतो. हा देखील ग़ज़लेचा एक खास सौंदर्य–पैलू आहे. त्याचप्रमाणे प्रत्येक शेर ही एक स्वतंत्र काव्यकल्पना असते, म्हणजे स्वतंत्र आणि पूर्ण कविताच असते. साहजिकच शायराला त्यात परमोच्च बिंदू (Climax) गाठणे आवश्यकच असते. हे सर्व लक्षात घेता 'ग़ज़ल ही एकाच वृत्तातील अनेक एकयमकी कवितांच्या

परमोत्कट बिंदूंची मालिका (Series of Climaxes) ठरते.'

वृत्ताची बांधणी, शब्दांच्या उच्चारांचे वजन, केवळ दोनच ओळींमध्ये अर्थनिर्मिती करण्यास उपलब्ध असलेली तोकडी शब्दसंख्या आणि क़ाफिया - रदीफचे बंधन यांमुळे ग़ज़लेला खूप मर्यादा पडतात. अगदी मोजक्या शब्दांत खूप आशय व्यक्त करावा लागतो. साहजिकच ग़ज़ल रचणे फार कौशल्याचे मानले जाते. शब्दसंख्या मर्यादित असल्यामुळे अनेक गोष्टी संकेताने सुचवाव्या लागतात आणि सतत सांकेतिक संदर्भात वापरल्या जाणाऱ्या शब्दांना विशिष्ट सांकेतिक अर्थ प्राप्त होतो. क़ाफिर, सनम, बुत वगैरे शब्द उदाहरण म्हणून सांगता येतील.

### ग़ैरमुरद्दिफ ग़ज़ल

उर्दू ग़ज़लेच्या छंदशास्त्रविषयक ग्रंथांमध्ये गैर मुरद्दिफ ग़ज़लेचा उल्लेख आढळतो. शब्दश: अर्थ घेतल्यास ज्या ग़ज़लेत रदीफ नाही, ती गजल ग़ैरमुरद्दिफ ग़ज़ल ठरते. याचाच अर्थ असा की, क़ाफिया नंतर रदीफ नाही, म्हणजेच क़ाफिया किंवा यमकाचा शब्द हाच ओळीचा शेवटचा शब्द असून, त्याचे नंतर अन्त्ययमक म्हणून काहीही शब्द अथवा अक्षर असणार नाही.

बऱ्याच ग्रंथांचे अवलोकन करूनही मला वरील स्पष्टीकरणात चपखल बसेल, असे उदाहरण मिळू शकले नाही. समाधान होईल, असे स्पष्टीकरणही मिळू शकले नाही.

माझ्या मते ग़ज़ल ग़ैरमुरद्दिफ आहे, असे विधान करणे तितकेसे योग्य असू शकत नाही. कारण काव्यदृष्ट्या मुळात रदीफ (अन्त्ययमक) वाचून कोणताही शेर पूर्ण होणे संभवनीयच नाही. अधिकात अधिक असे होऊ शकते, की शेराच्या ओळीतील शेवटचा शब्द हा यमकाचा शब्द असून, त्या यमकाच्या शब्दात काफिया आणि रदीफ (म्हणजेच यमक आणि अन्त्ययमक) एकत्र असू शकतात, किंवा एकाच शब्दात एकत्रित आल्यामुळे त्यांना अलग केले जाऊ शकत नाही आणि तसा प्रयत्न अथवा अट्टहास केला, तर क़ाफिया आणि रदीफ हे दोन्ही निरर्थक ठरतात.

त्यापेक्षा मग तो शेवटचा शब्द क़ाफिया (यमक) आहे, असे मानणे उचित ठरते अथवा अधिक सयुक्तिक ठरते. म्हणजेच त्या शब्दानंतर रदीफ नाही, म्हणून ग़ज़ल गैरमुरद्दिफ गजल ठरते. अधिक स्पष्टीकरणासाठी म्हणून उर्दू-फारसी काव्याचा गाढा व्यासंग असलेले पद्मश्री (कै) डॉ. कालिदास गुप्ता 'रिज़ा' यांच्या अलीकडेच प्रकाशित झालेल्या 'अभी नाँव ना बाँधो' या संग्रहातील दोन ग़ज़ला पाहू या.

*जीना है तो कश्तीको तूफाँमें चलाना*
*ना मालूम जंजीरोंसे भी टकरा जाना।*

*भरना रंग नए पर ऐ फनकारे-ज़माना*
*कोंपल को कोंपल रखना काँटा न बनाना ।*

ग़ज़लेतील क़ाफिया कसा चालणार आहे, हे ग़ज़लेच्या मतल्यात असलेल्या काफियाच्या योजनेवरून स्पष्ट होते. मतल्याच्या दोन ओळींमध्ये क़ाफिया (यमकाचे शब्द) 'चलाना' आणि 'जाना' असे आहेत. दुसरा शेरही मतलाच आहे. त्यात 'ज़माना' आणि 'बनाना' असे यमकाचे शब्द-क़ाफिये योजले आहेत. या सर्व क़ाफियांमध्ये- आना, आना असे समान उच्चारण आहे. त्यामुळे हा शब्द क़ाफिया आहे, हे निर्विवाद, परंतु त्यानंतर पुढे कोणताही शब्द किंवा अक्षर नाही. म्हणजेच क़ाफियानंतर येणारी रदीफ नाही.

सर्व शक्यता तपासून पाहण्यासाठी म्हणून अथवा केवळ वादविवादासाठी म्हणून असे म्हटले, की या यमकाच्या शब्दात क़ाफिया आणि रदीफ हे दोन्ही एकत्र आले आहेत. तर मग 'आ' या अलामतीच्या नंतर 'ना' हे न बदलणारे अक्षर रदीफ होईल आणि त्यापूर्वीचा शब्दाचा भाग 'चला' आणि 'जा' हा क़ाफिया मानावा लागतो.

आता 'चलाना' या शब्दातील 'चला' बाजूला वेगळा काढला किंवा 'जाना' या शब्दातील 'जा' एवढाच भाग वेगळा काढला आणि त्याला 'क़ाफिया' म्हटले, तर त्याला काही अर्थच उरत नाही.

अधिक बारकावा पाहण्यासाठी 'रिज़ा' साहेबांच्या याच ताज्या संग्रहातील आणखी एका ग़ज़लेचे शेर पाहू या-

*सुनिए जिस हालमें है मेरा दयार*
*काँपते काँपते दर-ओ-दीवार ।*

*फिर चमन में वही नमूद तिरी*
*फिर वही फस्ले - नाज़के आसार ।*

मतल्यावरून 'दयार' आणि 'दीवार' हा यमकाचा शब्द स्पष्ट होतो. -आर-आर अशा समसमान उच्चारणाचे हे दोन्ही शब्द जर क़ाफिया आहेत, असे मानले, तर त्यांच्या नंतर ओळीत शब्द किंवा अक्षर नाही. म्हणजेच क़ाफियानंतर येणारी रदीफ नाही. मग ही ग़ज़ल ग़ैरमुरद्दिफ ग़ज़ल मानावयाची का?

किंवा वरीलप्रमाणेच वादविवादासाठी म्हणून असे म्हटले, की या यमकाच्या शब्दात क़ाफिया आणि रदीफ दोन्ही एकत्र आले आहेत. त्या दोन्हींचा विचार करताना ठळकपणे लक्षात येणारी गोष्ट अशी की, दयार आणि दीवार या दोन्ही शब्दांत शेवटी

‘र’ हे न बदलणारे अक्षर आहे. साहजिकच ती रदीफ ठरते. आता शब्दातील ‘र’ ही रदीफ वेगळी काढली, तर उरलेला भाग ‘दया’ आणि ‘दीवा’ निरर्थक ठरतो आणि ग़ज़लेतील क़ाफिया निरर्थक असूच शकत नाही. मग क़ाफिया कशाला म्हणावयाचे?

क़ाफिया अर्थपूर्ण असलाच पाहिजे (कारण तो ग़ज़लेचा खास सौंदर्यपैलू आहे), असे मानले, तर ‘र’ बाजूला वेगळा न काढता दयार, दीवार आणि दुसऱ्या शेरात ‘आसार’ हे संपूर्ण शब्द क़ाफिया मानणे संयुक्तिक, ठरावे; आणि सकृद्दर्शनी ते सम उच्चारणाचे शब्द आहेतही. हे सर्व शब्द (न तोडता) क़ाफिया आहेत, असे मानले, तर त्यांच्यानंतर कोणताही शब्द किंवा अक्षर नसल्यामुळे ग़ज़ल ग़ैरमुरद्दिफ ठरावी. परंतु ‘असूल-ए-हर्फे-रवी’ या नियमाप्रमाणे शब्दातील ‘र’ हे शेवटचे अक्षर क़ाफियाचा भाग असू शकत नाही. मग त्याबाबत काय निर्णय घ्यावयाचा? की त्याला रदीफ मानावयाचे?

(टीप : ‘हर्फे-रवी’ या नियमाबाबत जाणकारांमध्ये अद्यापि एकमत होऊ शकले नाही, ही गोष्ट येथे नमूद करणे आवश्यक आहे. या नियमाबाबत सांगोपांग चर्चा आणि विचारविनिमय झाल्यास स्पष्ट निर्णय घेणे सोपे जाईल आणि शक्य होईल.)

सारांश, ग़ैरमुरद्दिफ ग़ज़लेबाबात स्पष्ट निर्णय घेणे शक्य होत नाही. वर उद्धृत केलेल्या दोन ग़ज़लांपेक्षा अधिक चपखलपणे नियमात बसणारी ग़ैरमुरद्दिफ ग़ज़ल माझ्या आढळात नाही.

### ग़ज़लेचे प्रकार

ग़ज़लेची मूळ तबियत ‘आशिकाना’–शृंगारप्रधान असल्यामुळे शृंगार हा ग़ज़लेचा स्थायिभाव असणार, याबद्दल प्रत्यवाय नाही. अशी शृंगारिक ग़ज़ल पर्शियन वाङ्मयातून उर्दू भाषेत आली. ही मूळ शृंगारप्रधान ग़ज़ल आज ‘रिवायती ग़ज़ल’ किंवा ‘पारंपरिक ग़ज़ल’ म्हणून ओळखली जाते. जुन्या जमान्यातील बहुतेक शायर अशा रिवायती ग़ज़ला लिहीत असत. अलीकडे गेल्या पन्नास वर्षांत उर्दू वाङ्मयात नवीन विचारधारा येऊ लागल्या. त्यांच्या प्रभावामुळे ग़ज़लेचेही रूप पालटू लागले. परंतु वृत्तबांधणी तीच, क़ाफिया-रदीफचे बंधन तेच, सांकेतिक शब्द देखील तेच; फक्त संकेत आणि अभिप्रेत अर्थवाही बदलली. अशा ग़ज़लांना पारंपरिक शृंगारिक अर्थाव्यतिरिक्त आणखी वेगळा अर्थही अभिप्रेत असतो. वानगीदाखल डॉ. फ़ैज अहमद ‘फ़ैज़’ यांच्या अतिसुंदर ग़ज़लेचे शेर पहा-

*तुम आये हो न शबे-इन्तज़ार गुज़री है*
*तलाशमें है सहर बार बार गुज़री है।*

वरवर पाहता रिवायती थाटातील श्रृंगारप्रधान वाटणाऱ्या या शेराचा अर्थ असा होईल :

'...तू तर आलीच नाहीस; आणि ज्या रात्री तुझ्या भेटीची अपेक्षा करावी, अशी ती रात्र देखील आली नाही... (ज्या दिवसानंतर ती रात्र येईल, तो दिवसही कधी उगवला नाही...)... फक्त सकाळ उगवते, येते अन् त्या रात्रीच्या शोधात निघून जाते... पण ती रात्र कधी आलीच नाही...'

आता याच शेरात एक खोलवर दडलेला लाक्षणिक अर्थ आहे. त्यासाठी ग़ज़लेतील रूपकाची अर्थवाही बदलून पहा. नेहमीचे प्रियकर-प्रेयसी ऐवजी देशभक्त हा प्रियकर आणि स्वातंत्र्यदेवता ही प्रेयसी अशी अर्थवाही बदलून त्या पार्श्वभूमीवर विचार करा. पाकिस्तान आणि भारत या दोन्ही देशांना स्वातंत्र्य मध्यरात्री मिळाले (१५ ऑगस्ट, १९४७) परंतु त्यानंतर पाकिस्तानात लष्करी हुकुमशहांची दडपशाही सुरू झाली आणि खऱ्या अर्थाने पाक जनतेला स्वातंत्र्य कधी मिळालेच नाही. या संदर्भात आता शेराचा लाक्षणिक अर्थ असा होतो '.... स्वातंत्र्यदेवते, तू कधी आलीच नाहीस ...अन् ज्या रात्री मोठ्या आतुरतेनं तुझी वाट पहावी, ती रात्रही (पाकिस्तानात) कधी उगवली नाही... केवळ फटफटीत सकाळ येते अन् जाते... येते अन् जाते त्या रात्रीच्या शोधात... कुठाय् ते स्वातंत्र्य?...'

याच ग़ज़लेतील आणखी एक शेर पहा ;

चमन किंवा बगीचा हा प्रेमविषय, त्यावर प्रेम करणारा बुलबुल हा आशिक़ आणि त्याला पकडून निष्ठुरपणे पिंजऱ्यात कोंडणारा ''सैय्याद' किंवा पारधी म्हणजे खलनायक ही पारंपरिक सांकेतिक रूपे लक्षात घेऊन

*चमनपे ग़ारते-गुलचींसे जाने क्या गुज़री*
*क़फ़ससे आज सबा बेक़रार गुज़री है ।*

या शेराचा रिवायती अर्थ असा होईल :

'.... माळ्याच्या लूटमारीमुळे (गारत-ए-गुलचिन) माझ्या प्रिय बागेचं काय झालं असेल? माझ्या पिंजऱ्यातून जाणारी सकाळच्या वाऱ्याची झुळूक कशी तडफडत गेली...'

– आता हाच शेर पारतंत्र्यातील तुरुंगात खितपत पडलेला एखाद्या देशभक्ताच्या कैफियतीशी पडताळून पाहा. त्याचा प्राणप्रिय देश म्हणजे चमन–म्हणजे प्रियपात्र, तो स्वत: देशभक्त म्हणजे आशिक़ आणि त्याला पकडून तुरुंगात डांबणारे जुलमी राज्यकर्ते हे खलनायक. आता या शेराचा लाक्षणिक अर्थ असा लावता येईल :

'...या जुलमी राज्यकर्त्यांच्या लूटमारीने माझ्या देशाची काय दुर्दशा झाली

असेल... (मला तुरुंगात सर्व बातम्या मिळत नाहीत, पण) आज तुरुंगातून जाणारी हवा अस्वस्थपणे तडफडत तडफडत गेली..., (भयानक बातम्या, उडत-उडत का होईना, पण कानी आल्या आहेत.) ...' या ग़ज़लेला 'तरक्कीपसंद ग़ज़ल' किंवा सुधारणावादी ग़ज़ल म्हणतात. 'मजाज़' लखनवी, 'मजरुह' सुलतानपुरी, 'साहिर' लुधियानवी, जाँ निसार 'अख्तर', फ़ैज़ अहमद 'फ़ैज़', 'जोश' मलिहाबादी यांच्या अनेक ग़ज़ला या प्रकारात मोडतात. गेल्या पन्नास-साठ वर्षांत तरक्कीपसंद ग़ज़ल खूपच नावारूपाला आली. अनेक जाणकार 'मजाज़' लखनवी यांना तरक्कीपसंद शायरीचे अध्वर्यू मानतात. खुद्द 'मजरुह' सुलतानपुरी त्याचे जनकत्व आपल्याकडे आहे, असा दावा मांडतात. माझ्या मते तिचे उगमस्थान किंवा तिचे बीज डॉ. महमंद इक़्बाल यांच्या रचनांत स्पष्टपणे आढळून येते. एकोणिसाव्या शतकाच्या अखेरीस आणि विसाव्या शतकाच्या सुरुवातीस त्यांनी केलेल्या रचना पारंपरिक निश्चितच नाहीत. त्यांत सुधारणावादी ग़ज़ल खूपच डोकावताना दिसते. डॉ. इक़्बाल यांच्या रचना आपले स्फूर्तिस्थान असल्याचे अनेक नामवंत शायर मान्य करतात.

गेल्या पंधरा-वीस वर्षांत काही पुरोगामी विचारांच्या शायरांनी ग़ज़लेची प्रतिमा थोड्या वेगळ्या धर्तीवर पेश करण्यास सुरुवात केली आहे. उपमाने, संकेत देखील बदलले आहेत. पारंपरिक मयकदा, साग़र, मीना, साक़ी, गुलशन, बुलबुल वगैरेंच्या ऐवजी आँधी (वावटळ), शोले (वणवा), तूफान (वादळ), धूप (रणरणते ऊन), रेगिस्तान (वाळवंट), रेतके घर (वाळूचे किल्ले), अंधा कुवाँ (पाणी नसलेली पडीक विहीर), वीराना (वैराण प्रदेश) वगैरे शब्द वापरण्यास सुरुवात केली आहे. ही ग़ज़ल मुख्यत: सामाजिक अथवा राजकीय समस्यांवर आधारलेली असते.

उदाहरणादाखल खालील दोन शेर पाहा :

*जानिबे- कूचा-ओ-बाज़ार न देखा जाए*
*गौरसे इस शहरका किरदार न देखा जाए ।*
*शहरका शहर गुनहगार हो सकता है*
*जब कोई गुनहगार न देखा जाए ।*

'... शहरातील बाजार काय किंवा इतर गल्ल्या रस्ते, वगैरेंवरील दृश्य बघवत नाहीय्... इतकं बिघडलंय् सर्व काही, की गावातील लोक कसे आहेत किंवा त्यांचं चारित्र्य, त्यांची चालचलणूक कशी आहे, याचा विचार देखील करवत नाहीय्...'

'...इतके सारे गुन्हे राजरोस घडताहेत, अन् एकही गुन्हेगार सापडू शकत नाही, याचा काय अर्थ लावायचा? ... गावातील सारेच त्या गुन्हेगारांना सामील असणार... सगळेच गुन्हेगार असणार... एरवी असं घडूच शकत नाही...'

या ग़ज़लेला 'जदीद गज़ल' किंवा 'आधुनिक ग़ज़ल' असे म्हणतात. 'क़ैफ़ी

आज़मी, मज़हर इमाम, 'नासिर' काज़मी वगैरे शायर या धर्तीवर रचना करतात. या नंतर अगदी अलीकडे म्हणजे गेल्या आठ-दहा वर्षांत काही शायरांनी ग़ज़लेच्या ओळीतील मात्राबंध-गण-हेच प्रमाण ठरवून रचना करण्यात सुरुवात केली. समजा, चार-चार मात्रांचा गण ठरवला, तर मग पहिल्या ओळीत आठ मात्रा—दोन तुकडे, तर दुसऱ्या ओळीत चारच अथवा बारा किंवा सोळा, तसेच, तिसऱ्या ओळीत चार मात्रा किंवा सोळा मात्रा— म्हणजे प्रत्येक ओळ चार मात्रांच्या गुणांकात रचण्यास सुरुवात केली. या ग़ज़लेला 'आजाद ग़ज़ल' किंवा 'मुक्त ग़ज़ल' म्हणतात. मजहर इमाम ही आज़ाद ग़ज़ल आपण सुरू केली, असे म्हणतात. आज़ाद ग़ज़ल मात्र फारशी रुजलेली नाही.

### शेर आणि त्याचा दर्जा

प्रेयसीच्या अंगोपांगांचे तपशीलवार वर्णन करणारे शेर हे अतिसामान्य दर्जाचे शेर समजले जातात. प्रेमातील वैफल्यामुळे किंवा असफलतेमुळे झालेले दुःख अथवा तत्सम उत्कट भावना प्रदर्शित करणारे शेर त्याहून वरच्या दर्जाचे शेर समजले जातात आणि त्या दुःखावर किंवा उत्कट भावनांवरच प्रेम व्यक्त करणारे शेर हे उच्चतम दर्जाचे शेर समजले जातात. यात प्रेमविषयाला–प्रेयसीला– दुय्यम स्थान प्राप्त होते अथवा प्रेमविषय पूर्णपणे विसरला जातो. 'जिगर' मुरादाबादी यांचा शेर पहा-

*फुर्सत कहाँ के छेड करें आसमाँसे हम*
*लिपटे पडे हैं लज्जते-दर्दे-निहाँसे हम ।*

'(प्रेम असफल झाले, म्हणून) नशिबाला दोष लावायला तरी कुणाला वेळ आहे?- त्या आंतरिक दुःखात गुरफटून त्याची चव घेत मजेत पडलोय् इथं...'

तरक्कीपसंद ग़ज़ल त्यातील लक्षणार्थामुळे लोभसवाणी वाटते, तर जदीद ग़ज़ल त्यातील बुद्धी-विलास किंवा कल्पना-वैचित्र्यामुळे थक्क करते. आज़ाद ग़ज़ल मात्र तितकी आकर्षक वाटत नाही; आणि मुशायऱ्यात जरी जदीद किंवा तरक्कीपसंद ग़ज़ल श्रोत्यांना मोहवीत असली, तरी संगीत मैफलीत पारंपरिक रिवायती ग़ज़ल हीच सर्वोत्कृष्ट ग़ज़ल ठरते.

ग़ज़लेच्या एकंदर लोभसवाण्या बांधणीमुळे तिच्याविषयी रसिकांच्या मनांत आकर्षण निर्माण होतेच. त्यामुळे त्यातील अर्थवाही काव्यरम्यतेला 'तग़ज़्ज़ुल' असा शब्द वापरला जातो. 'तग़ज़्ज़ुल' अथवा ती काव्यरम्यता हाच ग़ज़लेचा आत्मा आहे.

### ग़ज़ल गायकीसंबंधी थोडेसे...

हल्ली प्रचलित असलेल्या शास्त्रीय संगीताचा-- म्हणजे ख्यालगायकीचा

जनक हज़रत अमीर खुसरो (इ. स. १२५० ते १३२५) हा दिल्लीचा सुलतान अल्लाउद्दीन खिलजी याच्या दरबारात मोठा अधिकारी होता. त्याने रचलेली धृपदे, तराणे आणि ख्याल आज देखील गायले जातात.

आज प्रचलित असणाऱ्या कव्वालीच्या स्वरूपाचे बरेचसे श्रेय हज़रत अमीर खुसरो यांच्याकडेच असले, तरी भारतातील कव्वाली-गायकीचे जनक हज़रत अमीर खुसरो नाहीत. मूळ कव्वाली गायनाची पद्धत भारतात प्रस्थापित करण्याचे श्रेय सूफी संत हज़रत मोइनुद्दीन चिश्ती (११४२-१२३६) यांच्याकडे जाते. सूफी संत आणि त्यांचे शिष्यगण यांनी भारतात कव्वाली -गायनाचा प्रचार केला. हे सूफी साधक उपासनेच्या वेळी भावोन्मोदाने परमेश्वराचे स्तवन करीत. स्वत: हज़रत मोइनुद्दीन चिश्ती गायकी उत्तम जाणत असत. उपासनेच्या वेळी त्यांचे साधक शिष्यवर त्यांच्या आवाजात आवाज मिसळून गात असत. आपल्याकडे सामूहिक भजनाची प्रथा आहे. त्यातलाच हा प्रकार होता. हेच कव्वालीचे मूळस्वरूप होते. त्याला कोणत्याही वाद्याची साथ केली जात नसे.

सूफी साधकांच्या भजन गायनावर अमीर खुसरो याने गायकी ढंगाचे संस्कार करून त्याला सुरेख स्वरूप प्राप्त करून दिले. भजन गाताना योग्य वजनात हाताने टाळी वाजवून ठेका धरण्याची (दस्तक-ए-बाअसूल) पद्धत हज़रत अमीर खुसरोने रूढ केली.

हे सूफी साधक भजन गाताना आपल्या गीतविषयाच्या पुष्ट्यर्थ वेगवेगळ्या संतांची वचने (कौल) उद्‌धृत करीत. साहजिकच कौल पेश करणारे 'कव्वाल' म्हणून ओळखले जाऊ लागले आणि त्यांच्या गायनपद्धतीला कव्वाली-गायन असे नामाभिधान प्राप्त झाले. कालांतराने या कव्वाली-गायकांची परंपराच निर्माण झाली. ते पेशावार गायक बनले. त्यांच्या पेशकारीत व्यावसायिकता आल्यामुळे जनसामान्यांच्या मनोरंजनार्थ इश्क़िया रंगातील ग़ज़ला देखील पेश केल्या जाऊ लागल्या. कव्वाली-गायनासाठी विशिष्ट पद्धतीची आलापी, तनाइत वगैरे गुरु-शिष्य परंपरेने शिकविली जाऊ लागली. दिल्ली परिसरात 'कव्वाल बच्चे' नावाचे कव्वाली-गायकांचे घराणेच उदयाला येऊन प्रतिष्ठा पावले. या सर्व घटनांचे श्रेय बरेच अंशी हज़रत अमीर खुसरो यांच्याकडे जाते, यात संदेह नाही. आज देखील पेशावार कव्वाल गायक 'नैना मिलाके मोहे अपनी सी कर दी । सैयाने मोहे अपनीसी कर दी' वगैरे हज़रत अमीर खुसरो रचित कव्वाल्या गाताना आढळतात.

सतार या वाद्याचा जनक अमीर खुसरो ही मात्र वेगळीच व्यक्ती आहे. तो अमीर खुसरो म्हणजे गानसम्राट तानसेन यांचा पणतू (सतरावे शतक).

अमीर खुसरोच्या लिखाणात ग़ज़लेचे दोन प्रकार वर्णन केलेले आहेत. एक मुशायऱ्यात– कविसंमेलनात म्हणावयाची ग़ज़ल आणि दुसरी संगीत मैफलीत गावयाची ग़ज़ल. त्या काळची ग़ज़ल बहुधा शास्त्रोक्त संगीतावरच आधारलेली असावी. कारण

दरबारात गाणाऱ्या नायकिणी-तवायफांना अमीर खुसरो गायन शिकवीत असे. परंतु स्वतः अमीर खुसरो मात्र कधीच ग़ज़ल गात नसे. फार काय, ख्याल- गायकी देखील अत्यंत कमी दर्जाची, निकृष्ट गायकी आहे, असे स्पष्ट मत त्याने नमूद करून ठेवले आहे. स्वतःच्या मुलाला देखील त्याने फक्त ध्रुपद-धमार पद्धतीचीच गायकी शिकविली. आणि 'ख्याल-गायकी कधीही गाऊ नकोस. गायिका-नायकिणी-तवायफांसाठी मुद्दाम निर्माण केलेले ते कमअस्सल आणि सोप्या धाटणीचे संगीत आहे (आजच्या भाषेत सांगावयाचे झाले तर सुगम संगीत आहे.) आणि आपल्यासारखे घरंदाज गायक असले निकृष्ट संगीत कधीही गात नाहीत.' असे बजावून सांगितले.

सुलतान अल्लाउद्दीन खिलजीच्या देवगिरी-दौलताबाद (औरंगाबाद) या दक्षिण विजयाची अमीर खुसरोने तपशीलवार माहिती लिहून ठेवली आहे. चढाई करण्यापूर्वी सुमारे तीन महिने अमीर खुसरो आणि त्याचे सहकारी गुप्तवेषाने देवगिरीच्या यादव राज्यात वास्तव्य करून होते. त्या वेळी देवगिरीच्या दरबारात गोपाल नायक हा फार थोर संगीतज्ज्ञ होता. त्या काळी मैफलीत गाणाऱ्या कलावंतांना 'गायक' आणि गायनाबरोबर शास्त्र देखील जाणणाऱ्यांना 'नायक' अशी संज्ञा होती. संगीतसम्राट तानसेन, त्यांचे सुपुत्र बिलासखान (यांचीच निर्मिती बिलासखानी तोडी), पंडित ब्रिजनाथ (बैजू), स्वामी हरिदास, अमीर खुसरो, गोपाल नायक हे सर्व नायक होते.

गोपाल नायक आणि त्याचे सुमारे दोनशे शिष्यवर दर शुक्रवारी खुल्या बाजारात आपली संगीतकला लोकांच्या सेवेत सादर करीत. अमीर खुसरोने गुपचूप ती गायकी ऐकून आत्मसात केली. देवगिरी जिंकल्यावर त्याने गोपाल नायकाला दिल्लीला येण्यास फर्मावले. तेव्हा गोपाल म्हणाला, 'तुम्ही देवगिरीच्या रामराजाला जिंकलेत— यादवराजांना तुमचा हुकूम मानावा लागेल- मला नाही. कारण माझ्या संगीत राज्यात मी अजिंक्य आहे.' मग खुल्या बाजारात त्याचा आणि अमीर खुसरोचा सामना झाला. प्रथम गोपाल नायक गायला. अमीर खुसरोने त्याची गायकी सहीसही नक्कल करून दाखविली. नंतर अमीर खुसरोने इराणी संगीतातले ऐमन (हल्लीचा कल्याण थाटाचा यमन) सरपरदा, जंगोला (हल्लीचा जंगला) वगैरे राग गायले. ते गोपाल नायकास गाता येईनात. मग गोपाल नायकाने अमीर खुसरोचे शिष्यत्व पत्करून दिल्लीकडे प्रयाण केले आणि उर्वरित आयुष्य दिल्ली दरबाराच्या सेवेत व्यतीत केले. पण आपल्या 'शीरीने-खुसरवी' या आत्मचरित्रवजा ग्रंथात खुसरोने गोपाल नायक हा अतिथोर संगीततज्ज्ञ आहे— आपण लबाडीने त्याला फसविले. कारण इतक्या थोर दर्जाच्या संगीतज्ज्ञाची कदर दक्षिणेपेक्षा दिल्ली दरबारातच अधिक योग्यपणे होईल, म्हणून त्याला दिल्लीला घेऊन आलो, असे नमूद करून ठेवले आहे. यावरून खुसरोच्या गुणग्राहकतेची कल्पना येते.

महापंडित खुसरो वृत्तीने विरक्त आणि ईश्वरभक्त होता. त्याला 'सूफी' किंवा संत

ही संज्ञा लागू व्हावी. सूर्यास्तापर्यंत सुलतानाच्या दरबारात काम करणारा अमीर खुसरो सूर्यास्तानंतर हज़रत निजामुद्दीन औलिया यांच्या सेवेत हजर होत असे. दिल्लीच्या दक्षिणेकडे सुमारे सात किलोमीटरवर निजामुद्दीन नावाचे रेल्वेस्थानक आहे. तेथेच हज़रत निजामुद्दीन चिश्ती साहेबांचा दर्गा (समाधी) आहे. हज़रत साहेब ईश्वरचरणी लीन झाल्यावर खुसरोने आपली वीणा गवसणीत कायमची बांधून टाकली. गायन बंद केले. दरबारात जाणे देखील बंद केले. आणि शेवटच्या चार ओळी रचल्या.

*गोरी सोवत सेज़पे*
*मुखपर डारे केस*
*चल खुसरो घर आपने*
*रैन भयी चौदेस ।*

खुसरोचे मन नश्वर जगातून उडून गेले. पैलतीर दिसू लागला होता. सुमारे दोन महिन्यांत त्यानेही देह ठेवला. हज़रत निजामुद्दीन साहेबांच्या दर्ग्यात त्यांच्या पायांपाशीच या महापंडित संगीतकाराची कबर आहे.

या अलौकिक संगीतज्ञाच्या आयुष्याभोवती एक विलक्षण गूढरम्य वलय आहे. दक्षिणेत दौलताबादला तीन महिने वेष पालटून राहताना अमीर खुसरो आणि त्याचे सहकारी अत्यंत दक्षपणाने आणि चौकसबुद्धीने सर्व माहिती गोळा करीत होते. हा साधुवृत्तीचा आणि संगीतज्ञ महापंडित देवगिरी–दौलताबादेत म्हणजे योगिराज ज्ञानेश्वरांच्या नेवाशापासून अगदी जवळ काही मैलांवरच होता. दोघेही समकालीन, त्याच अलौकिक काव्यप्रतिभेचे स्वामी आणि पारमार्थिक मार्गातील उपासक. पण इतके बारकावे आणि तपशीलवार माहिती देणारा अमीर खुसरो योगिराज ज्ञानेश्वरांविषयी कोठेही चकार शब्द काढीत नाही. याचे स्पष्टीकरण कसे करायचे?

असो. जुन्या ग़ज़ल-गायकीच्या ओघात अमीर खुसरोचा उल्लेख आला. मराठी वाचकांना या महापंडिताची थोरवी निदान नावाने तरी ठाऊक असावी, म्हणून विषयांतराचा दोष पत्करून स्थूल रूपरेषा लिहिली आहे.

त्या नंतरच्या काळात (पंधरावे ते एकोणिसावे शतक) ग़ज़ल–गायन ही फक्त राजे-रजवाडे किंवा अमीर-उमरावांचे मनोरंजन करणारी आणि तवायफ–नायकिणींनी जोपासलेली गायकीच होती. ती संपूर्णपणे रागदारी नसली, तरी शास्त्रीय संगीताला धरून चालणारी गायकी होती. मनोरंजन हा प्रधान हेतू म्हटल्यावर नृत्य आणि हावभाव किंवा 'अदाकारी' यांची भर पडली. अयोध्या–लखनौच्या नवाबांच्या दरबारात नावारूपाला चढलेली 'कथ्थक ठुमरी' याच गायन–प्रकाराचा आविष्कार मानता येईल. थोरले बाजीराव पेशवे आणि त्यांच्या नंतरचे पेशवे यांच्या सतत उत्तर हिंदुस्थानातील संचारामुळे हाच मनोरंजनाचा प्रकार लावणी-नृत्याच्या स्वरूपात

महाराष्ट्रात विकसित झाला असावा.

एकोणिसाव्या शतकाच्या उत्तरार्धात आणि विसाव्या शतकाच्या पूर्वार्धात इंग्रजी अमलात या कलेचा राजाश्रय खूपच कमी झाला. त्यामुळे ग़ज़ल–गायकी नायकिणींच्या कोठ्यांमधूनच जोपासली गेली. गणिका-तवायफांनी जोपासलेला गायनप्रकार अर्थातच हीन समजला गेला आणि साहजिकच प्रतिष्ठित घराण्यांतील कलावंत ठुमरी-ग़ज़ल वगैरे प्रकार गात नसत.

गेल्या पन्नास वर्षांत मात्र ग़ज़ल–गायकीला मानाचे स्थान प्राप्त झाले. आजतर ग़ज़ल गायकी हा एक अत्यंत लोकप्रिय गायनप्रकार आहे. याचे मुख्य श्रेय ग़ज़ल–सम्राज्ञी बेगम अख्तर (पूर्वाश्रमीच्या अख्तरीबाई फैजाबादी) यांच्याकडे जाते. शास्त्रीय संगीताची बैठक असलेली बेगम अख्तरची पेशकारी सर्वार्थाने ग़ज़ल–गायकी आहे. ग़ज़ल–गायकी हे लोकसंगीत आहे. लोकसंगीत शब्दप्रधान गायकी आहे, तर शास्त्रीय संगीत ही स्वरप्रधान गायकी आहे. कमीत कमी अन् मोजक्या सुरांचा वापर, शब्दांना उठाव येईल, इतक्याच बेताने सुरांचा लगाव, यतिभंग अथवा अर्थहानी न होईल, अशा अंदाजाने व्यवस्थित आणि स्वच्छ उच्चारलेले शब्द श्रोत्यांच्या अंत:करणाचा ठाव घेत. वजनात ठसक्याने म्हटलेले शेरांचे मिसरे (ओळी) आणि त्याबरोबर स्वत:च्या भारदस्त आणि प्रसन्न व्यक्तिमत्त्वामुळे बेगम अख्तर यांची ग़ज़ल–पेशकारी प्रतिष्ठित मैफलीचा मानबिंदू होऊन बसली. स्त्रियांच्या शास्त्रीय गायकीला मैफलीची घरंदाज प्रतिष्ठा आणि मानसन्मान मिळवून देण्याची अतिमहत्त्वाची कामगिरी गानकोकिळा हिराबाई बडोदेकर यांनी बजावली. तीच कथा थोड्याफार फरकाने बेगम अख्तर यांच्या बाबतीत सांगता येईल आणि विलक्षण योगायोग असा, की बेगम अख्तर आणि श्रीमती हिराबाई बडोदेकर या दोन्ही महान गायिका कैराना घराण्याचे उस्ताद अब्दुल वहीद खाँ यांच्याकडे तालीम घेत. बेगम वहीद खाँ साहेबांना म्हणत, मला हिराबाईची तान शिकवा. हिराबाई उस्तादांना म्हणत, मला बेगमसारखा दादरा-ठुमरी शिकवा. पण त्या गुणी उस्तादाने दोघींच्या गळ्याची जात ओळखून दोघींना अगदी निरनिराळी गायकी शिकविली. असे थोर उस्ताद अन् त्यांच्या शिष्या पुन्हा होणे नाही.

कुठेतरी खोलवर आर्तता जाणवणारा रुंद, पण मुलायम आवाज, योग्य न्यास वापरून कधी हळुवार, तर कधी ठसक्यात उच्चारलेले शब्द, सुरांवरचे विलक्षण प्रभुत्व, त्यात स्वत:ची असामान्य प्रतिभा मिळवून पेश केलेली बेगम अख्तर यांची ग़ज़ल ऐकणे हा एक विलक्षण आगळा अनुभव होता. एकच ग़ज़ल वेगवेगळ्या मैफलींत वेगवेगळ्या रागांत आणि ढंगांत पेश केलेली मी स्वत: अनेक वेळा ऐकली आहे. मैफलीच्या आवडी-निवडीचा अंदाज बांधून ग़ज़ल पेश करण्याची बेगम साहेबांची हातोटी अप्रतिम होती. पुण्यात लॉ कॉलेज समोर श्रीमती वसुंधरा पंडित यांच्या 'आशियाना' बंगल्यात रंगलेल्या बेगम साहिबांच्या कितीतरी मैफलींची

आठवण अद्याप ताजी आहे. पुण्यातील संगीत रसिकांच्या 'दिदी' वसुंधराबाई बेगम साहिबांच्या गंडाबंद शागिर्दा. बेगमना त्या 'अम्मी' – आई – म्हणत आणि खरोखरच त्यांचे तसे अकृत्रिम नाते होते.

दुर्दैवाने वसुंधरा दिदींचे २३ जुलै, १९९७ रोजी अल्पशा आजाराने निधन झाले आणि बेगम साहिबांच्या उज्ज्वल गायकीतील एक केवड्याचे सोनेरी पान निखळून पडले. आता श्रीमती डॉ. लता लिमये-देव या गुरुवर्य वसंतराव देशपांडे आणि खुद्द बेगम अख्तर यांच्याकडून गुरुमुखी तालीम घेतलेल्या एकमेव गायिका त्या परंपरेचा पुण्यातील वारसा चालवीत आहेत. बेगम साहिबांच्या ग़ज़ल–गायकीवर त्यांनी डॉक्टरेटचा प्रबंध सादर केला आहे.

ग़ज़लेची पेशकारी भारताच्या निरनिराळ्या भागांत निरनिराळी वैशिष्ट्ये घेऊन येते. बनारसच्या आसपास गायली जाणारी ग़ज़ल संथ आणि लयीचा कटाव धरून चालते. त्यात आलापीवजा गायकी असते; पण हरकत किंवा मुरकी आढळत नाही. पेशकारीत रागाचे स्वरूप पुष्कळसे शुद्ध असते. जवळपास ठुमरीसारखीच वाटणारी बनारसी ग़ज़ल खमाज, मांड, पिलू वगैरे रागांत पेश केली जाते. लखनवी ग़ज़ल त्या मानाने खूपच नखरेल, पूरबी थाटाची, अरबी, पहाडी किंवा सिंधभैरवी अंगाची असते. टप्पावजा हरकती आणि नृत्यप्रधान अदाकारी घेऊन येते. दिल्ली आणि आसपासची ग़ज़ल देस, जोगिया अंगाची, आर्त नादाची आणि उंच आवाजात गायली जाणारी, ढोलक वगैरे वाद्यांची साथ असल्यामुळे पुष्कळशी कव्वालीबाजाची वाटते. कव्वाली पेश करताना हाताने योग्य वजनात टाळी वाजवून (दस्तके-बा-असूल) त्या लयीच्या आधारे गाण्याची विकसित पद्धत हज़रत अमीर खुसरो याने आपल्या लिखाणात नमूद केली आहे.

अलीकडे जागोजागी ऐकू येणारी मेहदी हसन, गुलाम अली, हुसेन बक्ष वगैरे पाकिस्तानी कलावंतांची फीतमुद्रित ग़ज़ल ही खऱ्या अर्थाने ग़ज़ल–गायकी नाहीच. कानाला अतिशय गोड लागणारी त्यांची पेशकारी एखादा छोटा खयाल किंवा शास्त्रीय गायकीच आहे. त्यात आलापी आहे, गमकीची तान आहे, गळ्याची तान, जबड्याची तान, सरगम, सर्व काही आहे. म्हणजेच ती स्वरप्रधान गायकी आहे. ही अतिसुरेल गायकी पतियाळा खानदानची गायकी आहे. 'उला मिसरा' म्हणून झाल्यावर पाच मिनिटे आलापी, तानबाजी, सरगम वगैरे आणि नंतर सानी मिसरा म्हणजे स्वरांना प्राधान्य–शब्दांना नाही. परंतु ग़ज़ल–गायकी लोकसंगीत आहे–ती शब्दप्रधान गायकी आहे. शब्दार्थाला त्यात प्राधान्य आवश्यकच आहे. एखादे भावगीत घेऊन त्याला तानबाजी–आलापीने नटविले, तर त्याची शास्त्रीय चीज-बंदिश होऊन बसेल, तसाच हा प्रकार आहे.

पाकिस्तानात ग़ज़लेला राष्ट्रीय संगीत म्हणून मान्यता मिळाली आहे. त्यामुळे

या गुणवान कलाकारांची मोठी कुचंबणा झाली अणि त्यांनी ग़ज़लेच्या माध्यमातून आपली गायकी लोकांसमोर मांडण्यास सुरुवात केली. त्याचाच आविष्कार म्हणून ही शास्त्रीय संगीताने ओथंबलेली ग़ज़ल–पेशकारी निर्माण झाली. त्यातील सांगीतिक माधुर्य निर्विवाद आहे. परंतु ग़ज़ल–गायकी म्हणून त्यांची किंमत फारच कमी आहे. त्या पेशकारीत शब्द अणि शब्दार्थ शोधून काढावे लागतात. म्हणजेच ती शब्दप्रधान किंवा ग़ज़ल– गायकी नव्हेच.

या दृष्टीने पाहता पाकिस्तानची गुणी कलावंत फरीदा खानम हिची पेशकारी उत्तम ग़ज़ल–गायकी म्हणता येईल. ढाल्या आवाजातील त्यांची ग़ज़ल बेगम अख्तर यांच्या गायकीच्या जवळ आहे. भारतात मलिका पुखराज, मलकाजान, जद्दनबाई, कलकत्त्याची गौहरजान, कानपूरची बडी मोतीबाई, जालंधरचा मास्टर मदन, कुंदनलाल सहगल यांची पेशकारी उत्तम ग़ज़ल–गायकी आहे. पतियाळा खानदानचे बडे गुलाम अली खाँ मरहूम यांचे बंधू बरकत अली खान ग़ज़ल अतिशय उत्तम पेश करीत असत. कै. डॉ. वसंतराव देशपांडे ग़ज़ल अतिशय उत्तम गात असत. परंतु सर्वसामान्यजनांना ती कधीच ऐकावयाला मिळाली नाही. त्यांच्या खाजगी मैफलीत निकटवर्ती 'ये सोचके निकले थे दोनों' वगैरे ग़ज़ला आग्रह कर-करून म्हणवून घेत असत. त्या ऐकण्याचे भाग्य मला लाभले आहे. हल्लीच्या जमान्यात बेगमच्याच शागिर्दा श्रीमती शांती हिरानंद, श्रीमती शोभा गुर्टू यांची पेशकारी खऱ्या अर्थाने ग़ज़ल-गायकी म्हणता येईल.

## मराठी ग़ज़ल

महाराष्ट्रात आज ग़ज़लेची लोकप्रियता निर्विवाद आहे. अनेक तरुण होतकरू कलावंत-कवी आणि गायक- हल्ली ग़ज़लेकडे वळताना दिसतात. साहजिकच मराठी ग़ज़लेचा उल्लेख ओघानेच येतो.

मराठी ग़ज़लेच्या उगमाबाबत जाणकारांत देखील कमालीचे गैरसमज आढळतात. कै. डॉ. माधवराव पटवर्धन– माधव ज्यूलियन– यांनी मराठी भाषेत ग़ज़ल प्रथम आणली, असा त्यांपैकी एक फार मोठा गैरसमज. माधव ज्यूलियन यांची प्रतिभा, काव्यक्षेत्रातील प्रभुत्व आणि त्यांचे 'गज्जलांजली' हे पुस्तक–या सर्वांमुळे हा गैरसमज वाढला असावा. परंतु परिश्रमपूर्वक मराठी ग़ज़लेचा मागोवा घेणाऱ्या अभ्यासूंना मराठी ग़ज़लेचे उगमस्थान खूपच अलीकडच्या काळात आढळून येते.

योगिराज ज्ञानेश्वर आणि संतकवी समर्थ रामदास यांच्या रचनेत अनेक वेळा ग़ज़लसदृश रचना आढळतात. कविवर्य अमृतराय (इ. स. १६८९-१७५३) यांनी तर स्वच्छ ग़ज़लरचना केल्या आहेत.

*ललाटरेखा तरी पालटेना*
*तुजविण रामा मज कंठवेना ।*

*दासामनीं आठव विसरेना*
*तुजविण रामा मज कंठवेना ।*

अमृतरायांची रचना काफिया-रदीफ वगैरे बंधने, दोन ओळींत एक स्वतंत्र कल्पना वगैरे सर्व गजल वैशिष्ट्ये दाखविते. त्यांची आणखी एक ग़ज़ल पाहू या. फक्त टीपेचा धृपदासारखा मिसरा वगळता बाकी परिपूर्ण ग़ज़लच आहे.

*जग व्यापका हरीला नाहीं कसें म्हणावें ॥*
*तंतूपरी मिळाले भूमि तनापरी हो*
*घट मृत्तिका निराळी ऐसें कसें म्हणावे ।*
*मुक्ता सतेज पाणी पुष्पीं सुगंध तो हा*
*मलयागिरी सुवासा नाहीं कसें म्हणावें ।*

*गोडी ती साखरेची ये खंडितां नये वा*
*भिन्नत्व हेमवस्तू ऐसें कसें म्हणावें।*
*मी मागतों तुम्हांला तुम्ही घ्या श्री पांडुरंगा*
*'अमृतेश्वरा' चे भजनीं द्वैत कसें म्हणावे।*

पेशव्यांचे व्याही बारामतीचे श्रीमंत बाबुराव नाईक यांच्या पदरी असलेले कविवर्य मोरोपंत यांचा जन्म इ. स. १७२९ मधला. त्यांनी देखील टीपेचा मिसरा बांधून ग़ज़ल रचली आहे. ती अशी :

*रसने न राघवाच्या थोडी यशात गोडी ॥*
*निंदा स्तुती जनांच्या वार्ता वधू-धनाच्या*
*खोट्या व्यथा मनाच्या कांही न यात गोडी ।*
*साधूंचिया सदा ते सुख देतसे सदा ते*
*श्रवणीं सुधा मदाते जोडून हात सोडी*
*विनवी 'मयूर' भावे सखि हेचि नित्य गावें*
*मजला द्रवोनी यावे दुसरे न बंध तोडी ।*

या पुरातन मराठी ग़ज़लांत मक्ता किंवा मत्त्याचा शेर देखील आढळतो. तेव्हा माधव ज्यूलियन यांनी मराठीत प्रथम ग़ज़ल आणली, हे विधान बरोबर नाही. माधव ज्यूलियन यांची मराठी ग़ज़ल इ. स. १९३० च्या आसपासची. ती फारशी रुजली नाही. त्यानंतर सुमारे पंचवीस-तीस वर्षांनी अमरावतीचे श्री. सुरेश भट यांनी मराठी ग़ज़ल समर्थपणे उभी केली. त्यातील वातावरण देखील संपूर्ण मराठी आहे. मराठी ग़ज़लेला जी लोकप्रियता आणि मान्यता लाभली आहे, त्याचे संपूर्ण श्रेय कविराज

सुरेश भट यांना द्यावयास हवे. उर्दू काव्याचाही त्यांनी सखोल अभ्यास केला आहे हिंदी-उर्दूतून देखील त्यांनी काही फार सुंदर रचना केल्या आहेत. त्यांच्या मराठी रचनेत जदीद (नवमतवादी) रंग जास्त आढळतो. सामाजिक आणि राजकीय समस्यांवर बहुतेक शेर आधारलेले असतात. पण कधी कधी फार हळुवार शृंगारिक शेर देखील त्यांच्या ग़ज़लेत डोकावतात. मराठी ग़ज़लेची आता परंपराच निर्माण झाली आहे. तिचे प्रवर्तक आहेत सुरेश भट.

यवतमाळचे ख्यातनाम वकील श्री वा. वा. तथा भाऊसाहेब पाटणकर यांनी मराठीत प्रथमच 'शायराना बाज' निर्माण केला. रसिकराज भाऊसाहेब अतिसुरेख शेर ऐकवीत. त्यांची धुंद उर्दू मुशायऱ्यात आढळणाऱ्या नशील्या खुमारीपेक्षा तिळमात्रही कमी नव्हती. परंतु ती मुक्त शायरी होती. ग़ज़ल या स्वरूपात बंदिस्त नव्हती. स्वत: भाऊसाहेबांनी देखील तसा दावा केला नव्हता. ज़िन्दादिल मनाचे भाऊसाहेब मनस्वी कलंदर वृत्तीचे शायर होते. आयुष्यभर शायरीचा आनंद मुक्त हस्ताने उधळणाऱ्या या उमद्या मनाच्या शायराची इहलोकची यात्रा दिनांक १६ जून, १९९७ रोजी संपन्न झाली. असे व्यक्तिमत्त्व पुन्हा होणे नाही.'

### ग़ज़लेतील शब्दयोजना

ग़ज़लेची भाषा हा एक फार मोठा महत्त्वाचा पैलू. पूर्वीच्या काळी मराठी कवी रचना करताना भारदस्तपणा यावा, म्हणून संस्कृत शब्द वापरीत. त्याचप्रमाणे उर्दू रचनाकार पर्शियन शब्द किंवा तरकीब (जोड-शब्द) वापरीत. असे भारदस्त पर्शियन शब्द वापरणे पांडित्याचे लक्षण समजले जात असे. खुद्द मिर्ज़ा 'ग़ालिब' देखील याला अपवाद नव्हता. त्यामुळे अनेक वेळा ग़ालिबची ग़ज़ल सामान्यजनांपर्यंत पोहोचत नसे. 'ज़ौक़' आणि त्याचे सहकारी याबाबत ग़ालिबची टवाळी करीत असत.

एकदा दिल्लीत मुफ्ती सद्रुद्दीन 'आज़ुर्दा' यांच्या हवेलीत खाजगी मुशायरा भरला होता. त्याता ग़ालिबखेरीज इब्राहिम ज़ौक़, मोमिन, शेफ्ता, हाफ़िज वीरान, महंमद हुसेन आज़ाद, आगाजान 'ऐश' वगैरे मंडळी होती. ग़ालिबने नेहमीप्रमाणे पर्शियन प्रचुर दुर्बोध ग़ज़ल सादर केली. सुरेख रचना होती, पण समजणे दुरापास्त झाले. आगाजान 'ऐश' चिडून म्हणाले,

*अगर अपना कहा तुम आप समझे तो क्या समझे*
*मज़ा कहनेका जब है के एक कहे और दूसरा समझे ।*
*क़लामे- 'मीर' समझे और ज़बाने- 'मिर्ज़ा' समझे*
*मगर इनका कहा ये आप समझे या खुदा समझे ।*

'...शायरीची गंमत केव्हा? एकाने सांगावी अन् दुसऱ्याला समजावी, तेव्हाच....

आम्हांला मीर तकी 'मीर' चे काव्य समजते आणि 'मिर्ज़ा सौदा'ची भाषा कळते- पण यांचे लिखाण एक त्यांचे त्यांनाच ठाऊक किंवा परमेश्वराला ठाऊक...'

ग़ालिब रागावून मैफलीतून उठून गेला. पण नंतर त्याने शांतपणे विचार केला, १८५७ सालच्या स्वातंत्र्यसमराचा जाहीरनामा लिहिणारे मौलवी फ़ज़ले- हक़ हे ग़ालिबचे निकटवर्ती. त्यांनी देखील समजावून सांगितले. मग ग़ालिबने आपले काही शेर पुन्हा एकदा सोप्या शब्दांत- लिहिले. पण तरी देखील ग़ालिबची भाषा अनेक वेळा दुर्बोध वाटते (तपशिलासाठी पहा पृष्ठ ७६) .

सोप्या, सरळ भाषेत बोलीभाषेतले शब्द वापरून रचना करणे ही फार अवघड गोष्ट आहे. ती करामत फार थोड्या रचनाकारांना जमते. तो एक ईश्वरी प्रसादच आहे. महाकवी 'दाग़' देहलवी यांची भाषा अगदी सोपी, सरळ आहे. हे शेराचे फार मोठे सौंदर्य मानले जाते.

## ग़ज़लेत आढळणारे काही सांकेतिक शब्द

उर्दू ग़ज़लेत काही शब्द वारंवार आढळून येतात. सतत एका वैशिष्ट्यपूर्ण रीतीने वापर केला गेल्यामुळे त्या सामान्य शब्दांचा संकेत-शब्द बनतो अथवा अशा शब्दाला सांकेतिक अर्थ प्राप्त होतो आणि अशा ठरावीक परिस्थितीत लाक्षणिक अर्थाने वापरलेल्या शब्दांना विशेष छटा प्राप्त होते. अशा काही सांकेतिक शब्दांची पार्श्वभूमी समजावून घेणे सोयीचे होईल.

### आदम आणि हव्वा

परमेश्वराने निर्माण केलेल्या आदिमानवांच्या जोडीला आदम आणि हव्वा (Adam and Eve) म्हणतात. हे दोघे स्वर्गात सुखाने नांदत असता सैतानाच्या सांगण्यावरून त्यांनी ईश्वराची अवज्ञा केली आणि ज्ञानवृक्षाचे फळ खाल्ले. अर्थातच त्यांची स्वर्गातून भूतलावर हकालपट्टी झाली. या आदम आणि हव्वाची संतती म्हणजे मानवजात असा संकेत आहे.

*निकलना खुल्दसे आदमका सुनते आये थे लेकिन*
*बहुत बेआबरू होकर तेरे कूचेसे हम निकले ।*

*— मिर्ज़ा 'ग़ालिब'*

'...स्वर्गातून आदमची हकालपट्टी झाली, असं ऐकून होतो, पण त्याहीपेक्षा जास्त मानहानी होऊन तुझ्या गल्लीतून (जी मला स्वर्गापेक्षाही सुंदर वाटते) मला हाकलून लावले गेले...'

### शैतान, इब्लीस

धार्मिक पुस्तकांनुसार 'सैतान' हा देखील देवदूतच आहे. परंतु त्याने गर्विष्ठपणाने ईश्वराची अवज्ञा केली साहजिकच त्याची स्वर्गलोकातून हकालपट्टी झाली आणि तेव्हापासून त्याने ईश्वराशी उघड वैर स्वीकारले. तेव्हा आदम आणि त्याची संतती— मानवजात— यांना तो सतत ईश्वराविरुद्ध चिथावणी देत असतो.

### आसमाँ, आसमान, फ़लक

उर्दू-फारसी शायरांच्या मते आकाश ही चेतनामय चलवस्तू आहे. ते सतत चक्राकार फिरत असते आणि मानवजातीवर— विशेषत: प्रेमिकांवर— संकटांचा वर्षाव करण्यात त्याला मौज वाटते. बिचाऱ्या बुलबुलचे घरटे— नशेमन— आशियाना—आशियाँ वीज पाडून जाळून टाकण्यात ते अति वाकबगार आहे.

*निकाली दुश्मनी तूने कहाँकी आसमाँ हमसे*
*बहार आने न पाई और छूटा आशियाँ हमसे।*

*—'बिस्मिल' इलाहाबादी*

'आकाशा! हा कशाचा सूड घेतलास तू माझ्यावर? अद्याप वसंत ऋतू आलाच नाहीय् अन् (ऐन हिवाळ्यात) तू मला घरट्याबाहेर काढलेस?'

### इश्क़

इश्क़ म्हणजे प्रेम. अधिकांश शायरीत याच भावनेचा आविष्कार वर्णन केलेला आढळतो. उर्दू शायरांनी प्रेमाचे दोन स्थूल प्रकार कल्पिले आहेत. 'मजाज़ी' आणि 'हक़ीक़ी' यांपैकी 'इश्क़े-मजाज़ी' म्हणजे प्रेयसीवरील अथवा इतर जडसृष्टीतील कोणत्याही गोष्टीवरील प्रेम म्हणजे पार्थिव प्रेम. इश्क़े-हक़ीक़ी म्हणजे परमेश्वरावरील प्रेम किंवा पारमार्थिक वा आध्यात्मिक प्रेम. इश्क़े-हक़ीक़ीचे वर्णन करणारा शायर ईश्वरालाच माशूक समजून त्याच्यावर नितांत प्रेम प्रकट करतो.

प्रथम जड सृष्टीतील कोणत्यातरी सगुण-साकार गोष्टीवर प्रेम करावयास शिकल्या-खेरीज निर्गुण–निराकार परमेश्वरावर प्रेम करताच येणार नाही. अशी उर्दू शायरांची धारणा आहे. म्हणजेच इश्क़े-मजाज़ी ही इश्क़े-हक़ीक़ीची पहिली पायरी आहे.

काही वेळा मराठी लेखनात इश्क़े–हक़ीक़ी आणि मधुराभक्ती एकच आहे, असे विधान केलेले आढळते. हे तितकेसे योग्य नाही. मधुराभक्ती या प्रकारात भक्त आणि परमेश्वर यांच्यामध्ये संवाद साधलेला असतो. ग़ज़लेत फक्त स्वगत उद्‌गार आहे. संवाद नाही. मधुराभक्ती मध्ये भक्त परमेश्वरासमवेत तादात्म्य पावून त्या एकात्मतेचा

आनंद उपभोगतो. ग़ज़लेतील प्रेमिक मात्र प्रेयसीच्या विरहामुळे उद्‌भवणारे दुःख हीच आपली परमदौलत मानतो आणि या दुःखातच गुरफटून एकाकी राहू इच्छितो. म्हणजे विरह आणि दुःख यांनाच प्राधान्य दिले जाते. साहजिकच इश्क़े-हक़ीक़ीचे मधुराभक्तीशी साधर्म्य नाही, असाच निष्कर्ष निघू शकतो.

उर्दू ग़ज़लेबाबत पुष्कळ व्यासंग आणि मनन केल्यानंतर मी अशा निष्कर्षाप्रत आलो, की इश्क़े मजाज़ी आणि इश्क़े-हक़ीक़ी या दोन्ही प्रकारांप्रमाणेच इश्क़े-रूहानी अथवा आत्मिक प्रेम हा तिसरा प्रकार असावयास हवा. परंतु उर्दू-पर्शियन वाङ्मयात तसा काही उल्लेख चुकूनही आढळत नाही.

भारतीय धारणेनुसार प्रेमाचा स्पर्श आणि साक्षात्कार झालेले अंतःकरण उदात्तीकरणाच्या अवस्थेत पार्थिवाकडून ईश्वराकडे आणि नंतर ईश्वराकडून आत्म्याकडे संक्रमित होत जातो. इश्क़े-मजाज़ीतून उदात्तीकरण होताना वासनाविषयक विचार गळून पडतात आणि इश्क़े-हक़ीक़ीकडे संक्रमण होते आणि नंतर या उदात्त अवस्थेत परतत्त्वाचा स्पर्श होऊन इश्क़े-हक़ीक़ीकडून इश्क़े-रूहानीकडे संक्रमण होते. 'मी कोण आहे' या आत्मप्रत्ययाकडे वाटचाल सुरू होते. म्हणजेच इश्क़े-रूहानी हा तिसरा प्रकार असलाच पाहिजे. याबद्दल अधिक चर्चा ओघाने येईलच.'

*ये इश्क़ नहीं आसाँ इतना तो समझ लीजे*
*एक आग का दरिया है और डूबके जाना है ।*

*— 'जिगर' मुरादाबादी*

'... निदान इतके तरी जाणून घ्या, की प्रेम करणे सोपे नाहीय्- अहो, एक आग लागलेली नदी आहे अन् तिच्यात बुडी मारून (पैलतीराला) जायचंय्...'

**ईसा, मसीहा, इब्ने-मरियम**

भगवान येशू ख्रिस्त यांना 'ईसा' या नावाने ओळखतात. त्यांच्या आईचे नाव मरियम होते, म्हणून मरियमचा मुलगा किंवा 'इब्ने-मरियम' असादेखील त्यांचा उल्लेख केला जातो. त्यांना काही दैवी शक्ती होत्या. एखाद्याची दुर्धर पीडा ते केवळ स्पर्शाने बरी करीत असत. रोगदेखील नष्ट करीत असत. त्यांनी फुंकर मारल्यास एखादी मृत व्यक्ती जिवंत होत असे. आपल्या प्रेयसीच्या कृपाकटाक्षात किंवा स्पर्शात अशीच अद्‌भुत शक्ती आहे, असा उर्दू शायरांचा दावा आहे. अर्थात तिची कृपा अथवा अवकृपा यावरच प्रेमिकाचे जगणे अथवा मरणे अवलंबून असते. म्हणून तिलादेखील ईसा, मसीहा किंवा इब्ने-मरियम या नावाने संबोधतात. भगवान येशूला 'मसीहा' (प्रेषित-देवदूत) असेही संबोधतात.

*इब्ने-मरियम हुवा करे कोई*
*इस दर्दकी दवा करे कोई ।*

- *मिर्ज़ा 'ग़ालिब'*

'...कुणीतरी मरियमचा मुलगा (येशू) व्हावं... अन् माझ्या दुःखावर इलाज करावा...(तिने स्वतःच येऊन माझे दुःख निवारण करावे...)...'

*जिसकी फुर्कत ने पलट इश्क़की काया 'फ़िराक़'*
*आज उसी ईसा-नफस-दमसाज़ की बातें करो ।*

- *'फ़िराक़' गोरखपुरी*

'...जिच्या विरहामुळे माझ्या प्रेमाचा संपूर्ण कायापालट होऊन गेला, त्या प्रेयसीबद्दल- जिच्या श्वासात भगवान येशूप्रमाणे मेलेल्याला जिवंत करण्याची शक्ती आहे— त्या प्रेयसीबद्दल बोलू या...'

*मसीहा तू ठोकर लगाये चला जा*
*मैं मरता रहूँ तू जिलाये चला जा ।*

- *'बिस्मिल' इलाहाबादी*

'...मसीहा, तू खुशाल लाथा मारीत राहा... मी मरतोय् आणि मरत राहणार... पण दर वेळी तुझ्या स्पर्शाने मला जिवंत करीत राहा...(हे जुलुमी प्रिये, या विरह दुःखाने मी मरतोय् गं... मला पुन्हा पुन्हा जिवंत करून असंच दुःख देत राहा...)...'

**क़यामत, हश्र, महशर**

यहुदी, ख्रिस्ती, मुसलमान वगैरेंच्या मते एक दिवस प्रलय होऊन जगाचा अंत होईल. या प्रलयाच्या दिवसालाच 'क़यामत' किंवा 'क़यामतका दिन' म्हणतात. त्या दिवशी भयानक वादळे होतील, मुसळधार पाऊस कोसळेल, वारंवार भूकंप होतील, सूर्य पश्चिमेकडे उगवेल आणि प्रलय माजेल. त्या दिवशी सर्व आत्म्यांना परमेश्वरासमोर आपल्या सर्व कृत्यांचा, पाप-पुण्याचा झाडा द्यावा लागेल. या चौकशीच्या दरबाराला 'हश्र' किंवा 'महशर' म्हणतात.

*हश्रमें भी खुस्रवाना शानसे जाएंगे हम*
*और अगर पुरसिश न होगी तो पलट आएंगे हम ।*

-*'जोश' मलिहाबादी*

'...स्वर्गातल्या शेवटच्या चौकशीच्या दरबारातदेखील आम्ही बादशाह खुश्रूच्या

थाटामाटात जाऊ.. अन् कुणी विचारपूस केली नाही, या-बसा म्हटलं नाही, तर उलट पावली परत येऊ...'

*खुदाके सामने भी चल गये हम चाल महशरमें*
*बजाए नामा-ए-आमाल, दिल की दास्ताँ भी रख दी ।*

*- 'सीमाब' अकबराबादी*

'...परमेश्वराच्या समोर देखील चौकशीला भ्यालो नाही. केवळ पापपुण्याचा वृत्तांतच नव्हे तर सारी प्रेमकहाणीदेखील स्वच्छपणे सांगून टाकली...''

**काफ़िर**

बहुतेक सर्व धर्मांत एकाच सर्वशक्तिमान परमेश्वराची कल्पना मांडली आहे. आणि त्या ईश्वराच्या आज्ञेत राहणे यालाच धर्माचरण म्हटले आहे. त्या परमेश्वराला विसरून जो कुणी इतर देव-देवतांची पूजा-भक्ती करेल, त्याला काफ़िर अशी संज्ञा आहे. आशिक़ किंवा प्रेमात पडलेला मनुष्य परमेश्वराला विसरून आपल्या प्रेयसीची प्रेमपूर्ण भक्तिपूजा करू लागतो. अर्थातच तो काफ़िर बनतो. उर्दू काव्यात कधी कधी प्रेयसीला देखील काफ़िर म्हटले आहे. कारण ती प्रेमिकावर नाना तऱ्हेचे जुलूम करते. तिला जर परमेश्वराची भीती वाटत असती, तर ती इतकी निष्ठुर, अत्याचारी बनलीच नसती. ती खास ईश्वराचे अस्तित्व विसरली असावी किंवा तिला ईश्वराचे अस्तित्व अमान्य असावे.

*उम्र गुज़री एक बुते-काफ़िर नज़र आता नहीं*
*हश्रमें क्योंकर खुदा का पाएंगे दीदार हम ।*

*- 'नासिख़' लखनवी*

'...आयुष्य संपत आले; पण ती दुष्ट सुंदरी दिसत नाहीय्. कशाला आता स्वर्गात जाऊन ईश्वराचे दर्शन घ्यायचे?'

*मसजिदमें उसने हमको आँखें दिखाके मारा*
*काफ़िर की देखो शोखी घरमें खुदाके मारा ।*

*- 'ज़ौक़' देहलवी*

'...मशिदीतच तिने त्या सुंदर नेत्रकटाक्षाने मला ठार करून टाकलं... बघा तर त्या काफ़िर सुंदरीचे धाडस— मला परमेश्वराच्या समोर ठार मारलं...'

**कैस, मजनूँ, आणि जुनूँ**

अरबस्तानातल्या नज्द प्रांताचा रहिवासी 'कैस' हा लैलाच्या प्रेमात पडला

आणि आत्यंतिक प्रेमामुळे वेडा झाला. ही आत्यंतिक प्रेमाची उन्मादावस्था 'जुनूँ' या शब्दाने ओळखली जाते. तो वेडा झाला, म्हणून त्याला 'मजनूँ' म्हणतात. मजनूँ म्हणजे वेडा. हे त्याचे नाव नव्हे, नाव कैस असेच आहे. त्याचे लैलावरील आत्यंतिक प्रेम ही अलौकिक प्रेमाची निशाणी मानली जाते.

*मैंने मजनूँपे लडकपनमें 'असद'*
*संग उठाया था के सर याद आया ।*

*-मिर्ज़ा असदुल्ला खाँ 'ग़ालिब'*

'मी गमतीने म्हणून मजनूवर फेकण्यासाठी दगड उचलला होता.. अन् मग स्वत:च्या डोक्यावर दगड पडतील, याची आठवण झाली... (कारण मीही प्रेमात पडलोय् ना...)'

*कैस हो, कोहकन हो, या 'हाली'*
*आशिक़ी कुछ किसीकी ज़ात नहीं*

*-'हाली'* पानिपती

मजनूँ असो, फरहाद असो अथवा मी स्वत; प्रेमात पडणे हे कुणाचेही वैशिष्ट्य, असे नाहीय्. सगळेच सापडतात त्यात.

**ज़ाहिद**

जप-तप करणाऱ्या कर्मठ उपासकाला 'ज़ाहिद' म्हणतात. हा ईश्वरभक्त मृत्यूनंतर स्वर्गात लाभणाऱ्या सुखाच्या काल्पनिक आशेने आयुष्यात ऐहिक सुख देणाऱ्या सर्व गोष्टींकडे पाठ फिरवतो. म्हणून उर्दू काव्यात याचा खूप उपहास केलेला आढळतो.

*ज़ाहिद शराब पीने दे मस्जिदमें बैठकर*
*या वो जगह बता दे जहाँपर खुदा न हो ।*

'धर्मोपदेशका ! मला मशिदीतच बसून मद्य पिऊ दे. नाहीतर निदान अशी जागा दाखव की, जेथे परमेश्वर नाहीय्.'

*लुत्फे-मय तुझे क्या कहूँ ज़ाहिद*
*हाय कम्बख्त ! तू ने पी ही नहीं ।*

- *'दाग़'* देहलवी

'धर्मोपदेशका! तुला मद्याची लज्जत काय सांगायची? अरे अभाग्या, तू कधी प्यायलास नाही, तर काय कळणार?'

### वाइज़, वाज़, नासेह

'वाइज़' किंवा 'नासेह' म्हणजे धर्मोपदेशक. उर्दू शायराच्या कल्पनेप्रमाणे धर्मोपदेशक हे प्रेमिकाला नेहमी त्याच्या प्रेममार्गापासून परावृत्त करण्याचा प्रयत्न करीत असतात. वास्तविक ईश्वराखेरीज कुणाची पूजा करू नये, असा रास्त उपदेशच ते करीत असतात. पण असला उपदेश त्याला थोडाच मानवणार? तो प्रेयसीची भावपूजा बांधतो आणि त्या नादात स्वर्ग, नरक, ईश्वरोपासना वगैरे गोष्टी थोतांड आहेत, असे समजू लागतो. त्याचा धर्मोपदेशकावर जराही विश्वास नाही, त्याच्या धार्मिक प्रवचनावर- 'वाज़'वर-तर नाहीच नाही. उर्दू काव्यात 'वाइज़' किंवा नासेह आणि त्याचा धर्मोपदेश म्हणजे वाज़ यांची टरच उडवलेली दिसते.

*मजलिसे-वाज़ तो ता देर रहेगी 'काएम'*
*ये है मयखाना अभी पी के चले आते हैं ।*

- *'काएम'* चाँदपुरी

'...अरे काएम! ही धर्मोपदेशकाची सभा खूप वेळ चालणार आहे... हा इथे जवळच दारूगुत्ता आहे... जरा पिऊन येतो अन् नंतर बसतो ऐकावयाला...'

*पी शौक़से वाइज़ अरे क्या बात है डरकी*
*दोज़ख तेरे कब्ज़ेमें है, जन्नत तेरे घर की ।*

- *'शकील'* बदायुनी

'... अरे धर्मोपदेशका! कशाला घाबरतोयूस? मजेत पीत बैस! नरक तुझ्या ताब्यात आहे अन् स्वर्ग तर काय तुझ्या घरचाच!...'

### शेख, बिरहमन

मूलत: शेख म्हणजे मुसलमान आणि ब्राह्मण म्हणजे हिंदू अशा अर्थी योजलेले हे शब्द आणखी व्यापक अर्थाने वापरलेले आढळतात. ब्राह्मण हा मूर्तिपूजक, सौन्दर्योपासक आणि परमेश्वराला सोडून इतर देव-देवतांची पूजा करणारा म्हणजेच काफ़िर. क्वचित प्रसंगी 'सूफी' किंवा संत या अर्थाने देखील बिरहमन हा शब्द वापरलेला आढळतो. मूर्तिपूजक किंवा हिंदू या अर्थी देखील बिरहमन हा शब्द वापरतात.

शेख हा धर्मपरायण सभ्य मुसलमान आहे. प्रेयसीची भक्ती न करता ईश्वरभक्तीच्या रास्त मार्गाने जावे म्हणून तो प्रेमिकांना सदुपदेश करतो. पण प्रेयसीला विसरण्याची कल्पनाच सहन न झाल्यामुळे शेखजींची देखील टर उडविलेली आढळते.

*तू जानता है शेखजीकी नीयत खराब है*
*दो चार घूंट नामसे उसके गिराके पी ।*

*- 'रियाज़' खैराबादी*

'...अरे, तुला ठाऊकच आहे, की त्या शेखची नजर चांगली नाहीय्... त्याची नियतच खराब आहे... त्यावर तोडगा म्हणून त्याच्या नावाने थोडी सांडून टाक अन् नंतर पी...'

उर्दू काव्यात शेख आणि बिरहमन हे शब्द त्यांच्या कट्टर मनोवृत्तीची छटा दाखविण्यासाठीच वापरले जातात.

*मिज़ाजे शेखो-बरेहमन बदल नहीं सकते*
*ये दैरो-काबाके पथ्थर पिघल नहीं सकते*

*-गुलाम दस्तगीर 'शिहाब'*

'...या (कर्मठ) मुसलमानांची अन् हिंदूंची वृत्ती बदलणार नाही कधीही... हे देवळाचे अन् मशिदीचे फत्तर कधी विरघळणार नाहीत...'

**सनम, बुत, बुतकदा, बुतपरस्ती**

विशेषत: पाषाणाच्या मूर्तीला 'बुत' म्हणतात. दगडी मूर्ती कितीही सुंदर असली, तरी काठिण्य हा तिचा स्थायिभाव. तिच्यात भावना असणे शक्य नाही. यामुळेच सुंदर, परंतु भावनारहित प्रेयसीला 'बुत' या शब्दाने ओळखतात, याच अर्थाने 'सनम' हा शब्द देखील वापरला जातो. त्या पाषाणमूर्तीच्या निवासस्थानाला 'बुतकदा' म्हणतात. पाषाणमूर्ती मंदिरात असते. म्हणून मंदिराला देखील बुतकदा म्हणतात. प्रेयसीच्या घराला देखील बुतकदा म्हणतात. मूर्तिपूजेला 'बुतपरस्ती' म्हणतात.

जुन्या उर्दू काव्यात प्रेयसीची प्रतिमा 'संगदिल'-पाषाणहृदयी किंवा भावनाशून्य अशी चितारलेली आहे. वास्तविक तिला भावना असणारच. ती संवेदनक्षम असलीच पाहिजे. परंतु त्या काळी बुरखापद्धतीमुळे तिच्या संवेदना प्रेमिकाला कधीच कळू शकत नसत. साहजिकच ती भावनाशून्य पाषाणहृदयी आहे अशी कल्पना प्रेयसीबाबत रूढ झाली असावी. पण सर्वच स्त्रिया हृदयशून्य असतील, ही कल्पना हास्यास्पद वाटते. अलीकडे 'जिगर' मुरादाबादी यांच्या लिखाणापासून मात्र प्रेयसीची ही रूढ कल्पना बदलली आहे. अलीकडच्या लिखाणात प्रेयसी देखील संवदेनशील आहे. जिगर साहेबांची ही उर्दू काव्याला फार मोठी देणगी आहे. त्यांच्या शायरीमुळे पारंपरिक उर्दू शायरीचा ओघ पूर्णपणे बदलला गेला आहे. जुन्या कल्पनेप्रमाणे-

*लाये हैं उस बुत को इल्तज़ा करके*
*कुफ्र टूटा खुदा खुदा करके ।*

*– दया शंकर 'नसीम'*

'...हजार वेळा विनवणी करून तिला घेऊन आलोय्...अन् तिने इतके अत्याचार केले माझ्यावर, की दरवेळी 'अरे देवा, अरे देवा', असे म्हणता-म्हणता माझे पाखंडीपण-कुफ्र-संपले अन् मी धर्मपरायण मनुष्य बनलोय्...'

– आणि संवदेनशील प्रेयसीचे शब्दचित्र 'जिगर' मुरादाबादींच्या रचनेत पहा-

*हाँ! बाइसे-रुसवाई हरचंद जुनूँ मेरा*
*उनको भी न चैन आया जब तक न इधर देखा ।*
*माथेपे पसीना क्यौं? आँखोमें नमीसी क्यौं?*
*क्या खैर तो है तुममें? या हाले- 'जिगर' देखा?*

*-'जिगर' मुरादाबादी*

'....माझ्या वेडगळ वागण्यामुळं (तिच्या प्रेमात पडल्यामुळं) माझी बदनामी होते हे ठीक आहे; पण तिला तरी कुठं चैन पडतंय् इकडं पाहिल्याशिवाय?

...कपाळावर घाम का आलाय्? डोळ्यांत पाणी तरी काय म्हणून आलंय्?- बरी आहेस ना तू? की 'जिगर' ची परिस्थिती बघितलीस?'

तर 'अन्वर' देहलवी म्हणतात-

*न हम समझे न आप आए कहींसे*
*पसीना पोंछिये अपने ज़बींसे ।*

*-'अन्वर' देहलवी*

'...मला काही कळंलच नाहीय् अन् तू देखील कुठं जाऊन आलेली नाहीयस (असं समजू या)... पुसा आता घाम आपल्या कपाळावरचा...'

**शराब, साक़ी, साग़र, मीना, मयकदा, मयखाना, सरूर, खुमार**

'मय' किंवा 'शराब' म्हणजे मद्य किंवा दारू. कधी कधी याच अर्थाने 'सहबा' हा शब्द देखील वापरला जातो. या मद्याच्या धुंदीप्रमाणेच प्रेमिकांना इश्क़ाची धुंदी चढते. परंतु पाषाणहृदयी प्रेयसीला मात्र त्याला नेत्रकटाक्षांनी घायाळ करून तडफडत ठेवण्यात मोठी गंमत वाटते. मग बिचारा आशिक दु:ख विसरण्यासाठी मद्यशालेचा

आश्रय घेतो. मद्यशालेलाच 'मयकदा' किंवा 'मयख़ाना' म्हणतात. मद्यशालेत मद्य देणारी मुलगी 'साक़ी, साक़िया' या नावाने ओळखली जाते. तीच त्याचा प्रेमविषय बनते. मद्याचा प्याला 'साग़र', किंवा 'जाम' या शब्दाने ओळखला जातो. मद्यचषकाला 'सुराही', 'मीना' किंवा 'सुबु' म्हणतात. तिने दिलेला मद्याचा प्याला हा त्याला मोठाच अनुग्रह वाटतो. यामुळेच उर्दू वाङ्मयात साग़र-ओ-मीना, साक़ी, जाम, शराब, मय या गोष्टीचा वारंवार उल्लेख आढळतो.

मद्याची तत्काळ चढणारी धुंदी 'सरूर' या शब्दाने ओळखतात आणि मद्यसेवनानंतर बराच काल राहणारी धुंद अवस्था 'खुमार' या शब्दाने ओळखतात.

### सूफी

इस्लामधर्मीयांमध्ये सूफी हा एक साधकांचा संप्रदाय आहे. सूफी हे वृत्तीने संन्यासी, पापभीरू आणि सर्वधर्मसमभाव मानणारे असतात. बिहिश्त (स्वर्ग) आणि दोज़ख (नरक) या कल्पनेवर त्यांचा विश्वास नाही. हिंदू वेदान्ताप्रमाणेच त्यांची अनेक तत्त्वे आहेत. ते ईश्वराचे अस्तित्व मानतात. प्रत्येक जीवमात्र हा ईश्वराचा अंश असून, तो शेवटी ईश्वरी तत्त्वातच विलीन होऊन जातो अशी त्यांची धारणा आहे. दैर-ओ-हरम (मंदिर आणि मस्जिद) या गोष्टी ते अनावश्यक मानतात. साहजिकच कट्टर इस्लामपंथी त्यांना पाखंडी मानतात.

ज्या काव्यात मंदिर-मस्जिद अनावश्यक आहे, असे प्रतिपादन केलेले असते, ते काव्य 'सूफियाना क़लाम' आहे, असे मानले जाते.

# ग़ज़लेची त्रिमिती आणि छंदशास्त्र

पर्शियन भाषेतील 'ग़ज़ाल' किंवा हरिण या शब्दापासून 'ग़ज़ल' या शब्दाची निर्मिती झाली. परंतु ही निर्मिती केवळ शब्दार्थापुरतीच सीमित नाही, त्याचप्रमाणे जीवाच्या आकांताने पळणारे हरिण आणि त्याच्या मागे लागलेला पारधी हे रूपकही तेथे थांबत नाही. ग़ज़लेच्या शेर-बांधणीतही त्याचे पुरेपूर प्रतिबिम्ब आढळते, इतकेच नव्हे तर हरिण या शब्दासमवेत निगडित असलेल्या सौंदर्यपूर्ण हालचालींचे लालित्य, निरागसता, नज़ाकत, इत्यादी सर्वच बाबींचा त्यात समावेश असलेला आढळतो.

शेराच्या पहिल्या ओळीत (उला मिसरा) एखादी घटना, एखादे विधान अथवा प्रश्न कथन केलेला असतो आणि दुसऱ्या ओळीत (सानी मिसरा) यमकाच्या क़ाफ़िया– रदीफचे बंधन सांभाळून मोठ्या नाट्यपूर्ण रीतीने पहिल्या ओळीची समस्यापूर्ती केलेली असते. यात नाट्यमयतेचा परमोच्च बिंदू गाठता आला नाही, तर शेर मामुली दर्जाचा ठरतो आणि त्याला रसिकांची दाद मिळत नाही.

प्रत्येक शेरात एक स्वतंत्र विचार अथवा कल्पना बांधलेली असते. सतत बदलणारा काफ़िया, न बदलणारी रदीफ आणि त्यांच्या संघर्षातून उद्भवणारा नाट्यपूर्ण भावनोद्रेक या तीन बिंदूंमध्ये शेरात अनुभवाला येणारे नाट्य फुलत राहते.

जीवाच्या आकांताने पळणाऱ्या हरिणाचे रूपक या तीन बिंदूंसमवेत ताडून पाहिल्यास त्यातील साम्य आणि सममूल्यता सहज लक्षात यावी. जीव वाचविण्यासाठी वेगवेगळ्या वाटांनी पळणारे हरिण आणि शेरागणीक बदलत जाणारा काफ़िया यांतील साम्य आणि सममूल्यता हा पहिला बिंदू. पारध्याच्या रूपाने उभा ठाकलेला मृत्यू म्हणजेच हरिणाची अटळ नियती आणि ग़ज़लेत प्रारंभापासून अखेरपर्यंत कधीच न बदलणरी रदीफ हा दुसरा सममूल्य बिंदू. भावनोद्रेकाचे नाट्यातील परमोच्च बिंदू आणि शेरातील करुणरम्यतेचा कल्लोळ यांतील साम्य– सममूल्यता विशद करून सांगण्याची आवश्यकताच नाही. हा तिसरा बिंदू हाच मूलाधार त्रिकोण.

गणितशास्त्रातील त्रिमितीच्या नियमानुसार अवकाशातील कोणतीही पातळी

अथवा स्तर निश्चित करण्यासाठी किमान तीन बिंदूंची आवश्यकता असते. ग़ज़लेतील शेराची पातळी अथवा दर्जा देखील तीन बिंदूंवरच आधारित असतो आणि या त्रिमिती परिमाणातच शेराची नाट्यमयता फुलत जाते.

अत्यंत शालीन, मुलायम आणि नज़ाकतपूर्ण शब्दयोजना हा ग़ज़लेच्या शेरांचा विशेष देखील हरिणाच्या लालित्यपूर्ण हालचाली आणि निरागसतेचे प्रतिबिम्ब आहे. असे म्हटले, तर वावगे ठरू नये. या भाषासौंदर्याबाबत आणि भावनिक आविष्काराबाबत पूर्वसूरींनी अतिशय कटाक्ष बाळगल्याचे आढळून येते.

ग़ज़लेच्या शेरांमध्ये सर्वाधिक प्रामुख्याने आढळणारी भावना म्हणजे प्रेम अथवा शृंगार. प्रेमभावना हा ग़ज़लेचा स्थायिभाव आहे, असे म्हटले, तर वावगे ठरू नये. प्रत्येकजण केव्हा ना केव्हा कुणाच्या तरी प्रेमात पडतो. प्रत्येकाचा मार्ग वेगवेगळा आणि प्रेम करण्याची पद्धत ही वेगवेगळी असते. नव्हे, असणारच. परंतु त्या प्रेमाची नियती बहुधा अटळच असते. फारच थोड्या भाग्यवंतांच्या नशिबात प्रेमसाफल्याचा योग लिहिलेला असतो. वैफल्य आणि निराशा यांतून उद्भवणारा भावनिक संघर्ष जीवनातील करुणरम्य नाट्य घडवीत असतो.

म्हणजेच प्रेमाचा व्यक्तिगत वेगवेगळा अनुभव, परंतु प्रेमाची अटळ नियती आणि भावनोद्रेकातून जीवनात फुलत जाणाऱ्या नाट्याचा परमोच्च बिंदू- हे तीन बिंदू तेच साम्य आणि तीच सममूल्यता दर्शवितात. हे तीन बिंदू त्रिमिती परिमाणासमवेत ताडून पाहिले, तर शेरागणीक बदलत जाणारा क़ाफ़िया हा प्रत्येकाचा वेगवेगळा असा प्रेममार्ग अथवा प्रेमानुभव म्हणता येईल. ग़ज़लेत कधीच न बदलणारी रदीफ ही त्या प्रेमाच्या अटळ नियतीचे प्रतीक आणि या दोघांच्या संघर्षातून निर्माण होणारे भावनाट्य परमोत्कट बिंदूपर्यंत फुलत जाते.

शेराच्या दोन ओळींतच एक संपूर्ण विचार अथवा कल्पना मांडावयाची असल्यामुळे अत्यंत कमी शब्दांत सारा आशय व्यक्त करावयाचा असतो. त्यातच यमकाचे काफ़िया-रदीफचे शब्द आणि त्यांची विशिष्ट अर्थवाही या साऱ्या मर्यादा सांभाळून काव्यकल्पना साकार करीत उत्कट नाट्यनिर्मिती करावयाची असते. शब्दसंख्या अत्यंत तोकडी असल्यामुळे अनेक गोष्टी केवळ संकेतानेच सुचवाव्या लागतात. साहजिकच शेरातील स्वगत उद्गार सूक्ष्मतर होत जातो. उद्गार जितका सूक्ष्मतर, तितकी त्याची तरलता आणि व्यापकता अधिकाधिक विस्तारित होऊन वैश्विक जाणिवांना आणि संवेदनांना स्पर्श करू लागते—

साहजिकच, सूक्ष्मतर जाणिवा आणि व्यापक वैश्विक जाणिवा यांचा संघर्ष सुरू होऊन एक नवेच नाट्य अंतःकरणात स्फुरत जाते. पहा-

*जो मैं साफ साफ कह दूँ जो है फर्क मुझमें तुझमें*

*तेरा दर्द दर्दे-तनहा, मेरा ग़म ग़मे — ज़माना ।*

- *'जिगर'* मुरादाबादी

'...आता सांगू तरी कसं तुला... स्पष्टच बोलायचं, तर तुझ्या अन् माझ्या मनोवृत्तींत फार फार फरक आहे.... अगदी मूलभूत फरक आहे, ग... तुझं दुःख हे केवळ वैयक्तिक (अन् म्हटलं, तर आत्मकेन्द्रित) दुःख आहे... केवळ स्वतःपुरतंच मर्यादित आहे... माझं दुःख ही अखिल मानवतेची वेदना आहे... ती युगवेदना आहे, ग... साऱ्या जगाचं दुःख आहे ते... (त्यातून मी क्षुद्र मन करून तुझ्यापुरताच विचार कसा करू शकेन?...) तेव्हा कसं जमणार आपलं?... जाऊ दे... माझा विचार देखील करू नकोस...'

'जिगर' साहेबांच्या या शेरात डोकावणारी मानवतेबद्दलची कणव इतकी व्यापक होत जाते, की सहजगत्याच वैश्विक जाणिवांना अन् परतत्त्वाला स्पर्शून जाते. त्याची जाणीव शेर लिहिताना स्वतः जिगरसाहेबांना देखील झाली असेल अथवा नसेल. शेर मात्र सहजच लेखणीतून उतरला.

शायराचा शेरातील स्वगत उद्‌गार जितका सूक्ष्मतर, तितका त्याला वासनेचा स्पर्श कमी. म्हणजेच शेराचे उदात्तीकरण होऊन, प्रेमभावना अधिकाधिक उच्च पातळीवर येऊन— परमेश्वराकडे झुकू लागते.

*तुमने किया न याद कभी भूलकर हमें*
*हमने तुम्हारी यादमें सबकुछ भुला दिया ।*

- *बहादुर शाह 'ज़फ़र'*

'....तू चुकून देखील कधी माझी आठवण केली नाहीस, की मला बोलावून घेतले नाहीस... (मी मात्र खुळ्यासारखा प्रतीक्षा करीत राहिलो...) ...अन् तुझी आठवण करीत सर्व काही (स्वतःलाही) विसरून गेलो...'

प्रेयसीला उद्देशून लिहिलेला हा शेर त्यातील उत्कट आणि निरामय प्रेमभावनेमुळे परमेश्वरालाही लागू करता येईल. शेराच्या रचनेत बौद्धिक करामत काहीही नाही. केवळ जाणिवेची व्यापकता विस्तारल्यामुळे सहजोद्‌गार मुखातून बाहेर पडावा, इतक्या सोप्या ओघवत्या भाषेत शेर आपोआप बनून गेला आहे.

प्रेमभावनेचा अनुभव घेताना अंतःकरणाला प्रेमाचा साक्षात्कार होतो आणि शब्दांना काव्यरूप लाभते. प्रेमाचा साक्षात्कार हे ग़ज़लेचे मर्म. त्याचबरोबर बांधणीतील वैशिष्ट्य-पूर्ण रचना हे ग़ज़लेचे तंत्र या दोन्हींच्या समतोलाने श्रेष्ठ दर्जाचे शेर निर्माण होतात.

इश्क़े-मजाज़ी, इश्क़े-हक़ीक़ी किंवा इश्क़े-रूहानी असा प्रेमाचा अनुभव घेताना शेरातील नाट्यरम्यता अधिकाधिक गहिरी आणि गूढरम्य होत जातो.

'नाट्य' हा शब्द येथे व्यापक अर्थाने वापरला आहे. नाट्य म्हटल्यानंतर सामान्यत: रसिकांच्या मनःचक्षूंसमोर रंगमंच, त्यावर नाट्यप्रयोग सादर करणारे अभिनेते-अभिनेत्री असे काहीसे दृश्य तरळून जाऊ शकते. हा अर्थ येथे अभिप्रेत नाही.

पूर्वापर भारतीय धारणेनुसार नाट्यशास्त्राच्या प्रारंभापासूनच त्यात चराचर सृष्टीचा विचार केलेला आढळतो. चराचर सृष्टीचे मूलतत्त्व प्राणी, वनस्पती वगैरे वेगवेगळ्या स्वरूपांत प्रकट होत असते. म्हणजेच त्या मूलतत्त्वाने धारण केलेले ते सर्व नटवेश आहेत; आणि त्यांच्या परस्परांतील संबंधांची मालिका हे खरे नाट्य. त्या संबंधांतून उद्‌भवणाऱ्या घटना-घडामोडी हे नाट्यप्रसंग आणि मग त्यातील काही विशिष्ट नाट्यप्रसंगांची कमी किंवा अधिक सलग मालिका म्हणजे नाटक, अशी ही धारणा आहे.

ग़ज़ल किंवा शेर हा शायराचा स्वतंत्र आणि स्वगत उद्‌गार असतो. त्याचा आधार म्हणजे त्याचे अंत:करण. प्रेमाचा अनुभव घेता घेता पार्थीवाकडून ईश्वराकडे अणि ईश्वराकडून आत्म्याकडे अशी अंत:करणाची अवस्था संक्रमित होत जाते आणि संक्रमण होत असताना वेगवेगळ्या जाणिवांनी आणि संवेदनांनी अंत:करण समृद्ध होत जाते. त्यातील शारीरिक आणि मानसिक वासनामय विचार आपोआप गळून पडतात अणि प्रेमाचा दिव्य अनुभव घेणारे अंत:करण अधिकाधिक सूक्ष्म-तरल होत जाते. जणू ते वैश्विक जाणिवांना आणि संवेदनांना स्पर्श करते. साहजिकच त्याची व्यापकता अमर्याद वाढत जाते.

म्हणजेच, शायराला जेव्हा प्रेमाचा साक्षात्कार होतो, त्यानंतर त्याच्या अंत:करणातच या सूक्ष्म आणि व्यापक जाणिवा-संवेदनांचे एक गूढरम्य नाट्य सुरू होते आणि उत्तरोत्तर ते बहरत जाते. या नाटकाला उत्स्फूर्त शब्दरूप लाभते, ते श्रेष्ठ दर्जाच्या ग़ज़लेत-शेरात अनुभवाला येते. ग़ज़लेतले खरे नाट्य ते हेच, असे म्हणावयाला प्रत्यवाय नाही. आता ग़ज़लेतील शब्द-शक्ती हा जर आधार मानला, तर आपल्या परिचित त्रिमितीनुसार तो त्रिकोण असाही दिसू शकेल—

शेरातील स्वगत उद्‌गार जितका सूक्ष्म, तितका त्याला वासनेचा स्पर्श कमी. म्हणजेच विचारांचे उदात्तीकरण घडून येऊ लागते आणि अंत:करण पार्थिवाकडून अपार्थिवाकडे- म्हणजेच जडसृष्टीतून परमेश्वराकडे अर्थात इश्क़े-मजाज़ी कडून इश्क़े-हक़ीक़ीकडे झुकू लागते. उदात्तीकरणात ईश्वराकडे वळलेले अंत:करण अंतर्मुख होऊन परत आत्म्याकडे वळते. याबद्दल संत ज्ञानेश्वरादी विभूतींनी बरेच विस्ताराने सांगितले आहे. म्हणजेच पार्थिवावरील प्रेम किंवा इश्क़े-मजाज़ी हा पहिला बिंदू, ईश्वरावरील प्रेम किंवा इश्क़े-हक़ीक़ी हा दुसरा बिंदू आणि अंतर्मुख होऊन आत्म्याकडे वळणे किंवा इश्क़े-रूहानी हा तिसरा बिंदू असा हा त्रिकोण दिसू शकेल.

प्रेयसी, फूल, बुलबुल किंवा उपमा-उत्प्रेक्षा अथवा वेगवेगळी रूपके हे सारे केवळ आधारभूत शब्द इतकेच त्याचे स्वरूप; परंतु हे सारे जाणिवा–संवेदनांचे

नाट्य प्रेमाचा साक्षात्कार झाल्यानंतरच फुलत जाते, हे लक्षात घेणे इष्ट होईल.

स्वत: प्रेमाचा अनुभव घेणे— कुणावर तरी प्रेम करणे—अथवा कुणीतरी केलेल्या प्रेमाच्या चित्रणावर प्रेम करणे हा एक भाग आहे. यातच ग़ज़ल वाचणे अथवा ऐकणे हा भाग येतो. यातूनच आपणही ही ग़ज़ल लिहून आपले अनुभव शब्दांकित करावेत, अशी प्रेरणा जन्म घेते. परंतु भावनेपेक्षा किंवा भावचित्रणापेक्षा छंद-वृत्त, गण, मात्रा, काफ़िया-रदीफ, इत्यादी तांत्रिक बाबींबवरच अधिक भर दिल्यामुळे शेरात बौद्धिक करामतच अधिक प्रत्ययाला येते आणि शेराचा दर्जा खालावून कनिष्ठ प्रतीचा शेर निर्माण होतो.

प्रेमाचा अनुभव आल्यानंतर रचनेची जाणीव ठेवून शेर बांधताना बुद्धिमत्तेपेक्षा भावनेला अधिक प्राधान्य दिले जाते आणि बऱ्यापैकी मध्यम दर्जाचे शेर निर्माण होतात.

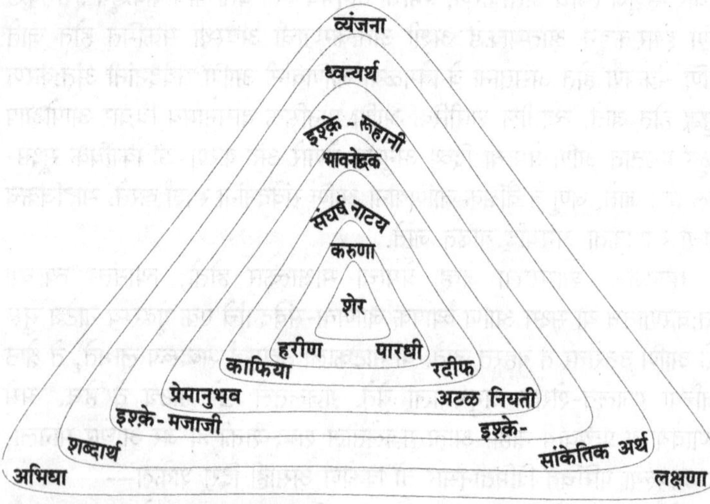


मात्र साक्षात्कारी वैश्विक जाणिवेच्या स्पर्शामुळे तरलतम भावना आणि जाणिवा-संवेदनांना अधिकच गहिरे स्वरूप प्राप्त होते. पहिल्या दोन्ही प्रकारांपेक्षा हा अनुभव खूपच वेगळा आणि उच्च पातळीवर असतो. साहजिकच शेराची रचना आपोआपच साधली जाते. म्हणूनच की काय, अशा शेरात भरपूर तग़ज़्ज़ुल अथवा काव्यरम्यता निर्माण होते.

## ग़ज़ल आणि महाकाव्य

रामायण, महाभारत, आदी महाकाव्यांच्या बाबतीत एक विलक्षण गोष्ट प्रत्ययाला येते, ती अशी, की त्यात समाजातील सर्व स्तरांना आकर्षित करून घेण्याची

अमर्याद क्षमता आढळते. कुणाला त्यातील कथानक आवडते, तर कुणाला संभाषणे आवडतात. कुणाला त्यातील नाट्य अधिक भावते, तर कुणाला त्यातील व्यक्तिरेखा मोह घालतात. कुणाला त्यातील तत्त्वज्ञान अथवा दर्शन चिंतनीय वाटते. जनसामान्यांना ते आकर्षित करून घेतेच, परंतु पंडितांनाही ते खिळवून ठेवते आणि ज्ञानवृद्ध जाणकारांना सदैव चिंतनात गुंतवून ठेवते.

अभिधा, लक्षणा आणि व्यंजना ही महाकाव्याची तीन प्रमुख लक्षणे मानली आहेत.

प्रत्येकाचा वैयक्तिक प्रेमानुभव वेगवेगळ्या बदलत्या क़ाफ़ियातून व्यक्त होतो. त्या क़ाफ़ियाचा शब्दार्थ ही जर 'अभिधा' मानली, तर त्या प्रेमाची अटळ नियती सूचित करणाऱ्या रदीफचा लाक्षणिक अर्थ ही साहजिकच 'लक्षणा' होईल आणि या दोन्हींच्या संघर्ष-नाट्यामधून जे काही ध्वनित होईल, तो ध्वन्यर्थ ही 'व्यंजना' होईल. असा हा आगळा वेगळा त्रिकोण मांडला जाऊ शकतो; आणि या त्रिकोणातच ग़ज़लेचे भावनाट्य फुलत राहते.

शायराच्या सूक्ष्मतर उद्‌गाराची व्यापकता विस्तारित होऊन केव्हातरी कळत नकळत परतत्त्वाला स्पर्श करून जाते. शायराला त्याची जाणीव होतेच, असे नाही. परंतु त्यामुळेच ग़ज़ल ही महाकाव्याच्या जवळ येते, असे म्हटले, तर वावगे ठरू नये. आणि म्हणूनच की काय, ग़ज़लेची लोकप्रियता आणि रसिकमान्यता जनमानसात कायम घर करून आहे.

## ग़ज़लेची बांधणी व रचना

उर्दू ग़ज़ल अनेक वृत्तांत बांधली जाते. मराठी काव्यात ज्याप्रमाणे भुजंगप्रयात शार्दूलविक्रीडित, मंदाक्रांता, साकी, दिंडी वगैरे वृत्ते आहेत, त्याचप्रमाणे अरबी छंदशास्त्रात मूळ एकोणीस वृत्ते आहेत. त्यांना 'बहर' असे संबोधले जाते. प्रत्येक वृत्ताचे अनेक उपछंद थोड्याफार फरकाने बनविले गेले आहेत. त्यांना औज़ान (वजन चे अनेकवचन) म्हणतात. उर्दू काव्यासाठी अरबी छंदशास्त्रच प्रमाण मानले जाते. उर्दू रचनेत शब्दोच्चारण आणि उच्चाराचे वजन लक्षात घेऊन वृत्तबांधणी केली जाते.

हज़रत खलिल बिन अहमद बसरी (७३१-७८७) हा अरबी छंदशास्त्राचा जनक मानला जातो. बसरा येथे हा सूफी वृत्तीचा विद्वान गावाबाहेर झोपडीत राहून ज्ञानोपासना करीत असे. विरक्त वृत्तीमुळे त्याने सुलतानाचे निमंत्रण अनेकदा येऊन देखील दरबारात येण्याचे नाकारले. फार काय, सुलतानाने पाठविलेला नजराणाही प्रत्येक वेळी साभार परत पाठविला. एकदा मक्केतील धोबीघाटावरून जात असताना धोब्यांनी कपडे धुताना आपटल्यामुळे होणाऱ्या लयबद्ध आवाजाने त्याचे लक्ष वेधून घेतले. फाअल-फेल, फाऊल-फाऊलुन असे काही लयबद्ध शब्द त्याच्या मस्तकात घोळू लागले. त्या धुनमध्येच झोपडीत परतणाऱ्या खलिल बिन अहमदने अरबी छंदशास्त्राची निर्मिती केली,

असे सांगितले जाते. मक्का शरीफ येथे फिरत असताना या शास्त्राची निर्मिती करण्याची प्रेरणा मिळाली, म्हणून या छंदशास्त्राचे नाव 'अरुज़' ठेवले गेले, असेही म्हणतात (अरूज़ हे मक्का शरीफ या शहराचे प्राचीन नाव आहे)

हज़रत खालिल बिन अहमद ग्रीक तत्त्वज्ञान आणि ग्रीक काव्यशास्त्र यांचा जाणकार होता. त्याने आचार्य पिंगलाच्या संस्कृत छंदशास्त्राचाही अभ्यास केला असावा असे मानण्यास जागा आहे. खलिल बिन अहमद प्रणीत अरबी छंदशास्त्र म्हणजेच 'अरुज़' उर्दू ग़ज़लेसाठी प्रमाण मानले जाते. अरबी छंदशास्त्रात उच्चारांचे लघुत्व-गुरुत्व लक्षात घेऊन एकूण एकोणीस मूळ वृत्ते मानली आहेत. नंतर या मूळ वृत्तांमध्ये फेरफार करून इतर औज़ान (वजन या शब्दाचे पर्शियन अनेकवचन) निर्माण केले गेले आहेत.

आचार्य पिंगलाच्या संस्कृत छंदशास्त्रापासूनच मराठी काव्याच्या छंदशास्त्राचे नियम बनविण्यात आले आहेत. 'य' पासून 'स' पर्यंत तीन अक्षरांचे आठ गण आणि कमी अक्षरांचे 'ल' आणि 'ग' हे दोन गण मिळून एकंदर दहा गण मानले गेले आहेत. हज़रत खलिल बिन अहमद बसरी यांनी देखील मूळ 'फऊल' या आद्य गणाक्षरांपासून दहा गण निर्माण केले. त्यांचे आपल्या गणांसमवेत साम्य ताडून पाहण्यासारखे आहे.

| अरबी गण | समान मराठी गण | स्वरूप |
|---|---|---|
| १. फ ऊ लुन | 'य' गण | य मा ता |
| २. फा इ लुन | 'र' गण | रा ज भा |
| ३. मु फा ई लुन | 'ल'+'म' गण | ल मा ता रा |
| ४. मुस तफ इ लुन | 'ग'+'र'गण | गा रा ज भा |
| ५. मु फा इल तुन | 'ल'+'ग'+'स' गण | ल गा स ल गा |
| ६. मु त फा इ लुन | 'ल'+'ल'+'र'गण | ल ल रा ज भा |
| ७. फा इ ला तुन | 'ग'+'य' गण | गा य मा ता |
| ८. म फ ऊ ला त | 'ग'+'त' गण | गा ता रा ज |
| ९. मुस तफ अ लुन | 'ग'+'र' गण | गा रा ज भा |
| १०. फा अ ला तुन | 'ग'+'य' गण | गा य मा ता |

अरबी अरूज़ (छंदशास्त्र) मूळ एकोणीस वृत्ते आणि त्यांची वजने खालीलप्रमाणे

आहेत. यांतील काही वजने फक्त अरबी, तर काही वजने फक्त फारसी काव्यात वापरली जातात.

१. बहर-ए-हज़ज

| मु | फ़ा | ई | लुन। | मु | फा | ई | लुन। | मु | फा | ई | लुन। | मु | फा | ई | लुन। |
|---|---|---|---|---|---|---|---|---|---|---|---|---|---|---|---|
| ⌣ | — | — | — | ⌣ | — | — | — | ⌣ | — | — | — | ⌣ | — | — | — |
| ज़ु | बाँ | खा | मो | श | रह | ती | है | न | ज़र | से | का | म | हो | ता | है |
| ⌣ | — | — | — | ⌣ | — | — | — | ⌣ | — | — | — | ⌣ | — | — | — |
| इ | सी | मा | हो | ल | का | शा | यद | मु | ह | ब्बत | ना | म | हो | ता | है। |

–'अख्तर' शीरानी

२. बहर-ए-रजज़

| मुस | तफ | इ | लुन। | मुस | तफ | इ | लुन। | मुस | तफ | इ | लुन। | मुस | तफ | इ | लुन। |
|---|---|---|---|---|---|---|---|---|---|---|---|---|---|---|---|
| — | — | ⌣ | — | — | — | ⌣ | — | — | — | ⌣ | — | — | — | ⌣ | — |
| बा | दल | भ | रा | मौ | सम | हूँ | मैं | सू | रज | क | भी | सा | या | क | भी |
| — | — | ⌣ | — | — | — | ⌣ | — | — | — | ⌣ | — | — | — | ⌣ | — |
| इक | पल | इ | धर | कुछ | औ | र | हूँ | इक | पल | उ | धर | कुछ | औ | र | हूँ। |

–'नश्तर' खानकही

३. बहर-ए-रमल

| फा | इ | ला | तुन। | फा | इ | ला | तुन। | फा | इ | ला | तुन। | फा | इ | ला | तुन। |
|---|---|---|---|---|---|---|---|---|---|---|---|---|---|---|---|
| — | ⌣ | — | — | — | ⌣ | — | — | — | ⌣ | — | — | — | ⌣ | — | — |
| ते | रे | दी | वा | ने | की | खा | तिर | जु | ल्फ | की | ज़ं | जी | र | है | अब |

४. बहर-ए-मुतक़ारिब

| फ | ऊ | लुन। | फ | ऊ | लुन। | फ | ऊ | लुन। | फ | ऊ | लुन। |
|---|---|---|---|---|---|---|---|---|---|---|---|
| ⌣ | — | — | ⌣ | — | — | ⌣ | — | — | ⌣ | — | — |
| सु | ना | है | ह | में | वो | भु | ला | ने | ल | गे | हैं |
| ⌣ | — | — | ⌣ | — | — | ⌣ | — | — | ⌣ | — | — |
| तो | क्या | हम | उ | न्हें | या | द | आ | ने | ल | गे | हैं। |

– 'खुमार' बाराबंकवी

५. बहर-ए-क़ामिल

| मु | त | फा | इ | लुन। | मु | त | फा | इ | लुन। | मु | त | फा | इ | लुन। | मु | त | फा | इ | लुन। |
|---|---|---|---|---|---|---|---|---|---|---|---|---|---|---|---|---|---|---|---|
| ⌣ | ⌣ | — | ⌣ | — | ⌣ | ⌣ | — | ⌣ | — | ⌣ | ⌣ | — | ⌣ | — | ⌣ | ⌣ | — | ⌣ | — |
| मे | रे | का | र | वाँ | के | न | सी | ब | में | न | ए | मं | जि | लों | के | नि | शाँ | क | हाँ |
| मे | रे | हम | स | फर | है | वो | हम | स | फर | जो | च | ले | न | थे | के | ठ | हर | ग | ये। |

-सुरेशचंद्र नाडकर्णी

*६. बहर-ए-वाफर

| म | फा | इल | तुन। | म | फा | इल | तुन। | म | फा | इल | तुन। | मु | फा | इल | तुन। |
|---|---|---|---|---|---|---|---|---|---|---|---|---|---|---|---|
| ⌣ | — | ⌣ | — | ⌣ | — | ⌣ | — | ⌣ | — | ⌣ | — | ⌣ | — | ⌣ | — |

मूळ स्वरूपात अरबी काव्यात वापरले जाणारे हे वृत्त उर्दू काव्यात खूपच फेरफार करून उपयोगात आणले जाते.

७. बहर-ए-मुतदारक

| फा | इ | लुन। | फा | इ | लुन। | फा | इ | लुन। | फा | इ | लुन। |
|---|---|---|---|---|---|---|---|---|---|---|---|
| — | ⌣ | — | — | ⌣ | — | — | ⌣ | — | — | ⌣ | — |
| उन | से | मिल | ते | क | भी | और | बि | छड | ते | क | भी |
| सिल | सि | ला | यूँ | र | हा | आँ | ख | रो | ती | र | ही। |

* ८. बहर-ए-मनसरीह

| मुस | तफ | इ | लुन। | मफ | ऊ | ला | त। | मुस | तफ | इ | लुन। | मफ | ऊ | ला | त। |
|---|---|---|---|---|---|---|---|---|---|---|---|---|---|---|---|
| — | — | ⌣ | — | — | — | — | ⌣ | — | — | ⌣ | — | — | — | — | ⌣ |

* ९. बहर-ए-मजारिअ

| म | फा | ई | लुन। | फा | इ | ला | तुन। | म | फा | ई | लुन। | फा | इ | ला | तुन। |
|---|---|---|---|---|---|---|---|---|---|---|---|---|---|---|---|
| ⌣ | — | — | — | — | ⌣ | — | — | ⌣ | — | — | — | — | ⌣ | — | — |

* १०. बहर-ए-सरीअ

मुस तफ इ लुन । मुस तफ इ लुन । मफ ऊ ला त

— — ∪ — — — ∪ — — — — ∪

* ११. बहर-ए-खफीफ

फा इ ला तुन । मुस तफ इ लुन । फा इ ला तुन ।

— ∪ — — — — ∪ — — ∪ — —

* १२. बहर-ए-मुजतस

मुस तफ इ लुन। फा इ ला तुन। मुस तफ इ लुन। फा इ ला तुन।

— — ∪ — — ∪ — — — — ∪ — — ∪ — —

* १३. बहर-ए-मुक्तज़िब

मफ ऊ ला त। मुस तफ इ लुन। मफ ऊ ला त। मुस तफ इ लुन

— — — ∪ — — ∪ — — — — ∪ — — ∪ —

१४. बहर-ए-तवील

| फ. | ऊ | ल़ुन । | म | फ़ा | ई | ल़ुन । | फ़ | ऊ | ल़ुन । | म | फ़ा | ई | लुन । |
|---|---|---|---|---|---|---|---|---|---|---|---|---|---|
| ∪ | — | — | ∪ | — | — | — | ∪ | — | — | ∪ | — | — | — |
| न | कर | तू | ज | फा | का | री | न | कर | तू | ये | ऐ | य्या | री |
| ∪ | — | — | ∪ | — | — | — | ∪ | — | — | ∪ | — | — | — |
| खु | दा | सुन | स | भी | में | है | खु | दा | सुन | स | भी | में | है । |
| ∪ | — | — | ∪ | — | — | — | ∪ | — | — | ∪ | — | — | — |

– ख्वाजा मीर 'दर्द'

१५. बहर - ए - मदीद

| फा | इ | ला | तुन । | फा | इ | लुन । | फा | इ | ला | तुन । | फा | इ | लुन । |
|---|---|---|---|---|---|---|---|---|---|---|---|---|---|
| — | ∪ | — | — | — | ∪ | — | — | ∪ | — | — | — | ∪ | — |
| औ | र | तौ | बा | की | बु | री | छो | ड | दी | सब | खै | र | से |
| — | ∪ | — | — | — | ∪ | — | — | ∪ | — | — | — | ∪ | — |
| पर | न | इस | कू | चे | की | बाज़ | आ | ए | अब | तक | सै | र | से । |
| — | ∪ | — | — | — | ∪ | — | — | ∪ | — | — | — | ∪ | — |

–सौदा

१६. बहर-ए-बसीत

| मुस | तफ | इ | लुन । | फा | इ | लुन । | मुस | तफ | इ | लुन । | फा | इ | लुन । |
|---|---|---|---|---|---|---|---|---|---|---|---|---|---|
| — | — | ∪ | — | — | ∪ | — | — | — | ∪ | — | — | ∪ | — |
| घब | रा | ग | या | घर | में | दिल | उल | फत | हु | ई | द | श्त | से |
| — | — | ∪ | — | — | ∪ | — | — | — | ∪ | — | — | ∪ | — |
| बह | ला | ए | दिल | ऐ | जु | नूँ | जं | गल | के | अब | ग | श्त | से । |
| — | — | ∪ | — | — | ∪ | — | — | — | ∪ | — | — | ∪ | — |

– 'जलील' मानिकपुरी

१७. बहर-ए-जदीद

| फा | इ | ला | तुन । | फा | इ | ला | तुन । | मुस | तफ | इ | लुन । |
|---|---|---|---|---|---|---|---|---|---|---|---|
| — | ∪ | — | — | — | ∪ | — | — | — | — | ∪ | — |
| ले | ग | या | वो | बे | मु | र | व्वत | आ | रा | मे | दिल |
| — | ∪ | — | — | — | ∪ | — | — | — | — | ∪ | — |
| कुछ | न | हीं | बा | की | र | हा | अब | अज | ना | मे | दिल । |
| — | ∪ | — | — | — | ∪ | — | — | — | — | ∪ | — |

-हातिम

१८. बहर-ए-करीब

| म | फा | ई | लुन । | म | फा | ई | लुन । | फा | इ | ला | तुन । |
|---|---|---|---|---|---|---|---|---|---|---|---|
| ⌣ | — | ⌣ | — | ⌣ | — | — | — | — | ⌣ | — | — |
| य | ही | तो | जिं | द | गी | ते | री | जिं | द | गी | है |
| ⌣ | — | — | — | ⌣ | — | — | — | — | ⌣ | — | — |
| स | भी | के | का | म | आ | ती | है | मु | श्कि | लों | में । |
| ⌣ | ⌣ | ⌣ | ⌣ | ⌣ | ⌣ | ⌣ | ⌣ | ⌣ | ⌣ | ⌣ | ⌣ |

१९. बहर-ए-मशाकिल

| फा | इ | ला | तुन । | म | फा | ई | लुन । | म | फा | ई | लुन । |
|---|---|---|---|---|---|---|---|---|---|---|---|
| — | ⌣ | — | — | ⌣ | — | — | — | ⌣ | — | — | — |
| बा | र | ग़म | का | उ | ठा | ना | ही | प | डा | आ | ह |
| — | ⌣ | — | — | ⌣ | — | — | — | ⌣ | — | — | — |
| दा | ग | हि | ज्र | का | खा | ना | ही | प | डा | आ | ह । |
| — | ⌣ | — | — | ⌣ | — | — | — | ⌣ | — | — | — |

या एकंदर एकोणीस मूळ छंदवृत्तांपैकी पंधरा वृत्ते हज़रत खलिल बिन अहमद यांची निर्मिती आहे. बहरे मुतदराक या वृत्ताचा निर्माता अबुल हसन अखफश आहे. तर बहरे-क़रीब हे वृत्त युसुफ निशापुरी यांनी निर्माण केले, असे मानले जाते. बहरे-मशाकिल या वृत्ताची निर्मिती कुणी केली, याबाबत काहीही संदर्भ उपलब्ध नाही.

(* ही वृत्ते उर्दू काव्यात फारशी प्रचलित नाहीत)

# मीर तक़ी 'मीर'

*हालत तो ये है मुझको ग़मोंसे नहीं फराग़*
*दिल सोजिशे-दरूनीसे जलता है ज्यूँ चराग़*
*सीना तमाम चाक है सारा जिगर है दाग़*
*है मजलिसोंमें नाम मेरा 'मीर-ए-बेदिमाग़' ।*

'...दुःखापासून जरा देखील मुक्ती मिळत नाहीय्.... एखाद्या दिव्याप्रमाणे माझं हृदय आंतरिक दुःखानं सतत जळत असतं... ऊर फाटून गेलाय् अन् काळीज भाजून गेलंय्... मैफलीत तर मला तिरसट, डोकं फिरलेला 'मीर' असं म्हणतात...आता माझ्या आचरटपणाचीच ख्याती होऊ लागलीय्...'

उर्दू शायरीचा अनभिषिक्त सम्राट आणि उर्दू शायरांचा सरताज म्हणून गौरविलेल्या मीर तक़ी 'मीर' याने स्वतःच्याच शब्दांत केलेले हे आत्मवर्णन. उतारवयातील शेवटचे काही दिवस वगळता मीरचे उभे आयुष्य दारिद्र्याने गांजलेले आणि दुःखाने पिचलेल्या अवस्थेत व्यतीत झाले. आप्तेष्टांनी झिडकारलेला, इतरांसमवेत सतत तुसडेपणाचे वर्तन करणारा मीर आपल्या वागण्यातील कडवटपणा कधीच घालवू शकला नाही. परंतु अत्यंत हळवी, हृदयस्पर्शी करुण्यरम्य ग़ज़ल रचण्यात आजवर कुणीही शायर त्याच्या जवळपास देखील येऊ शकला नाही.

मध्यम उंची, अशक्त दुबळे शरीर,

गहूवर्ण, विशाल भालप्रदेश, मोठे टपोरे काळेशार भावदर्शी डोळे, अन् मानेवर रुळणारे केस असलेला मीर पिवळी सिलवार आणि हिरवा रेशमी कुडता आणि त्यावर बंडीवजा मखमली जाकीट परिधान करीत असे. अतिसंथ, सावकाश हालचाली करणारा, बारीक परंतु पल्लेदार आवाजात ग़ज़ल पेश करणारा मीर वंशाने अरब होता!

त्याचे आजोबा अरबस्तानच्या हिजाज प्रान्ताचे रहिवासी. भारतात आल्यावर प्रथम हैद्राबाद, नंतर अहमदाबाद आणि सरतेशेवटी त्या वेळची भारताची राजधानी आग्रा येथे स्थायिक झाले. त्यांच्या दोन मुलांपैकी मोठा वेडसर होता आणि तारुण्यातच दगावला. धाकटा–मीरचे वडील– 'मीर मुत्तकी' यांनी दोन वेळा लग्न केले. पहिल्या बायकोपासून हसन महंमद आणि दुसऱ्या बायकोपासून मुहम्मद तक़ी आणि मुहम्मद रजी अशी मुले झाली. यांतला मोठा मुहम्मद तक़ी पुढे जगप्रसिद्ध मीर तक़ी 'मीर' या नावाने ओळखला जातो. त्याचा जन्म १७२४ मध्ये झाला, असे मानले जाते.

मीरची निश्चित जन्मतिथी उपलब्ध नाही. परंतु 'जिक्रे-मीर' या आत्मचरित्रात त्याने नादिरशहाच्या दिल्लीवरील स्वारीच्या वेळी आपले असलेले वय, मराठ्यांनी दिल्ली लुटली, त्या वेळचे आपले वय नमूद केले आहे. त्यावरून अन्दाज करता मीरचा जन्म हिजरी सन ११३७ म्हणजे इसवी सन १७२४ मध्ये झाला, असे अनुमान करण्यास हरकत नाही. लखनौ परंपरेतील थोर उस्ताद शायर 'नासिख' लखनवी यांनी मीरच्या मृत्युसमयी 'तारीख' रचली आहे, ती 'बावेला मुर्द शहे-शायराँ' अशी आहे. या मूळाक्षरांची वर्णसंख्या १२२५ होते. म्हणजेच हिजरीसन १२२५ हे मीरचे महानिर्वाण वर्ष म्हणजेच इसवी सन १८१० असे अनुमान करता येते.

वडिलांच्या पश्चात मीरचे फारच हाल झाले. मोठ्या सावत्र भावाने सर्व मालमत्ता बळकावून नऊ-दहा वर्षांच्या कोवळ्या मीरला घराबाहेर काढले. वडिलांच्या एका स्नेह्याचा शिष्य सय्यद मुकम्मल खाँ याने आपल्या उस्तादांचे आणि मीरच्या वडिलांचे संबंध लक्षात घेऊन मीरला पाचशे रुपये दिले. त्यांपैकी बरेचसे कर्जनिवारणात गेले. मीर आग्रा सोडून दिल्ली येथे नोकरी शोधू लागला. अमीर-उल-उमरा नवाब समसामुद्दौला यांचेकडे बस्तान बसते, न बसते, तोच नादिरशहाने दिल्ली लुटली, त्यात नवाब साहेब मारले गेले आणि मीर पुन्हा निराधार झाला. नंतर दिल्लीत सावत्र भावाच्या मामाकडे - खान 'आरज़ू' यांचेकडे राहिला. 'जनाब सिराज उद्दीन खान 'आरज़ू' त्या वेळी दिल्लीतील नामवंत शायर होते आणि त्यांच्याकडे विद्वज्जनांची उठबस असे.' नक्की कळू शकत नाही, परंतु मामाचे आणि त्याचे संबंध काही कारणामुळे बिघडले अन् तेही घर सुटले. काहींच्या मते मामा सुन्नी पंथाचा होता, तर मीर शियापंथी-

त्यावरून झगडे वाढले. मीर मामाच्या मुलीच्या प्रेमात पडला आणि वेडा झाला, असेही काहींचे मत आहे. जिक्रे-मीर या फारसीत लिहिलेल्या आत्मचरित्रात मीर स्वतःच्या उन्मादावस्थेची कबुली देतो. पण या प्रेमाविषयी मात्र त्यात उल्लेख नाही. मामाच्या आश्रयाला असताना मीर जाफर आणि सय्यद सादत अली या दोन बुजुर्गांनी त्याला खूप विद्यादान केले. याच कालखंडात मीरची शायरी आकाराला आली.

दिल्लीत त्या वेळी संपूर्ण अराजक माजले होते. मीर नवाब बहादूरखाँ यांच्या आश्रयाला गेला. तेही एका बंडाळीत मारले गेले. नंतर राजा जुगल किशोर या बंगाली वकीलामार्फत राजा नागरमलकडे बस्तान बसले. पण त्या दरबारातील कटकटींना वैतागून कुंभेरीच्या सूरजमल जाट या राजाकडे काही दिवस राहून पुन्हा दिल्लीत परत आला. दिल्लीतले वास्तव्य अस्थिरच होते. परंतु एव्हाना मीरच्या शायरीचा इतका बोलबाला झाला होता, की तत्कालीन दिल्लीचा बादशहा दुसरा आलमगीर याने मीरला बोलावून घेऊन आपला उस्ताद नेमले. तेथेही दरबारी कारवायांना विटलेल्या मीरने शाही नोकरी सोडून देऊन घरी बसल्या बसल्या नवाब अमीरजाद्यांच्या ग़ज़ला दुरुस्त करून देण्याचा व्यवसाय सुरू केला. आता मीरचा लौकिक सर्वत्र पसरला होता. अयोध्या-लखनौचे नवाब आसिफ उद्दौला यांनी मीरला सन्मानपूर्वक आपल्या दरबारी बोलावून घेतले. मीरने अखेरपर्यंत लखनौमध्येच वास्तव्य केले. परंतु त्याचे मन मात्र सदैव दिल्ली-आग्र्याकडेच गुंतलेले होते. दिल्लीच्या सर्वनाशामुळे मीरच्या मनाला अतिशय वेदना झाल्या. मीरची ही व्यथा बघा–

*'क्या बादोबाश ही पूछो ऐ पूरबके साकीनो?*
*हमको गरीब जानके हँस हँस पुकारके ।*
*देहली जो शहर था आलममें इन्तखाब*
*उसको फलकने लूटकर वीरान कर दिया*
*हम रहनेवाले हैं उस उजडे दयारके ।*

...पूर्वेकडच्या दोस्तांनो (लखनौ दिल्लीच्या पूर्वेला आहे.), उगाच कसली विचारपूस करताय् अन् हसून (टवाळी करताय् आणि) हाका मारताय्? -मुद्दामच साद घालताय्. कारण आम्ही गरीब आहोत ना? -दिल्ली म्हणून जगातले एक निवडक शहर होते. त्याला नशिबाने लुटून उजाड स्मशान बनवून टाकलंय्... आम्ही रहिवासी आहोत त्याच उजाड स्मशानातले...'

मीरचे बहुतेक आयुष्य दिल्ली आणि आसपासच्या अस्थिर वातावरणातच गेले. परंतु दिल्लीत अराजक असताना देखील नागरिकांत उर्दू शायरीचा जबरदस्त शौक होता. शायरीवर चर्चा करीत नाही, असा माणूस दिल्लीत सापडणे शक्यच नव्हते.

मग त्याला शायरी येवो अथवा न येवो; आणि नेमक्या याच गोष्टीचा मीरला अतोनात राग होता. तो फक्त जाणकार माणसाशीच बोलत असे. इतर लोकांशी संबंध ठेवण्यास देखील नाराज असे. एकदा शेख 'रासिख' त्यांना भेटायला आले. तेव्हा मीरने जवाब पाठविला-मियाँ, क्यौं सताने आये हो? तेव्हा 'रासिख' यांनी जवळच पडलेला एक खापरीचा तुकडा उचलून त्यावर खरडले :

*खाक हूँ पर तूतिया हूँ चश्मे-मेहरो-माहका*
*आँखवाला रुत्बा समझे मुझ गुबारे-राहका ।*

'...मी तर मातीच आहे, पण चंद्र-सूर्य देखील माझा काजळ म्हणून डोळ्यांत घालण्यासाठी सुरमा बनवितात...डोळस जाणकाराला माझ्यासारख्या धूलिकणाची देखील किंमत पारखता येते...'

तो तुकडा पाहताच मीरसाहेब धावतच बाहेर आले अन् रासिखला आलिंगन देऊन म्हणाले, 'मिज़ाज मुबारक ! कहाँसे आये हो? क्यौं मुझ गरीबको सर्फराज किया? (धन्य आहे प्रतिभा तुमची! महाशय, कोठून येणं केलंत? का मज गरिबाच्या घरी पायधूळ झाडून मला सन्मानित केलंत?)'

बहुतेक आयुष्य दारिद्र्यात पिचत घालविल्यानंतर लखनौ येथे नवाब आसिफ उद्दौला यांच्याकडे मीरचे अखेरचे दिवस फार सुखात गेले. वास्तविक या सुखासीन दिवसांत त्याचा कडवटपणा नाहीसा व्हायला पाहिजे होता; पण तसे कधीच घडले नाही. नवाबसाहेबांशी तो बरोबरच्या नात्याने वागे. एकदा दोघे बसले असताना पलीकडेच एक कसलेसे पुस्तक पडले होते. नवाब साहेब म्हणाले 'साहब, ज़रा वो किताब उठा दीजियेगा', तेव्हा मीर त्याच्या नोकराला हाक मारून म्हणाले, 'देखो, ये तुम्हारे आक़ा क्या फरमा रहे हैं ।'

-बिचारा नवाब इतका गडबडला, की त्याने स्वत: उठून पुस्तंक उचलून घेतले.

बारीक जवारीदार आवाजात ग़ज़ल पेश करणारे मीर मुशायऱ्यात खूपच लोकप्रिय होते. त्यांच्या वेळी मिर्ज़ा सौदा, बक़ा हे उत्तम निंदाविषयक काव्यरचना (हजवे) करणारे शायर देखील मुशायऱ्यात लोकप्रिय होते. मीरच्या घमेंडखोर स्वभावामुळे त्यांची आणि मीरची मुशायऱ्यात नेहमीच चकमक उडत असे. त्या दोघांनी मीरची पार वाताहत करून टाकली.

*पगडी अपनी सम्हालियेगा 'मीर'*
*और बस्ती नहीं, यह दिल्ली है*

अशा रचना बक़ा किंवा सौदा पेश करीत; आणि मीर संतापून जाई व निंदाव्यंजक रचना करण्याच्य अट्टहासात उत्तमोत्तम रचना बाजूला राहून जात. परंतु

नंतरच्या काळात मीर बरेच निवळले, आणि कित्येक शेरांत त्यांनी सौदाच्या काव्यगुणांची प्रशंसा केली आहे. नवाब आसिफ उद्दौलांच्या आश्रयाला असताना एक दिवस त्यांना कुणीतरी विचारले

'आपकी नजर में कौन कौन शायर हैं?' (तुमच्या मते कोण कोण शायर आहेत?)

'एक मिर्ज़ा 'सौदा' और दूसरा मैं।' अन् जरा वेळ थांबून म्हणाले, 'और आधे ख्वाजा मीर 'दर्द' (आणि ख्वाजा मीर 'दर्द' हा अर्धा शायर आहे)' त्या विचारणाऱ्याने परत प्रश्न केला- 'और मीर 'सोज़?'

तेव्हा भुवया वाकड्या तिकड्या करीत मीर म्हणाले,

'अच्छा, मीर सोज़ भी शायर हैं?' (अरेच्या, मीर सोज़सुद्धा शायर आहे, वाटतं?)

तेव्हा प्रश्नकर्ता गडबडून म्हणाला,

'मीर साहब ! वो तो नवाब आसिफ उद्दौलाके शायरीके उस्ताद जो ठहरे हें !'

मग मीर म्हणाले, 'खैर, तो ढाईके बजाय पौने तीन सही!' (असं होय? मग अडीच ऐवजी पावणे तीन समजा.)

आसिफ उद्दौलांच्या नंतर नवाब सादत अली लखनौचे नवाब बनले, तेव्हा मीरने दरबारात जाणे सोडूनच दिले. दरबार देखील मीरला विसरला. एक दिवस मीर मशिदीत बसले असताना नवाबांची स्वारी तेथे आली. सर्वांनी उभे राहून खडी ताजीम दिली. परंतु मीर जागचे उठले देखील नाहीत. नवाबने विचारले, की हा इसम कोण? तेव्हा त्यांना कळले की, सुप्रसिद्ध मीर तक़ी 'मीर' म्हणतात, तो हाच. त्यांनी परत गेल्यावर खिलवतीची (सन्मानाची) वस्त्रे आणि हजार रुपये नजराणा पाठविला. परंतु मीर साहेबांनी तो साभार परत पाठविला आणि दरबारात वर्दी लावण्याचे नाकारले. चक्रावून गेलेल्या नवाब सादत अली खाँ यांनी आपल्या पदरचे नामांकित शायर सय्यद 'इन्शा' यांना काय प्रकार आहे, म्हणून चौकशी करण्यासाठी पाठविले. त्याने खोदूनखोदून विचारल्यावर मीर साहेब म्हणाले,

'आजवर नवाबसाहेब मला विसरलेच होते. आता समोर दिसल्यावर तोंडदेखला सन्मान करता? —एखाद्या भिकाऱ्याला दान द्यावे, तशी खिलवत पाठविता? ते नवाब असतील आपल्या मुलुखाचे— पण मीही बादशाह आहे माझ्या शायरीचा.... एक वेळ उपाशी मरेन; पण असला अपमान सहन करणार नाही....' बिचाऱ्या इन्शाने मोठ्या कष्टाने मीरची समजूत काढली आणि ते मीर साहेबांना दरबारात घेऊन गेले. मात्र नवाब सादतअलींनी काहीही आकस न धरता मीरची उत्तम बडदास्त ठेवली. हे अखेरचे थोडेसे दिवस मीरच्या आयुष्यातील मोठ्या सुखाचे होते.

मीरचे एकंदर सहा दीवान प्रसिद्ध झाले आहेत. त्यांत सुमारे चौदा हजार शेर असलेल्या १८३९ गजला आहेत. ८३ फुटकळ शेर आहेत. या व्यतिरिक्त आठ कसीदे (स्तुतिपर काव्ये), एकतीस मसनवी (खंडकाव्ये), एकशे तीन रुबाया, अनेक निंदाव्यंजक काव्ये आणि शिकारनामे आहे. त्यांचा एक फारसी काव्याचा दीवान अद्याप अप्रकाशित आहे. 'जिक्रे-मीर' या आपल्या आत्मचरित्रात त्यांनी आपल्या आयुष्यातील अनेक घटना नमूद केल्या आहेत. पण त्यात काव्यलेखनाविषयी मात्र फारच थोडा उल्लेख आढळतो.

दीवान म्हणजे कोणताही काव्यसंग्रह नव्हे. वर्णमालेत जितकी मुळाक्षरे असतात, त्या प्रत्येक अक्षराचे यमक घेऊन किमान एक ग़ज़ल रचावयाची, अशा सर्व मुळाक्षरांच्या ग़ज़ला ज्या संग्रहात असतात, त्यालाच 'दीवान' ही संज्ञा आहे. एरवी काव्यसंग्रहाला 'मजमुआ' अथवा 'कुल्लियात' म्हणतात. दीवान लिहिण्यासाठी असामान्य भाषाप्रभुत्व लागते. मिर्ज़ा 'ग़ालिब' सारखा महान शायर केवळ एखादा-दुसराच दीवान रचू शकतो यावरून 'मीर'च्या अलौकिक प्रतिभेची आणि पांडित्याची कल्पना यावी. दिल्लीतील अराजकात त्याच्या अनेक उत्तमोत्तम रचना नष्ट झाल्या. त्याने फारसी भाषेत लिहिलेले आत्मचरित्र 'ज़िक्रे-मीर' हे देखील डॉ. अब्दुल हक़ यांनी खूप परिश्रमपूर्वक संशोधन करून नंतर प्रसिद्ध केले. परंतु आजदेखील मीरचे साहित्य रसिकांना सहजासहजी उपलब्ध होत नाही. या फारसी आत्मचरित्रात मीरने आयुष्यातील अनेक घटना तपशीलवार नमूद केल्या आहेत. परंतु त्यात काव्यरचनेबाबत मात्र फारच त्रोटक नोंदी आहेत.

मिर्ज़ा 'ग़ालिब' मीरविषयी फार आदराने लिहितात-

*रेख़्तेके तुमही उस्ताद नहीं हो 'ग़ालिब'*
*कहते हैं अगले ज़मानेमें कोई 'मीर' भी था ।*

'...ग़ज़लेचा तूच कुणी मोठा उस्ताद लागून गेला नाहीस, रे, ग़ालिब... पूर्वीच्या जमान्यात कुणी 'मीर' होऊन गेलाय्...'

इब्राहीम 'ज़ौक़' देहलवी म्हणतात-

*न हुवा पर न हुवा 'मीर' का अन्दाज़ नसीब*
*'ज़ौक़' यारने बहुत ज़ोर ग़ज़लमें मारा ।*

'...कितीही प्रयत्न केला, तरी 'मीर' ची वर्णनशैली साध्य करणे आपल्या नशिबात नाही रे 'ज़ौक़'... त्याची ग़ज़ल म्हणजे जबरदस्त काम आहे...'

'हज़रत 'दाग़' देहलवी म्हणतात—

*'मीर' का रंग बरतना नहीं आसान ऐ 'दाग़'*
*उनके दीवानसे देख मिलाकर दीवान अपना ।*

'...मीरच्या ढंगाने ग़ज़ल लिहिणे इतके सोपे नाहीय्, रे, दाग़... जरा त्याच्या काव्यसंग्रहाशी आपल्या काव्यसंग्रहाची तुलना करून बघ, म्हणजे समजेल...'

*मुशायऱ्यात कायम मीरच्या विरुद्ध चुरस बाळगणारे उस्ताद मिर्ज़ा 'सौदा' म्हणतात:*

*'सौदा' तू इस जमींमें ग़ज़ल-दर-ग़ज़ल ही लिख*
*होना है तुझको 'मीर' से उस्तादकी तरफ ।*

'...अरे 'सौदा', तुझं आपलं त्या नेहमीच्या ठराविक वृत्तातच ग़ज़ल एके ग़ज़ल चालू दे- पण खरं म्हणशील, तर तुला 'मीर'सारख्या उस्तादाकडंच जायला हवं...'

उर्दू या या बोलीभाषेवर 'मीर'चे जबरदस्त प्रभुत्व होते. मोगल अमदानीत फारसी-अरबी भाषांचे फार मोठे प्रस्थ होते. मीर नंतर येणाऱ्या मिर्ज़ा ग़ालिबवर देखील फारसीचा फार मोठा पगडा होता. परंतु मीरने मात्र अरबी-फारसी शब्द टाळून हिंदी शब्दांचा फार सुरेख प्रभावी उपयोग केला. साजन, बचन, दोष, भसम (भस्म), बासन, नगर, सुमीरन (स्मरण) गुन (गुण) असे अनेक शब्द त्याच्या रचनांमधून आढळतात 'फारसीत फुलाचा वास घेण्याला 'बू करदन' असा शब्दप्रयोग करतात. मीर ऐवजी 'बास करना' असा शब्दप्रयोग करतो, पहा—

*गुलको महबूब हम कयास किया*
*फ़र्क निकला बहुत जो बास किया ।*

'...ते सुंदर दिसणारे फूल सुगंधी असेल (ती सौंदर्यवती संवेदनशील असेल), अशी कल्पना होती... परंतु वास घेतला अन् भ्रमनिरास झाला... इतका फरक आढळला, की काही विचारूच नका...'

फारसी वाङ्मयातील लैला-मजनूँ, शीरीं-फरहाद, शोला-ए-तूर वगैरे कल्पनां-ऐवजी मीर भारतीय संस्कृतीसमवेत निगडित असलेल्या कथांचा वापर करतो.

*आतिशे-इश्क़ने रावनको जलाकर मारा*
*गर्चे लंका सा था उस देवका घर पानीमें ।*

'...त्या महापराक्रमी रावणाला देखील प्रेमाग्नीनं जाळून टाकलं... (मग तुमची आमची काय कथा...) ....गंमत अशी की, या महाबलाढ्य दानवाचं घर– श्री लंका पूर्णत: पाण्याने वेढलेलं असताना सुद्धा....'

जळणारा दीपक आणि प्रेमाग्नीने जळणारे हृदय ही कल्पना आता सामान्य

झाली आहे. परंतु तिचा उपयोग मीरने किती सहजगत्या आणि हृद्यपणे केला आहे, पहा-

*शामसे कुछ बुझा बुझा सा रहता है*
*दिल हुवा है चिराग़ मुफलिसका ।*

'...सायंकाळपासूनच प्रज्वलित होण्याऐवजी मंद मंद होत विझत (उदास होत) जाणारं माझं हृदय... जणू (तेल नसल्यामुळे लवकरच विझून जाणारा) कुणा गरिबाच्या घरातील दीपकच...'

*ताब किसको है जो हाले-'मीर' सुने*
*हाल ही कुछ और है मजलिस का ।*

'...कुणाकडे इतकी सहनशीलता असणार आहे 'मीर'ची कर्मकहाणी ऐकून घेण्याची? ...अन् या मैफलीत तर काय औरच मंडळी जमलेली दिसताहेत...'

स्वत:च्या रचनांबाबत मीरने अनेकवार मोठ्या अभिमानाने म्हटले आहे :

*पढते फिरेंगे इन रेख्तोंको गलियोंमें 'मीर'*
*मुद्दत रहेंगी याद ये बातें हमारिया ।*

अरे मीर, या शहराच्या गल्लीगल्लीतील लोक तुझ्या ग़ज़ला गुणगुणत फिरतील... शेकडो वर्षे तुझी गीते लोकांच्या स्मरणात राहतील...'

असा हा तुसडा, घमेंडखोर, तऱ्हेवाईक स्वभावाचा, एकलकोंडा अन् सहसा लोकांत न मिसळणारा, तोंडाने अत्यंत फटकळ परंतु काव्यगुणाने एकमेवाद्वितीय असा ग़ज़लचा अनभिषिक्त सम्राट वयाच्या ८६ व्या वर्षी म्हणजे १८१० साली लखनौ येथे निधन पावला. हल्ली जेथे लखनौचे रेल्वे स्टेशन आहे, तेथे पूर्वी कब्रस्तान होते. तेथेच मीरची कबर होती, असे म्हणतात. आज मात्र त्याचा ठावठिकाणा सापडत नाही.

**ग़ज़ल**

*देख तो, दिल के जाँ से उठता है*
*ये धुआँसा कहाँसे उठता है ।*

'बघ बरं जरा, हृदय जळतंय्, की पंचप्राण जळताहेत?... असं धुराप्रमाणे काहीतरी कुठून निघतंय्?'

*गोर किस दिल-जलेकी है फलक*
*शोला इक सुबह याँसे उठता है ।*

'-हे आकाश म्हणजे कोणत्या हृदय जळलेल्या (प्रेमिकाची) कबर आहे? - रोज सकाळी येथून आग उसळत असते.'

*बैठने कौन दे है फिर उसको*
*जो तेरी आस्ताँसे उठता है ।*

'...अन् जो तुझ्या दरवाजाच्या चौकटीपासून (तुझ्याजवळून) दूर निघून गेलाय्, त्याला परत जवळ कोण करणार आहे?'

*यूँ उठे आह ! उस गलीसे हम*
*जैसे कोई जहाँसे उठता है ।*

'...हाय! त्या गल्लीतून (प्रेयसीच्या घराजवळून) मी असा (अतीव दुःखाने) उठून परत जायला निघालोय्, की जसा कुणी हे जग सोडून निघालाय्...'

*खान-ए-दिलसे जीनहार न जा*
*कोई ऐसे मकाँसे उठता है ।*

'माझे हृदयमंदिर कदापि सोडून जाऊ नकोस... अग (वेडाबाई), असा राजमहाल कुणी सोडून जातं काय?'

*इश्क़ इक 'मीर' भारी पथ्थर है*
*कब ये तुझ नातवाँसे उठता है ।*

'...अरे 'मीर', हे प्रेम म्हणजे अति वजनदार पाषाण आहे... तुझ्यासारख्या नाजूक माणसाला कसा उचलणार?'

**ग़ज़ल**

*हस्ती अपनी हुबाब की सी है*
*ये नुमाइश सुराबकी सी है ।*

'आपलं आयुष्य एखाद्या बुडबुड्याप्रमाणे (क्षणभंगुर) आहे... अन् त्याचं दर्शन तर वाळवंटात दिसणाऱ्या मृगजळाप्रमाणं (अत्यंत फसवं) आहे...'

*नाज़ुकी उसके लबकी क्या कहिये*
*पंखडी इक गुलाबकी सी है ।*

'...तिच्या (लालचुटुक) नाजूक ओठांविषयी काय बोलायचं? एखाद्या गुलाबाच्या फुलाची (सुकोमल) पाकळीच म्हणा ना...'

*बार बार उसके दरपे जाता हूँ*
*हालत अब इज़्तराबकी सी है ।*

'...पुन्हा पुन्हा तिच्या दाराजवळ घुटमळतोय्... इतका अस्वस्थ झालोय् की अगदी तडफडतोय् म्हणा ना...'

*मैं जो बोला, कहा, के ये आवाज़*
*उसी खाना-खराब की सी है ।*

'...मी काही बोललो, तर ती म्हणाली, हा आवाज तर त्या घरदार उद्ध्वस्त झालेल्या माणसासारखा (म्हणजेच 'मीर'सारखा) आहे...'

*'मीर' उन नीमबाज़ आँखोंमें*
*सारी मस्ती शराब की सी है ।*

'...अरे 'मीर', त्या अर्धोन्मीलित नेत्रांमध्ये एखाद्या कैफ चढविणाऱ्या मद्याची सारी मस्ती भरून राहिलीय्...'

**ग़ज़ल**

*उलटी हो गयीं सब तदबीरें कुछ न दवाने काम किया ।*
*देखा इस बीमारी-ए-दिलने आखिर काम तमाम किया ।*

'...सगळ्या खटपटींचा-प्रयत्नांचा अगदी उलटाच परिणाम झालाय्... अन् औषधांचा तर काहीच गुण आला नाहीय्...'

*अहदे-जवानी रो रो काटा पीरीमें ली आँखें मूँद*
*यानी रात बहुत थे जागे, सुबह हुई आराम किया ।*

'...तारुण्यातील दिवस रडण्यात गेले-म्हातारपणी डोळे बंद करून घेतले- जसं रात्रभर जागलो होतो अन् सकाळ झाल्यावर डोळे मिटून आराम करायला सुरुवात केली. (आयुष्यभर प्रेमापोटी वणवण करीत दु:खी झालो- शेवटी मरणाने सुटका केली.)'

*नाहक हम मजबूरोंपर ये तोहमत है मुख़्तारीकी*
*चाहे हैं सो आप करे हैं हमको अबस बदनाम किया ।*

'...उगाच आम्हां प्रेमिकांवर 'मन मानेल तसे वागतात' म्हणून आरोप केले जातात- अहो, इतकं स्वातंत्र्य कुठं असतं आम्हांला-? उलट, तीच वाटेल ते करीत असते अन् आम्ही बिचारे नाहक बदनाम होतो.'

*किसका क़ाबा, कैसा किब्ला, कौन हरम है क्या अहराम*
*कूचेके उस बाशिंदोंने सबको यहींसे सलाम किया ।*

'...कुठली मक्का अन् कुठलं आदरणीय पवित्र स्थळ (हजरे अस्वद) कुठल्या प्राचीन वास्तु अन् त्यांचे घुमट... कुठले कोण वृद्ध तपस्वी?... अहो त्या (प्रेयसीच्या) गल्लीतील मंडळींनी इथूनच सर्वांना रामराम केला...'

*'मीर' के दीनो-मज़हबको अब पूछते क्या हो, उनने तो*
*क़श्क़ा खींचा, दैरमें बैठा, कबका तर्क इस्लाम किया ।*

'...अन् आता मीरच्या धर्मपरायणतेबद्दल कसलं काय विचारता आहात? अहो, तो तर केव्हाच भस्माचे पट्टे फासून देवळात बसलाय्... इस्लाम केव्हाच सोडून दिलाय् त्यानं...'

**ग़ज़ल**

*ग़म रहा जबतक के दममें दम रहा*
*दिलके जानेका निहायत ग़म रहा ।*

'...खूप दुःख होतं आयुष्यात... अगदी अखेरच्या क्षणापर्यंत श्वास घेईपर्यंत त्यानं माझा पाठपुरावा केला... दुसऱ्यावर मन जडल्याचं अतीव दुःख होतं ते...'

*दिल न पहुँचा गोश-ए-दामाँ तलक*
*कतर - ए - खूँ था मिजाँपर जम रहा ।*

'... माझं वेडं हृदय तिच्या पदराच्या कोपऱ्यापर्यंत देखील पोहोचू शकलं नाही... (मी कुठल्याच प्रकारे तिच्याशी जवळीक साधू शकलो नाही—प्रेम व्यक्त करू शकलो नाही) ...पापण्यांवर (अश्रूबिंदूंऐवजी) रक्ताचे थेंब जमू लागले होते...'

*हुस्न था तेरा बहुत आलम फरेब*
*खतके आनेपर भी एक आलम रहा ।*

'...तुझं सौंदर्य तर इतकं वेडावून टाकणारं अन् दुःखाचाही विसर पाडणारं होतं की तू पत्र लिहून कळविलंस (की तुझं माझ्यावर मुळीच प्रेम नाहीय म्हणून) तरी देखील त्या मादक सौंदर्याची धुंदी उतरली नव्हती...'

*मेरे रोनेकी हक़ीक़त जिसमें थी*
*एक मुद्दततक वो कागज़ नम रहा ।*

'...(अतोनात दु:खामुळं मी इतके अश्रू ढाळले होते, की) त्याची हकीकत ज्या कागदावर लिहून पाठविली होती, तो कागद कित्येक वर्षे ओला राहिला होता...'

*सुबह पीरी शाम होने आयी 'मीर'*
*तू न चेता याँ बहुत दिन कम रहा ।*

'...सकाळ म्हातारी झालीय् अन् सायंकाळ व्हायला आलीय्, तरी 'मीर' तुला अजून काही स्फूर्ती येत नाहीय्, काही विचार केला नाहीय्स... दिवस आता थोडा राहिलाय्... (तुझं तारुण्य संपलं अन् वृद्धावस्था आलीय्... आयुष्य संपत आलंय्, तरी तुझ्या हातून अद्याप काहीच घडत नाहीय्...)'

## बहादुरशाह 'ज़फ़र'

*गाज़ियोंमें बू रहेगी जब तलक ईमानकी*
*तब तो लंदनतक चलेगी तेग़ हिंदोस्तान की ।*

'...जोवर या शूर सैनिकांमधे इमानदारीचा अंश शिल्लक आहे, तोवर हिंदुस्तानची तलवार थेट लंडनपर्यंत जाऊन भिडेल...'

स्वत:च्या वयाची ब्याऐंशी वर्षे उलटून गेली असताना दुर्दम्य उत्साहाने हातात तलवार घेऊन १८५७ च्या स्वातंत्र्यसमरात बंडखोर सैनिकांच्या पुढे घोडा फेकणाऱ्या युवावृद्ध बादशहाची तडफ पाहून मन थक्क होते. उत्कृष्ट तलवारबाजी आणि घोडेस्वारीबद्दल बादशहा बहादुर शाहचा फार मोठा लौकिक होता. 'राजकारणात राहून देखील विरक्त वृत्ती बाळगणाऱ्या या सूफी प्रवृत्तीच्या, दिलदार आणि उमद्या स्वभावाच्या बादशहाच्या नशिबाचे फासे मात्र सतत उलटेच पडत गेले. आज त्याच्या मृत्यूनंतर सव्वाशे वर्षे उलटून गेली, तरी मौलाना मुहम्मद हुसेन सारखे विद्वान टीकाकार 'या रचना त्याच्या नव्हेतच- बहुधा राजकवी ज़ौक़च्या असाव्यात—शाही दडपणामुळे इतरांच्या रचना बादशहाच्या नावावर खपविल्या गेल्या—' असा अभिप्राय देतात. केवढा अन्याय आहे!

'ज़ौक़' देहलवी यांचा शागिर्द, सतत मिर्ज़ा 'ग़ालिब' आणि मोमिनखाँ 'मोमिन' देहलवी वगैरेंच्या सहवासात रमणारा हा सुविद्य, सुसंस्कृत आणि विद्वान बादशहा स्वतःची ग़ज़ल रचू शकत नसेल? शेरोशायरीत कायम रममाण होणाऱ्या 'ज़िन्दादिल' बादशहाची शायरी मामुली असूच शकत नाही, हे विधान करावयाला कुणा पंडिताची आवश्यकता नाही; आणि आग्रही प्रतिपादन करावयाचेच म्हटले, तर बादशहाच्या काही रचना आणि शेर पाहून त्यासंबंधी अनुमान बांधता येईल. 'बादशाही तख्त' आणि 'बादशाहत' यांबाबत 'ग़ालिब', 'मोमिन' किंवा बादशहाचे शायरीतील उस्ताद ज़ौक़ त्यांपैकी कोणतीही रचना अथवा शेर लिहू धजले नसते. फार काय, त्यांना तसे धाडसही झाले नसते. आपल्याकडील एका समजुतीप्रमाणे सर्पराज नागाची सावली मस्तकावर पडली, तर माणूस राजयोगी बनतो (मल्हारराव होळकरांच्या बाबतीत अशी दंतकथा प्रचलित आहे) या समजुतीप्रमाणेच फारसी भाषेत 'हुमा' नावाचा पक्षी कल्पिलेला आहे. या पक्ष्याची सावली अंगावर पडली, तर माणूस बादशहा बनतो अशी समजूत आहे. त्यावर आधारित बादशहा 'ज़फ़र'च्या ग़ज़लेतील एक सुंदर शेर पहा–

*क्यौं न तडपे वो हुमा अब दाममें सैय्याद के*
*बैठना दो दो पहर अब तख्तपर जाता रहा ।*

'... त्या हुमालाच पारध्यानं जाळ्यात पडकलंय् अन् तो आता असहायपणे तडफडतोय्... (कारण इतःपर कुणी बादशहा होणं शक्यच नाहीय्...) बादशाही तख्तावर सुखानं प्रहरो-प्रहर बसणं संपलंच आहे आता... (माझ्याभोवती ब्रिटिशांचे पाश आवळत चालले आहेत... आता माझ्यानंतर हिंदुस्थानात कुणी बादशहा होणंच शक्य नाहीय्...)...'

बादशहाची इतकी केविलवाणी अवस्था वर्णन करणारा शेर रचण्याचे धाडस कुणी केले असते, तर बादशहाने त्याला सरळ फासावर लटकविले नसते काय?

मोमिन खाँ 'मोमिन' देहलवी (१२ मे, १८५२) आणि इब्राहीम 'ज़ौक़' देहलवी (१६ नोव्हेंबर, १८५४) हे दोघेही १८५७ मधल्या स्वातंत्र्यसमराच्या अगोदरच परलोकवासी झाले होते आणि बादशहा 'ज़फ़र' ला ११ ऑक्टोबर, १८५९ ला रंगून येथे हद्दपार करण्यात आले. तेथेच त्याचा दुःखद अंत झाला (७ नोव्हेंबर, १९६२) तेव्हा 'रंगून येथील उपेक्षित कबर' ही कल्पना ज़ौक़ किंवा मोमिन यांना सुचण्याची शक्यताच नाही, तेव्हा 'लगता नहीं है जी मेरा...' या ज़फ़रच्या अतिसुंदर आणि लोकप्रिय ग़ज़लेचा मक्ता (शेवटचा शेर — ज्यामध्ये शायराचे नाव गुंफलेले असते) पहा —

*कितना है बदनसीब 'ज़फ़र' दफ्न के लिए*
*दो गज़ ज़मीन मिल न सकी कू-ए-यारमें ।*

'...किती कमनशिबी आहे हा 'ज़फ़र' पहा... बिचाऱ्याला मृत्यूनंतर दफन करण्यासाठी म्हणून दोस्तांच्या गल्लीत दोन वार जागा देखील मिळू नये ना...'

ब्रह्मदेशात रंगूनमध्ये हद्दपारीची शिक्षा भोगताना ज़फ़रने रचलेल्या गजलांमध्ये याहीपेक्षा स्पष्ट उल्लेख आढळतो:

*यही हसरत थी के घर मेरा मदीनेमें रहे*
*बना रंगून में, अरमाँ मेरे दिलके दिलमें रहे ।*

'...हज़रत पैगंबर साहेबांच्या मदीना या पवित्र शहरात माझं घर (थडगं) असावं अन् मी त्यात कायम पडून असावं, अशी जन्मभर मनापासूनची इच्छा होती ... परंतु नशीब बघा ...माझं थडगं आता रंगूनमध्येच बांधलं जाणार अन् जन्मभर उराशी कवटाळलेली इच्छा आता हृदयातल्या हृदयातच राहणार...'

*आबे-जमजमके एवज़ अश्क़े-खूँ पीनेमें रहे*
*लो खबर किसकी के चन्द दिन जीनेमें रहे ।*

'... त्या (मक्केतील अतिपवित्र) 'जमजम' निर्झराचे पवित्र जल प्राशन करण्याऐवजी स्वत:चे दु:खद रक्ताश्रू पिणं नशिबी आलंय्... आता कुणाची विचारपूस तरी काय करायची?... आयुष्यच संपत आलंय् आता... केवळ काही थोडे दिवसच उरलेय्त...'

या रंगूनमधील तडीपार वास्तव्यावर आधारित शेर ज़ौक़ किंवा मोमिन करू शकतील, हे कालसंगती पाहता अशक्यच आहे. रंगूनच्या पार्श्वभूमीवर घडणारी शोककथा एकट्या 'ज़फ़र'खेरीज कुणी शेरात बांधू शकले नसते.

कलाप्रेमी, विद्वान, रसिक आणि गुणिजनांचा चाहता बहादुर शह 'ज़फ़र' हा एक श्रेष्ठ दर्जाचा शायर होता. हळव्या, भावनाप्रधान मनाचा हा शेवटचा मोगल सम्राट विलासात राहून देखील वृत्तीने नि:संग होता. अनेक निवृत्तिपर शेर त्याच्या लिखाणात आढळतात.

'मोगल राजघराण्यात बादशहा औरंगजेबाच्या नंतर कुणी कर्तृत्ववान राज्यकर्ता निपजलाच नाही. नादिरशाह आणि अहमद शाह अब्दाली यांनी वारंवार हल्ले करून दिल्लीची राज्यसत्ता पार खिळखिळी करून टाकली. नंतरच्या पिढीतील शाह आलम सानी (जन्म १७२८) हा बहादुरशाह ज़फ़रचा आजोबा. याच्या संरक्षणाची जबाबदारी मराठा सेनानी महादजी शिंदे यांनी स्वीकारली होती. महादजी राजपुतांसमवेत झगडण्यात गुंतले असताना जाबता खान रोहिल्याचा मुलगा गुलाम क़ादिर याने दिल्लीवर आक्रमण करून अनन्वित अत्याचार केले. बादशहाच्या बेगमा आणि

शहजादे यांना मारपीट करीत फरपटत रस्त्यावर आणले. बादशहाला भर दरबारात खाली पाडून त्याच्या उरावर बसून खंजिराने त्याचा एक डोळाच उपसून बाहेर काढला. (१० ऑगस्ट, १७८८) बारा तेरा वर्षांच्या कोवळ्या ज़फ़रने हा सारा प्रकार उघड्या डोळ्यांनी पाहिला. त्या विषयी ज़फ़र उद्गारला :

*कोई आँख न थी जो आँसूओंसे तर न थी*
*कोई दिल न था जो उस ग़मसे खाली था ।*

'...ते हृदयद्रावक दृश्य पाहून पाणावले नाहीत, असे नेत्रच नव्हते... असं एकही हृदय नव्हतं, जे दुःखानं भरून आलं नव्हतं...'

*करूँ इस सितमका मैं क्या बयाँ*
*मेरा ग़मसे सीना फिगार है ।*

'...काय वर्णन करायचं त्या भयानक अत्याचाराचं? ...उर फाटून गेलाय् अन् हृदय विदीर्ण झालंय् दुःखातिरेकामुळं...'

चारच दिवसांनी दिल्लीत परतलेल्या महादजींनी ग़ुलाम कादिरला आयुष्यात कधी विसरणार नाही, असा धडा शिकविला. परंतु महादजींच्या मृत्यूनंतर (१७९४) दिल्लीभोवती इंग्रजांचे पाश आवळत गेले. बहादुरशाह ज़फ़रचे वडील बादशहा अकबर सानी गादीवर आले. अकबराच्या लालबाई या हिंदू बेगमेच्या पोटी सिराजउद्दीन अबुज़फ़रचा जन्म झाला (२४ ऑक्टोबर, १७७५). साहजिकच तो ज्येष्ठ पुत्र; परंतु बापाने धाकटा मिर्ज़ा जहांगीर याच्या नावाने 'वली अहद' (युवराज) म्हणून द्वाही फिरविली. बारा–चौदा वर्षांच्या कोवळ्या ज़फ़रवर आभाळच कोसळले. ज़फ़रने कळवळून दाद मागितली, तेव्हा बादशहा अकबर सानीने ज़फ़र हा माझा पुत्रच नाही, असे जाहीर केले. दुर्दैवाने परिसीमा गाठली. बिचारा ज़फ़र ईशचिंतनात आणि शेरोशायरीत मन रमवू लागला. पण मिर्ज़ा जहांगीर पूर्णपणे व्यसनी निपजला आणि अतिरिक्त मद्यपानामुळे अकाली निधन पावला (१८२१). शेवटी इंग्रजांनी ज़फ़रला युवराज म्हणून घोषित केले आणि बापाच्या मृत्यूनंतर दिल्लीच्या तख्तावर बसविले (३० डिसेंबर, १८३७); परंतु इंग्रज गव्हर्नर जनरल ॲमहर्स्टने बजावले, 'तू केवळ नाममात्र बादशहा आहेस. प्रत्यक्षात सत्ता सर्वस्वी आमचीच राहील. केवळ उपचार म्हणून तुला बादशहा हा किताब वापरता येईल, इतकेच !'

ज़फ़रचे आजोबा शाह आलमच्या कारकीर्दीतच इंग्रजांनी आपले पाश इतके आवळत आणले होते, की बादशाही सत्ता लालकिल्ल्यापासून सुमारे दहा मैलांवर असणाऱ्या पालम (नवी दिल्लीतील हल्लीचा विमानतळ) पर्यंत जेमतेम चालत असे. त्याबद्दल दिल्लीतील शायरी शौकीन नागरिक बोलावून दाखवीत—

*सल्तनते-शाहे आलम*
*अज़ दिल्ली ता पालम ।*

बहादुरशहाच्या जमान्यापर्यंत ती आणखीच मर्यादित होऊन फक्त लाल किल्ल्याच्या भिंतींच्या आतच चालत असे. सर्वत्र व्यसनीपणा, चुगली-चहाडखोरी, भ्रष्टाचार अन् विश्वासघात बोकाळला होता. इंग्रजांनी नेमून दिलेल्या तनख्यावर बादशहा आल्यागेल्यांचे स्वागत करून सढळ हाताने देणग्या देत असे. या अवघडलेल्या परिस्थितीत वज़ीर मुगलबेग याने दगलबाजी करून शाही खजिना आणि जवाहीर लुटून नेले. बादशहाने कपाळाला हात लावला. तक्रार करायची म्हटली, तरी कुणाकडे करायची?

*भरी है दिलमें जो हसरत कहूँ तो किससे कहूँ?*
*सुने ये कौन मुसीबत कहूँ तो किससे कहूँ?*

'...मनात केव्हापासून असलेली अपूर्ण इच्छा सांगायची तरी कुणाला? ...आपलं दु:ख, आपलं संकट आता सांगायचं तरी कुणाला?...' (अन् ऐकणार तरी कोण?)

*किसीको देखता अपना नहीं हक़ीक़तमें*
*'ज़फ़र' अपनी हक़ीक़त कहूँ तो किससे कहूँ?*

'...अन् जफर (कुणी कितीही आपुलकी दाखवीत असलं, तरी) प्रत्यक्षात आपलं असं कुणीच नाहीयू... मग आपली ही दु:खद कहाणी ऐकवायची तरी कुणाला?...'

या धक्क्यातून सावरतो, न सावरतो, तोच थोरला शहज़ादा दाराबख्त याचे दुखणे विकोपाला जाऊन तो वेडसर झाल्याचं दु:ख नशिबात आलं. दुसरा शहज़ादा शहारूख कर्तबगार होता; परंतु अकाली निधन पावला (१८४७). त्यानंतर दोन वर्षांनी थोरला स्मृतिभ्रंश झालेला दाराबख्त देखील वारला. त्यानंतर तिसरा राजपुत्र मिर्ज़ा फकरू याला १० जुलै, १८५६ रोजी विषप्रयोग होऊन तो देखील इहलोक सोडून गेला. बिचारा बादशहा दुर्दैवाचे दशावतार हताशपणे बघत राहिला. ज़फ़रच्या या कालावधीतील मन:स्थितीचे प्रतिबिम्ब त्याच्या शेरांमधून डोकावते-

*सब यार कूच कर गये मेरी खुली न आँख*
*गफ़लतने क्या कहूँ मुझे कैसा सुला दिया ।*

'...सारे सगेसोयरे पुढं निघून गेले अन् मी मात्र बेसावधपणे झोपूनच राहिलो... या थोड्या बेसावधपणानं कसं अगदी साफ झोपविलंच मला...'

अन् मग एकदम परमेश्वराकडे वळून म्हणतो-

*तुमने किया ना याद कभी भूलकर मुझे*
*हमने तुम्हारी यादमें सब कुछ भुला दिया।*

'...परमेश्वरा, तुला मात्र माझी कधी चुकून सुद्धा आठवण झाली नाही... (मला परलोकी बोलावून घेतले नाहीस...) ...अन् मी मात्र तुझ्या नामस्मरणात साऱ्या दुनियेला विसरलो...'

स्वातंत्र्यसमरात बादशहाने बंडखोर सैनिकांचे नेतृत्व स्वीकारले आणि इंग्रजांशी उघड युद्ध पुकारले. पण कित्येक सरदार, नवाब, अमीर-उमराव यांनी मात्र इंग्रजांशी हातमिळवणी केली. इलाहीबक्षने दगलबाजी करून हुमायूनच्या मकबऱ्यात गुप्तपणे वास्तव्य करणाऱ्या बादशहाला कैद करविले. मिर्ज़ा मुगल आणि मिर्ज़ा खिज्र हे दोन्ही राजपुत्र देखील इंग्रजांच्या ताब्यात सापडले. आणि क्रौर्याचा कळस म्हणजे ब्रह्मदेशातील रंगून येथे प्रयाण करण्याचे दिवशी (११ ऑक्टोबर, १८५९) बादशहाला जो सकाळचा नाश्ता पाठविण्यात आला, त्या तबकावरील रुमाल उचलला तो फराळासमवेत या दोन्ही छोट्या राजपुत्रांची धडावेगळी मस्तके सप्रेम भेट म्हणून पाठवण्यात आली होती. या राजपुत्रांना ज्या वेशीवर जाहीरपणे ठार मारण्यात आले, तो 'काश्मिर दरवाजा' आजही फेरोजशाह कोटला क्रिकेट मैदानासमोर उभा आहे. परंतु या घटनेनंतर हा दरवाजा 'खूनी गेट' म्हणून ओळखला जातो.

नाश्ता घेऊन येणाऱ्या मेजर हडसनने हलकट मनोवृत्तीचे प्रदर्शन करीत म्हटले,

'कंपनीने तुमचा तनखा बंद केला आहे. त्याची भरपाई म्हणून हा नजराणा घेऊन आलोय्...'

सर्व बाजूंनी खचलेल्या वृद्ध बादशहाने हाही आघात कोरड्या डोळ्यांनी सहन केला. तेव्हा हडसन खवचटपणे म्हणाला

'तुमचे अश्रू देखील संपले काय?'

वृद्ध बादशहा त्याच्याकडं वळून म्हणाला,

'ही गोष्ट तुझ्यासारख्या सामान्य शिपायाच्या आकलनापलीकडची आहे... बादशहा कधी रडत नसतात...'

'जोश' मलिहाबादी यांनी ईस्ट इंडिया कंपनीके फर्जदोंके नाम' (ईस्ट इंडिया कंपनीच्या वंशजांना उद्देशून) या काव्यात या हृदयद्रावक प्रसंगाचा उल्लेख केला आहे.

*ज़िन्दगीके तीसरे फाकेमें*
*एक गिरते हुए को थामने*
*किसके सर लाए थे*
*तुम शाहे-ज़फ़रके सामने?*

...आयुष्याच्या तिसऱ्या अवस्थेतील (वृद्धावस्थेतील) ढासळणाऱ्याला जणू सावरण्यासाठी म्हणून कुणाची मस्तके आणली होतीत तुम्ही बादशहा ज़फ़रच्या समोर?

विकलावस्थेत रंगूनमध्ये नजरकैदेत एकाकी दिवस काढणारा हा उमद्या मनाचा बादशहा ७ नोव्हेंबर, १८६२ रोजी परलोकवासी झाला. स्वत:च्या एकाकी, करुण अवस्थेचे ज़फ़रने केलेले वर्णन अंत:करण पिळवटून टाकते. (आणि त्या अवस्थेची कल्पना येऊन तिचे वर्णन ग़ज़लेच्या शेरात बांधण्यासाठी मोमिन किंवा ज़ौक़ कुणीही हयात नव्हते.)

*प-ए-फ़ातेहा कोई आए क्यौं?*
*कोई चार फूल चढाए क्यौं?*
*कोई शमअ लाके जलाए क्यौं?*
*मैं वो बेक़सीका मज़ार हूँ ।*

'...कोण कशाला म्हणून प्रार्थना करायला येईल माझ्या कबरीवर?- कशाला म्हणून कुणी चार फुलं आणून वाहील किंवा एखादा दिवा आणून लावील? ...मी तर (एक आप्तहीन माणसाची) एक उपेक्षित कबर आहे... (माझी कबर आता रंगूनमध्ये अशीच बेवारशी पडून राहील...)'

**ज़फ़रच्या ग़ज़ला**

*पसे-मर्ग मेरे मज़ारपर जो दिया किसीने जला दिया*
*उसे आह! दामने-बादने सरे-शाम ही से बुझा दिया ।*

'...माझ्या मृत्यूनंतर कुणीतरी माझ्या कबरीवर एक दिवा आणून लावला होता (माझी आठवण म्हणून), पण अरेरे! अगदी सायंकाळच्या सुरुवातीलाच वाऱ्याच्या झुळकीनं तो विझवून टाकला...'

*मुझे दफ्न करना तू जिस घडी, तो ये उससे कहना के ऐ परी*
*वो जो तेरा आशिक़े-ज़ार था, तहे-खाक़ उसको दबा दिया ।*

'...ज्या क्षणी मला दफन करशील, तेव्हा तिला जाऊन सांग की, हे सुंदरी, तो जो तुझ्यावर प्रेम करणारा (वेडा पीर) होता, त्याला मातीखाली पार गाडून टाकलाय्... (संपला तो आता)...'

*मेरी आँख झपकी थी एक पल, मेरे दिलने चाहा के उठके चल*
*दिले-बेक़रारने ओ मियाँ! वहीं चुटकी लेके जगा दिया ।*

'...अगदी क्षणभरच डोळा लागला होता, पण बेटं हृदय तडफडत होतं तिच्याकडे जाण्यासाठी... त्या तडफडणाऱ्या हृदयाने लागलीच जागे केले... (काय नशीब आहे बघा... साधी शांत झोप देखील आता नशिबात नाहीय्...)'

*मैंने दिल दिया, मैंने जान दी, मगर आह ! तूने न कद्र की*

*किसी बातको जो कभी कहा, उसे चुटकियोंसे उडा दिया ।*

'..मी हृदयच काय, पण प्राणदेखील तुला अर्पण केले, पण हाय ! तुला कशाचीच कदर नव्हती...काहीही म्हणालो, तरी चुटकीसरसं उडवून लावलंस...'

*कहा नामाबरने जवाब दो खते-शौके-आशिक़े-ज़ार का*
*वही खत को आगमें डालकर कहा, कहियो खतको जला दिया ।*

'...(माझ्या) संदेशवाहकानं (तुला) सांगितलं, की बिचाऱ्या प्रेमिकाच्या पत्राला उत्तर दे, म्हणून, तर पत्र आगीत झोकून दिलं अन् (बेपर्वाईने) म्हटलं, सांगा त्याला, की जाळून टाकलंय्, म्हणून...'

*पसे-मर्ग कब्रपे ऐ 'ज़फ़र' कोई फातेहा भी पढे कहाँ*
*वो जो टूटी कब्रका था निशाँ उसे ठोकरोंसे उडा दिया ।*

'...माझ्या मृत्यूनंतर माझ्या थडग्याजवळ कोणी मरणोत्तर प्रार्थना करायची, म्हटली, तरी करणार कुठं? त्या मोडकळीला आलेल्या कबरीच्या ज्या काही खाणाखुणा-अवशेष शिल्लक राहिले होते, ते लाथेने उडवून लावले तिने... (किती दुःस्वास तरी करावा माणसानं?)'

**ग़ज़ल**

*लगता नहीं है जी मेरा उजडे दयारमें*
*किसकी बनी है आलमे-नापाएदारमें ।*

'...त्या ओसाड स्मशानवत जगात आता माझं मन रमत नाहीय्.... कुणाचं म्हणून भलं झालंय् या नश्वर जगात?'

*बुलबुलको पासबाँसे ना सैय्यादसे ग़िला*
*क़िस्मतमें कैद थी लिखी फस्ले-बहारमें ।*

'...बिचाऱ्या बुलबुलाची बागेच्या पहारेकऱ्याबद्दल किंवा फासेपारध्याबद्दल तक्रार तरी काय असणार आहे? ऐन वसंतऋतूत कैदेत खितपत पडणं हे नशिबातच लिहिलं होतं ना?'

*कह दो इन हसरतोंसे कहीं और जा बसे*
*इतनी जगह कहाँ है दिले-दाग़दारमें ।*

'...आता या (कधी पुऱ्या न होणाऱ्या) आशा-आकांक्षांना सांगा, की कुठेतरी दुसरीकडे जाऊन वस्ती करा...माझ्या या पोळलेल्या हृदयात आता त्यांच्यासाठी जागाच उरली नाहीय्... (नवीन काही इच्छा करायची हिंमतच राहिली नाहीय्)...'

*उम्रे - दराज़ माँगके लाये थे चार दिन*
*दो आरज़ूमें कट गये दो इन्तज़ारमें ।*

'...(परमेश्वराकडून) चार दिवसांचे 'लांबलचक' आयुष्य मागून घेतले होते... त्यांपैकी दोन दिवस इच्छा करण्यात गेले अन् उरलेले दोन दिवस वाट पाहण्यात निघून गेले...'

*दिन ज़िन्दगीके खत्म हुए शाम हो गयी*
*फैलाके पाँव सोएंगे कुंज-ए-मज़ारमें ।*

'...आयुष्याचे दिवस सरून गेलेयृत...आता आयुष्याची सायंकाळ झालीय्... (म्हातारपण आलंय्) आता कबरीच्या एखाद्या कोपऱ्यात पाय पसरून झोपायचंय्, दुसरं काय?'

*है कितना बदनसीब 'ज़फ़र' दफ्न के लिए*
*दो गज़ ज़मीन मिल न सकी कू-ए-यारमें ।*

किती अभागी आहे हा 'ज़फ़र', बघा-- निदान त्याला गाडण्यासाठी तरी दोस्तांच्या गल्लीत दोन वार जागा मिळावी- पण तेही नशिबात नाहीय्...'

**ग़ज़ल**

*क्या खिज़ाँ आयी चमनमें हर शजर जाता रहा*
*चैन और मेरे ज़िगरका भी सबर जाता रहा ।*

'...काय (कडाक्याचा) हिवाळा आलाय् या बागेत, की प्रत्येक झाडाची पाने गळून पडली आहेत... माझ्या जिवाची शांती अन् स्वस्थता देखील ढळू लागलीय्...

*क्या खुशी हर एकको थी कर रहे थे सब दुआ*
*जब घुसी फौजे-नसारा हर असर जाता रहा ।*

'...किती सुखा-समाधानात होता प्रत्येकजण अन् सगळेजण परमेश्वराची करुणा भाकीत होते (चांगल्या काळाबद्दल)- पण जेव्हा या इंग्रज फौजा शहरात घुसल्या,

तेव्हा सगळ्या चांगल्या गोष्टींचा नायनाट झाला...'

*क्यौं न तडपे वो हुमा अब दाममें सैय्यादके*
*बैठना दो दो पहर अब तख्तपर जाता रहा ।*

('हुमा' नावाचा एक काल्पनिक पक्षी आहे. त्याची सावली अंगावर पडली, तर मनुष्य बादशहा बनतो, अशी समजूत आहे. कदाचित ज़फ़रने स्वत:लाच हुमा समजून हा शेर रचला असावा. कारण त्यालाही इंग्रजांनी कचाट्यात पकडून बादशाही संपुष्टात आणली होती.)

'...त्या हुमालाच पारध्याने पकडले आहे अन् तो जाळ्यात तडफडतोय् (मला या इंग्रजांनी जखडून टाकलंय्. त्यामुळं आता माझ्यानंतर कुणी बादशहा होणंच शक्य नाहीय्...), त्या सिंहासनावर सुखानं घटका न् घटका बसणं संपलंय् आता...'

*शामको गुँचा खिला था चौकके बाज़ारमें*
*अब वहाँपर या खुदा ! लाखोंका सर जाता रहा ।*

'...ज्या चांदणी चौकात नेहमी फुलांचे सुंदर सुंदर गुच्छ उमललेले असायचे, त्याच ठिकाणी लाखो लोकांची डोकी मारली जात आहेत...अरे देवा !'

*रहते थे इस शहरमें शम्सो - क़मर हूरोपरी*
*लूटकर उनको कोई लेकर किधर जाता रहा ।*

'...चंद्र, सूर्य, सुंदर सुंदर अप्सरा-पऱ्या या शहरात वस्तीला होत्या... त्या सर्व सुंदर गोष्टी आता लुटून नेल्या जात आहेत...'

*आगूँ था ये शहर देहली अब हुवा उजडा दयार*
*क्यौं 'ज़फ़र' ये क्या हुवा? जोबन किधर जाता रहा ।*

'...किती पुढारलेलं शहर होतं दिल्ली... आता उजाड स्मशानवत झालंय्... अरे 'ज़फ़र', काय घडलं हे? तुझ्या तारुण्यातले सुखद दिवस कुठं निघून गेलेयृत?'

**ग़ज़ल**

*न किसीकी आँखका नूर हूँ, न किसीके दिलका क़रार हूँ*
*जो किसीको काम न आ सके मैं वो एक मुश्त गुबार हूँ ।*

'...न कुणाच्या नेत्रांना आल्हाद देणारा प्रकाश आहे, न कुणाच्या हृदयाला शांती (आराम) देऊ शकतो... कुणाच्याही उपयोगी न पडणारी मूठभर माती म्हणजे मी...'

*मेरा रंगरूप बिगड़ गया मेरा यार मुझसे बिछड गया*
*जो चमन खिजाँसे उजड़ गया मैं उसीकी फस्ले-बहार हूँ ।*

'...माझं रंगरूप पार विरूप होऊन गेलंय्...माझे दोस्तही मला सोडून गेले आहेत...कडक हिवाळ्याने उद्ध्वस्त झालेल्या बागेचा वसंत ऋतू म्हणजे मी...'

*न तो मैं क़िसीका हबीब हूँ न तो मैं किसीका रक़ीब हूँ*
*ज़ो बिगड गया वो नसीब हूँ जो उजड गया वो दयार हूँ ।*

'...मी कुणाचा मित्र नाहीय् किंवा कुणाचा शत्रू देखील नाही... मी म्हणजे साक्षात दुर्दैव किंबा फुटकं नशीब, ...किंवा स्मशानवत उजाड झालेलं जग म्हणजे मी...'

*प-ए-फातेहा कोई आए क्यौं? कोई चार फूल चढाए क्यौं*
*कोई शमअ ला के जलाए क्यौं? मैं वो बेक़सीका मज़ार हूँ ।*

'...(माझ्या) मृत्यूनंतर (माझ्या कबरीजवळ उभे राहून ईश्वर मृतात्म्यास शांती देवो, अशी) प्रार्थना करायला कुणी कशाला म्हणून येईल...? कुणी चार फुलं तरी आणून कशाला वाहील...? कुणी दिवा तरी कशाला आणून लावील...? एक पूर्णपणे उपेक्षित थडगं म्हणजे मी...'

*मैं नहीं हूँ नग़मा-ए-जाँफिज़ाँ मुझे सुनके कोई करेगा क्या*
*मैं बडे बिरोगकी हूँ सदा किसी दिल जलेकी पुकार हूँ ।*

'...मी म्हणजे काही एखादं उत्साहवर्धक आनंद गीत नव्हे-कुणाला काय उपयोग होणार असलं गाणं ऐकून? -मी म्हणजे मूर्तिमंत वैराग्याचा ध्वनी किंवा एखाद्या पोळलेल्या हृदयाची आर्त साद म्हणजे मी...'

# ख़ाक़ानी-ए-हिंद शेख इब्राहीम 'ज़ौक़' देहलवी

*अब तो घबराके ये कहते हैं के मर जाएंगे*
*मरके भी चैन न पाया तो किधर जाएंगे?*

-शागीर्द मंडळींपैकी कुणीतरी अनवधानाने शेर गुणगुणले. मिर्ज़ा ग़ालिब एकदम चमकले, 'कुणाचा आहे हा शेर?' नेहमीच्या शिरस्त्याप्रमाणे सकाळच्या वेळी ग़ालिबचे शागीर्द त्याच्या घरीच जमले होते. गंजिफांचा खेळ थांबवून ग़ालिबने पुनः पुन्हा खोदूनखोदून विचारल्यावर मिर्ज़ा शेफ्ताचा चेहरा लालीलाल होऊन गेला. त्याला ग़ालिब-ज़ौक़ यांच्या मुशायऱ्यातील चकमकींची पूर्ण कल्पना होती. 'मुआफी चाहता हूँ...' भीत भीत शेफ्ताने ज़ौक़ देहलवींचे नाव सांगितले, 'क्या खूब...क्या बात...सुभान अल्लाह !' ग़ालिब स्वतःशीच पुटपुटत म्हणाले, 'अल्लातालाने काय ज़ुबान दिलीय् ज़ौक़मियाँना... त्यांच्या तोडीचा शायर हिंदुस्थानात नसेल...' अन् पुनः पुन्हा तो शेर स्वतःच्या ओठांवर घोळवीत राहिले.

मलिकुश्शुअरा, ख़ाक़ानी-ए-हिंद शेख इब्राहीम 'ज़ौक़' देहलवी हे हिंदुस्थानचा शेवटचा मोगल सम्राट बहादुरशाह 'ज़फ़र' यांचे शायरीचे उस्ताद. दिल्लीतील एक रईस नवाब

लुत्फ अली खाँ यांचा शिपाई शेख मुहम्मद रमजान याचे इब्राहीम 'जौक़' हे १७८९ मध्ये जन्मलेले एकुलते एक अपत्य. रूपाच्या बाबतीत परमेश्वराची ज़ौक़ साहेबांवर पूर्णपणे गैरमर्जी होती. अत्यंत किरकोळ, शिडशिडीत बांधा, मध्यम उंची, काळा वर्ण आणि अनेक वेळा देवी येऊन गेल्यामुळे खाचाखोचा पडलेला खडबडीत विरूप चेहरा असलेले जौक़ दाढी राखीत. त्यामुळे चेहरा काहीसा झाकला जात असे. अत्यंत पाणीदार, काळेशार डोळे ही एकच रूपाची देणगी त्यांच्याकडे होती. वेगात झर-झर चालणारे ज़ौक़ कोणताच रंगीत पेहराव करीत नसत. साधेच पण पांढरे शुभ्र कपडे घालणारे ज़ौक़ अत्यंत सदाचरणी चारित्र्यवान आणि धर्मपरायण म्हणून ओळखले जात. प्रकृत्य-स्वास्थ्यामुळे त्यांना 'रोज़े' ठेवणे जमत नसे. पण ते नेमाने रोज पाचवेळा नमाज़ पठण करीत. नमाज़ झाल्यावर वजिफा आणि नंतर दुआ. दुआचा क्रम देखील ठरलेला असे. परमेश्वराने धर्मरक्षण करावे, आरोग्य द्यावे, जगाचे भले करावे, बादशहा सलामतला दीर्घायू आणि चातुर्य द्यावे, नंतर आपला एकुलता एक मुलगा इस्माईल याच्यासाठी दुआ करीत.

काबुली दरवाज्याजवळील छोट्या गल्लीत अगदी छोट्याशा घरात ज़ौक़ रहात असत. अंगण इतके अरुंद होते, की जेमतेम एक खाट त्यात मावत असे. त्यावर अष्टौप्रहर बसून ज़ौक़साहेब काव्य रचना करीत असत व वाचन करीत असत. शेजारीच हुक्का ठेवलेला असे. कागद लिहून होताच उशीच्या खोळीत घालून ठेवण्याची ज़ौक़ साहेबांना मोठी विलक्षण खोड होती. उशीच्या खोळीत शेकडो ग़ज़ला लिहिलेले कागद जमा होत असत. नंतर परिस्थिती बदलून बरे दिवस आले, तरी ज़ौक़साहेबांचे तेच छोटेखानी 'मकान' कायम होते. दोस्त, शागीर्द मंडळींनी कितीही आग्रह केला, तरी त्यांनी घर बदलण्याचे मनावर घेतले नाही अथवा त्यांच्या प्रश्नाला उत्तरही दिले नाही.

स्वातंत्र्यसमराच्या (१८५७) धामधुमीत दिल्लीत बरीच जाळपोळ होऊन शहराचे कित्येक मोहल्ले नष्ट झाले. काबुली दरवाजाजवळील ही सामान्य परिस्थितीतील नागरिकांची वस्ती देखील आगीच्या भक्षस्थानी पडून नष्ट झाली. तिचे नावनिशाण ही उरले नाही.

संगीताचा उत्तम अभ्यास झाल्यामुळे बारीक, जवारीदार आवाजात म्हटलेली ज़ौक़ साहेबांची सुरीली ग़ज़ल हमखास मुशायरा जिंकत असे. पण मुशायरा सोडला, तर ज़ौक़ रमजान ईद, बकरीद वगैरे कोणत्याच सणात भाग घेत नसत. गरिबीमुळे शिक्षण नीटसे घेता न आलेला ज़ौक़ अत्यंत कुशाग्र बुद्धीचा विद्यार्थी होता. योगायोगाने अयोध्येच्या नवाबाचे सेक्रेटरी-मुख्तार राजा रामसाहब यांच्या मुलाची त्याची ओळख झाली. राजासाहेब ज़ौक़च्या शायरीवर खूश होते. स्वतःच्या मुलाच्या शिक्षणाबरोबरच त्यांनी मौलवी अबदुर्रज़्ज़ाक यांना ज़ौक़ला पण शिकविण्यास

सांगितले. ज़ौक़ने त्याचा पुरेपूर फायदा उठविला. गणित, इतिहास, ज्योतिष, सूफी तत्त्वज्ञान, संगीतशास्त्र यांचा सखोल अभ्यास केला.

शायरीचा नाद लहानपणापासूनच होता. लहानपणी गल्लीतील एक शिक्षक हाफ़िज़ गुलाम रसूल यांच्याकडे थोडे शिक्षण झाले होते. उस्तादांना शायरीचा नाद होता. त्यांच्याकडे त्या वेळचे नावाजलेले शायर मीर काज़िम हुसेन 'बेक़रार' येत. त्यांनी ज़ौक़ला शाह 'नसीर' यांच्याकडे शायरीची तालीम घेण्यास सुचविले. पण थोड्याच दिवसांत शागीर्द मुशायऱ्यात आपल्यावर बाजी मारतो, हे लक्षात आल्याबरोबर शाह 'नसीर' यांनी 'तुझ्या ग़ज़ला फालतू आहेत, शेर टाकाऊ आहेत', असे सांगण्यास सुरुवात केली. एक दिवस ज़ौक़ने मिर्ज़ा सौदा यांच्या ग़ज़लेवर काही शेर बांधून उस्तादांना दाखविले. ते एकदम ओरडून म्हणाले, 'उद्धटा ! तू आता मिर्ज़ा रफी 'सौदांच्या' वर ताण करू लागलास? काय, समजतोस तरी काय स्वत:ला?' खिन्न झालेला 'ज़ौक़' जामा मशिदीत जाऊन बसला. तेथे एक बुजुर्ग कल्लू 'हक़ीर' भेटले. त्यांनी मार्ग दाखविला. म्हणाले, 'तुला उस्ताद हवाच आहे कशाला? स्वत: रचना कर अन् मुशायऱ्यात उतर. जाणकारांना तुझ्या रचना नक्कीच आवडतील...' अन् झालेही तसेच. ज़ौक़ची शायरी इतकी लोकप्रिय झाली, की मीर काज़िम हुसेन त्याला घेऊन लाल किल्ल्यातील मुशायऱ्यात गेले. तेथे त्याची ग़ज़ल ऐकून बादशहा ज़फ़रने आपली ग़ज़ल त्याच्याकडून तपासून दुरुस्त करून घेतली. ज़ौक़ने दिलेली सल्ला-मसलत बादशहाला इतकी आवडली, की त्याने तत्कळ ज़ौक़ची आपला उस्ताद मलिकुश्शुअरा-राजकवी- म्हणून नेमणूक करून टाकली. मिर्ज़ा ग़ालिबचे सासरे इलाहीबक्ष हे देखील ज़ौक़चे शागीर्द बनले.

या दोन वयस्कर शिष्यांना सांभाळण्यासाठी म्हणून जौक़ने कसोशीने काव्याचा अभ्यास करण्यास सुरुवात केली. सुमारे साडेतीनशे पूर्वकालीन उस्तादांचे दीवान बारकाईने वाचून काढले. त्यामुळे शेरावर भाष्य करताना आपल्या म्हणण्याच्या पुष्टीदाखल झटकन फारसी शेर प्रमाण म्हणून सांगत असे. त्या वेळी दिल्लीत वेडेवाकडे अवघड क़ाफिया-रदीफ घेऊन ग़ज़ल रचण्याची फॅशन होऊन बसली होती. या फॅशनच्या आहारी जाऊन ज़ौक़ने काही रचना केल्या आहेत. पण काव्यगुणाच्या दृष्टीने त्या फार तोकड्या वाटतात. उदा.

*बुलबुल हूँ सहने-बाग़से दूर और शिकस्ता पर*
*परवाना हूँ चिराग़से दूर और शिक़स्ता पर ।*

'...मी एक पंख तुटलेला बुलबुल अन् बागेपासून दूर...पंख तुटलेला पतंग अन् दिव्यापासून दूर...'

यात अवघड काफ़ियाखेरीज बाकी काही काव्यगुण जवळ जवळ नाहीच.

एकदा खुद्द मीर काज़िम हुसेन यांनी 'आबो-खाको-बाद' हा काफिया घेऊन रचना केली अन् कुणी हा काफिया वापरून रचना करून दाखविली, तर आपण त्याचा गंडा बांधून शागीर्द होऊ, असे जाहीर केले. ज़ौक़ने लागलीच एक ग़ज़ल आणि तीन कसीदे या काफ़ियात बांधून आपल्या शिष्यांकरवी त्यांना ऐकविले.

कसीदा (स्तुतिपर काव्य) लिहिण्यात त्यांचा हातखंडा होता. जाणकारांच्या मते मिर्ज़ा सौदा आणि ज़ौक़ हे कसीद्यांचे उस्ताद मानले जातात. एकदा ज़ौक़ने अठरा निरनिराळ्या भाषांतील शेर असणारा कसीदा बादशहाला नजर केला. तेव्हा 'ख़ाक़ानी' या पर्शियन उस्तादाच्या नावावरून बादशहाने ज़ौक़ला 'ख़ाक़ानी-ए-हिंद' (हिंदुस्थानचा खाक़ानी) हा किताब दिला. त्या वेळी ज़ौक़ केवळ एकोणीस वर्षांचा होता.

सोपा आशय आणि प्रवाही भाषा हे ज़ौक़च्या काव्याचे विशेष. योग्य शब्द वापरण्यावर त्यांचा कटाक्ष होता. समर्पक आणि सोपे शब्द वापरण्यात त्यांचा हातखंडा होता. तीच खासियत त्यांच्या हज़रत 'द़ाग़' देहलवी वगैरे शिष्यांनी पराकोटीला नेऊन पोहोचविली. ख्वाजा मीर 'दर्द' यांच्या सूफी विचारांचा प्रभाव ज़ौक़च्या शायरीवर दिसून येतो. परंतु त्यांच्या काव्याची जातकुळी मात्र 'सौदा' यांच्या काव्याशी अधिक जुळणारी वाटते. शेराच्या बांधणीवर त्यांचे अत्यंत बारकाईने लक्ष असे. त्यात जराही कमतरता वा कमकुवत दुवा सापडत नाही. साधाच विचार, पण केवळ शेराच्या बांधणीमुळे किती आकर्षक वाटतो, पहा-

*मालूम जो होता हमें अंजामे-मुहब्बत*
*लेते न कभी भूल के हम नामे-मुहब्बत ।*

'...जर या प्रेमाचा शेवट कसा होणार, हे माहीत असतं, तर कधी चुकून देखील या प्रेमाचे नाव घेतले नसते...'

यात ग़ालिबसारखे फडकते विचार नाहीत किंवा कल्पनांची भरारी नाही. साध्याच गोष्टी जरा तात्त्विक बैठक देऊन मांडल्या, तर केवढा गंभीर विचार त्यातून निघू शकतो हे ज़ौक़च्या शेरांतून पाहावे.

*लायी हयात — आये, क़ज़ा ले चली, चले*
*अपनी खुशी न आये, न अपनी खुशी चले ।*

'...जन्म घेऊन आलाय् म्हणून (जगात) आलोय् अन् मृत्यू घेऊन चाललाय् तर निघालो... स्वखुषीने आलोच नव्हतो आम्ही अन् स्वखुषीने जात देखील नाहीय... (मनुष्य जन्म पराधीन आहे)...'

अतिशीघ्र गतीने काव्यरचना करणे हा ज़ौक़ साहेबांच्या शायरीचा फार मोठा पैलू होता. एका चांदण्या रात्री बादशहा ज़फ़र, युवराज मिर्ज़ा फकरू आणि ज़ौक़

साहेब कुतुबमीनारच्या परिसरातील तलावाच्या काठी रमत गमत फिरत होते. त्या रम्य वातावरणाचा प्रभाव म्हणूनही असेल कदाचित, की शहज़ाद्याचे तोंडून उत्स्फूर्तपणे एक मिसरा (काव्यपंक्ती) बाहेर पडला-

*'चाँदनी देखे अगर वो महज़बीं तालाबपर....'*

'...त्या चंद्रमुखीने (महज़बीन) तलावावर पसरलेलं (अतिसुंदर) चांदणं पाहिलं तर...'

अन् लागलीच शाही फरमाइश झाली, 'उस्तादजी, इसपर मिसरा लगाना... आणि चार–दोन क्षणांतच उस्ताद 'ज़ौक़'' उद्गारले–

*चाँदनी देखे अगर वो महज़बीं तालाबपर*
*ताबे-अक़्से-रुखसे पानी फेर दे महताबपर ।*

'...त्या चंद्रमुखीनं तलावावर पसरलेलं हे (अतिसुंदर) चांदणं पाहिलं, तर (तिचा स्त्रीसुलभ मत्सर जागृत होईल अन्) स्वतःच्या (अतिसुंदर मुखचंद्राचं प्रतिबिम्ब (अक्स-ए-रुख) तलावात पाडून त्याच्या तेजोमयतेनं (ताब) या चंद्राच्या सौंदर्यावर पूर्णपणे पाणी फिरवून टाकील...'

असाच आणखी एक प्रसंग. शहज़ादा जवाँबख़्त याच्या विवाहप्रसंगी अनेक शायरांनी 'सेहरा' (शुभचिंतनपरकाव्य) रचून सादर केला. मिर्ज़ा ग़ालिबने देखील उत्तम सेहरा सादर केला. मात्र सेहऱ्यातील 'मक्ता' -शेवटचा शेर ज्यात शायराचे नाव गुंफलेले असते- तो असा होता :—

*हम सुखन फहम हैं 'ग़ालिब' के तरफदार नहीं*
*देखें इस सेहरेसे कह दें कोई बेहतर सेहरा ।*

'...अहो, आम्ही तर केवळ काव्यरसिक (सुखनफहम) आहोत... 'ग़ालिब'चे पक्षपाती (तरफदार) नाही (उगाच त्याची प्रशंसा करायला...)... पाहू या आता यापेक्षा अधिक चांगला (बेहतर) सेहरा कोण रचूं शकतंय्... (सहसा अशक्यच आहे ते...) ...' मिर्ज़ा ग़ालिबच्या एकूण वागण्याचा आणि स्वभावाचा विचार करता आत्मसन्मान आणि प्रतिष्ठा यांबाबत ग़ालिब अत्यंत हळवा होता. तो स्वतः 'ज़ौक़' च्या काव्यगुणांचा चाहता होता. तेव्हा ज़ौक़ला डिवचण्यासाठी तो जाणूनबुजून असा शेर रचू शकेल, असे वाटत नाही. केवळ आत्मप्रौढी— आत्मप्रतिष्ठेपायीच तो लिहिला गेला असणार, परंतु मिर्ज़ा ग़ालिबच्या काव्यप्रतिभेचा मत्सर वाटणारे अनेक शायर दरबारात होते. त्यांनी बादशहाचे कान फुंकले. काहींनी उघडपणे तसे बोलूनही दाखविले. बिचाऱ्या ज़ौक़ला तत्काळ 'शाही फरमाइश' झाली : 'ग़ालिब'चेच

काफ़िया-रदीफ़ (यमक-अंत्ययमक) घेऊन ग़ालिबच्याच वृत्तात सेहरा बांधून पेश करा...'

बिचाऱ्या ज़ौक़ने खास विवाहसमारंभासाठी रचलेला सेहरा बाजूला ठेवून तेथल्या तेथेच नवीन सेहरा रचून पेश केला. या अतिउत्तम जमलेल्या नव्या सेहऱ्याचा 'मक्ता' असा होता :

*जिनको दावा हो सुखनका ये सुना दो उनको*
*देखो इस तरहसे कहते हैं सुखनवर सेहरा ।*

'...ज्यांना आपल्या काव्यरचनेची (सुखन) फार घमेंड आहे (की, आपण फार उत्तम काव्यरचना करू शकतो), त्यांना हा सेहरा (अवश्य) ऐकवा आणि सांगा, की (खुळचटांनो) पहा, उत्तम दर्जाचे शायर कसा सेहरा रचतात... ते येरा गबाळ्याचे काम नोहे...'

मुशायऱ्यात सदा सर्वकाळ ग़ालिबशी सामना करणारा जौक़ अंतर्यामी ग़ालिबच्या काव्याचा चाहता होता. आपल्या शागिर्दांबरोबर चर्चा करताना तो मिर्ज़ा ग़ालिबचे शेर ऐकवून म्हणे- 'अशी कल्पनेची भरारी कुणा मर्त्य लोकातील शायराला कधी शक्य आहे काय? हा ग़ालिबचा शेर बघा-' असे म्हणून हा शेर ऐकवीत असे-

*दरिया-ए-मआसी तुनुक आबीसे हुवा खुश्क़*
*मेरा सरे-दामन भी अभी तर न हुवा था ।*

'... पापाची नदी पाण्याच्या अभावी कोरडी पडलीय् (हल्ली माझ्या हातून पाप होतच नसावे). माझ्या वस्त्राचे टोकदेखील भिजले नाहीयू...'

शीघ्र गतीने अतिउत्तम काव्यरचना करणाऱ्या प्रतिभावंत उस्ताद ज़ौक़ने फार मोठ्या संख्येने काव्यनिर्मिती केली. परंतु काव्यसंग्रह छापण्याबाबत मात्र पूर्ण उदासीनता दर्शविली. स्वातंत्र्यसमराच्या धामधुमीत (१८५७) त्याच्या सर्व काव्यरचना त्याच्या निवासस्थानासहित आगीच्या भक्ष्यस्थानी पडल्या. नंतर त्यांचे शिष्योत्तम मौलाना मुहम्मद हुसैन 'आज़ाद' आणि अंधकवी हाफ़िज़ 'वीरान' यांनी उस्तादांच्या आठवतील तेवढ्या रचना पुन्हा लिहून काढल्या. त्यांत १६७ ग़ज़ला, २४ कसीदे, काही अपूर्ण कसीदे, १९४ फुटकळ शेर, २० रुबायात आणि एक मसनवी आहे. एवढेच त्यांचे लिखाण आज उपलब्ध आहे. बाकीचे नव्व्द टक्क्यांपेक्षाही अधिक लिखाण नष्ट होऊन गेले. उर्दू काव्याची अपरिमित हानी झाली.

अत्यंत शुचिर्भूत आणि सदाचरणी, काहीशा विरक्त वृत्तीच्या या गुणी आणि प्रतिभावान शायराने सारे आयुष्य अत्यंत सामान्य परिस्थितीत व्यतीत केले. परंतु त्याबद्दल कधी खंत बाळगली नाही. वयाच्या पंच्याहत्तराव्या वर्षी एका लहानशा

आजाराचे निमित्त होऊन १६ नोव्हेंबर, १८५४ रोजी उर्दू शायरीतील एक तेजःपुंज प्रतिभाज्योति कायमची निमाली.

मृत्यूपूर्वी अवघे तीन तास 'ज़ौक़' ने एक शेर रचला :

*कहते हैं 'ज़ौक़' आज जहाँसे गुज़र गया*
*क्या खूब आदमी था खुदा मगफिरत करे ।*

'...'ज़ौक़' आज जग सोडून गेला, असं म्हणतात... चांगला माणूस होता बिचारा... परमेश्वर त्याला सद्गती (मोक्ष) देवो....'

**ग़ज़ल**

*लायी हयात आए, कज़ा ले चली चले*
*अपनी खुशी न आए न अपनी खुशी चले ।*

'...या जन्मानं इथं आणलं, म्हणून आलो-- आता मृत्यू घेऊन जातोय्, म्हणून निघालोय्... स्वखुशीनं इथं आलोच नव्हतो आणि स्वखुशीनं जाता देखील नाहीय्... (हा मनुष्यजन्म अगदी पराधीन आहे. नियतीच्या हातातील कळसूत्री बाहुलं आहे... ती नाचवील, तसं नाचावयाचं...)'

*बेहतर तो है यही के न दुनियासे दिल लगे*
*पर क्या करे जो काम न बे-दिल लगी चले ।*

'...खरं म्हणजे, या दुनियेवर प्रेम करू नये... कुठं जीव गुंतवू नये, हेच चांगलं... पण तसं जमत नाही ना... (कुठंतरी कुणावर तरी प्रेम बसतेच आणि जीव गुंततो...)'

*कम होंगे इस बिसातपे हम जैसे बदक़िमार*
*जो चाल हम चले सो निहायत बुरी चले ।*

'...या जीवनपटरूपी चादरीवर आमच्याइतकं वाईट खेळणारं बहुधा कुणी नसेलच... जी चाल (खेळी) म्हणून करतोय्, ती इतकी चुकीची असते... (या दुनियेत जन्माला येऊन इतक्या काही चुकीच्या गोष्टी करतोय्...)'

*हो उम्रे-खिज्र भी तो कहेंगे ब-वक़्ते-मर्ग*
*हम क्या रहे यहाँ अभी आए अभी चले ।*

'...अगदी चिरंजीव हज़रत खिज्र यांचं लांबलचक आयुष्य लाभलं, तरी (या दुनियेत इतका गुरफटून गेलोय्- इतका जीव गुंतलाय्, की) मरताना तोंडातून हेच

शब्द बाहेर पडतील, की 'हे काय आयुष्य जगणं झालं? -आत्ताच आलो काय अन् लागलीच निघालो काय...'

*दुनियाने किसका राहे-फ़नामें दिया है साथ*
*तुम भी चले चलो यूँही जबतक चली चले ।*

'...अरे, या नश्वर जगात कुणी कुणाला मदत केलीय्?-म्हणूनच म्हणतो, की जमेल तितकं करायचं...'

*नाज़ा न हो खिरदपे जो होना है वोही हो*
*दानिश तेरी न कुछ मेरी दानिशवरी चलें ।*

'...आणि उगाच (मी हे केले-ते केले अशी) स्वत:च्या अकलेची घमेंड बाळगू नये- जे व्हायचं असतं, तेच होतं... तेथे तुझी माझी-कुणाचीच हुशारी चालत नाही...'

**ग़ज़ल**

*वक्ते-पीरीमें शबाबकी बातें*
*ऐसी हैं जैसे ख्वाबकी बातें ।*

'....आता म्हातारपणी तारुण्याच्या गोष्टी करायच्या म्हणजे जसं काही स्वप्नाबद्दल बोलत बसावं...'

*फिर मुझे ले चला उधर देखो*
*दिले-खाना खराबकी बातें ।*

'...अन् माझं हृदय मला परत त्याच (प्रेयसीच्या घराकडं) ठिकाणी घेऊन चाललं आहे... बघा, या घरदार उद्ध्वस्त झालेल्या (खुळ्या) हृदयाची उचापत...'

*सुनते हैं उसको छेड छेड के हम*
*किस मज़ेसे इताब की बातें ।*

'...तिला मुद्दाम वारंवार चिडवून काय मजा येते, तिचं रागावलेलं बोलणं ऐकत बसण्यास...'

*मुझको रुसवा करेंगी खूब ऐ दिल*
*ये तेरी इज़्तराबकी बातें ।*

'अरे माझ्या अधीर हृदया ! तुझ्या या तडफडण्यामुळं माझी खूप बदनामी

होईल, रे.... (लोक चर्चा करू लागतील, की मी तिच्या प्रेमात पडलोय् अन् भलत्याच नादाला लागलोय्, म्हणून...)'

*ज़िक्र क्या जोशे-इश्क़में ऐ 'ज़ौक़'*
*हमसे हो सब्रो-ताबकी बातें ।*

'...अहो, प्रेमाच्या आवेगात आल्यावर मग कसले आत्मसंयमन करा अन् शांतपणे वाट पाहत बसा' म्हणून सांगता आहात? (कसं जमणार ते आता?)

**ग़ज़ल**

*दिन कटा, जाइए अब रात किधर काटने को*
*जबसे वो घरमें नहीं, दौडे है घर काटने को ।*

'दिवस टळला एकदाचा कसातरी... पण आता रात्र घालवण्यासाठी जायचं तरी कुठं?- जेव्हापासून ती घरात नाहीय्, तेव्हापासून घर कसं अगदी खायला उठलंय्...'

*हाय! सैय्याद तो आया मेरे पर काटने को*
*मैं तो खुश था के छुरी लाया है सर काटनेको ।*

'...अरेरे ! हे पारधी आलाय्, तो फक्त माझे पंखच कापतोय्... अरेरे ! मी तर या खुशीत होतो, की त्यानं सुरा आणलाय् अन् माझं मस्तक धडावेगळं करणार आहे... (म्हणजे या यातनांतून सुटलो असतो एकदाचा...)'

*अपने आशिक़को न खिलवाओ कनी हीरेकी*
*उसके आँसूँ ही क़िफायत है जिग़र काटनेको ।*

'...अग, तुझ्या त्या (वेड्या) प्रेमिकाला हिरकणी खावयाला देऊन त्याचं काळीज कापावयाची खटपट करायचं काही कारणच नाहीय् ....त्याचे अश्रू ओघळताहेत ना, त्यांनी त्याचं हृदय आपोआप दुभंगून जाईल... स्वस्तात काम होऊन जाईल... तुला तरी आणखी काय हवंय?...'

*वो शजर हूँ, न गुलो-बार, न साया मुझमें*
*बागबाँने लगा रख्खा है मग़र काटनेको ।*

'...मी म्हणजे एक झाड आहे, की ज्याला ना फूल ना फळ लागतंय् –धड सावली देखील पडत नाहीय् ... माळ्यानं मला या बागेत लावलंय्, ते फक्त तोडून टाकण्यासाठीच... (माझा जन्म निरर्थक आहे... जरा देखील कुणाच्या उपयोगी पडता येत नाहीय्... जन्माला घातलं मला तरी कशाला परमेश्वरानं?)'

*शाम ही से दिले-बेताबका है 'ज़ौक़' ये हाल*
*है अभी रात पडी, चार पहर काटनेको ।*

'...सायंकाळपासूनच या अस्वस्थ तडफडणाऱ्या हृदयाची ही अशी परिस्थिती आहे... अन् अजून चांगले चार प्रहर रात्र जायची आहे... (कसं काय व्हायचं आता?)'

**ग़ज़ल**

*देख छोटोंको है अल्लाह बडाई देता*
*आसमाँ आँख के तिलमें है दिखाई देता ।*

'...परमेश्वराची लीला किती अगाध आहे-पाहा... लहानांना देखील केवढी महानता प्रदान केलीय्... डोळ्याच्या लहानशा बाहुलीत सगळं आकाश सामावलं जातं...'

*लाख देता फ़लक आज़ार, गँवारा थे मग़र*
*एक तेरा न मुझे दर्दे-जुदाई देता ।*

'...नशिबानं मला आणखी लाखो दु:खं दिली असती, तरी मी सहन केली असती... पण हे एक तुझ्या विरहाचं दु:ख नको होतं...'

*मुँहसे बस करते न हरगिज़ ये खुदाके बंदे*
*ग़र हरीसोंको खुदा सारी खुदाई देता ।*

'...जरी दुनियेतील सारी संपत्ती यांना दिली असती, तरी कधी 'बस् आता, पुरे!' असं चुकूनसुद्धा यांच्या तोंडून बाहेर पडणार नाही, असे आहेत हे ईश्वराचे पुजारी...!'

*मैं हूँ वो सैद के दाममें फँसता आकर*
*गर क़फ़ससे मुझे सैय्याद रिहाई देता ।*

'...मी म्हणजे असं एक सावज आहे, की पारध्यानं मोकळं सोडलं, तरी स्वत: होऊन जाळ्यात येऊन अडकणार...'

*देख ग़र देखना है 'ज़ौक़' के वो पर्दानशीं*
*दीदा-ए-रोज़ने-दिलसे है दिखाई देता ।*

'...अन् त्या पडद्यात राहणाऱ्या सुंदरीचं दर्शन घ्यावयाचं असेल, तर ती हृदयात असलेल्या झरोक्यातच फक्त आढळेल...'

# मिर्ज़ा असदुल्ला खाँ 'ग़ालिब'

*कैदे-हयात व बन्दे-ग़म अस्लमें दोनों एक हैं*
*मौतसे पहले आदमी ग़मसे नजात पाए क्यौं?*

'...आयुष्यभराची कैद–जन्मठेप–आणि दुःखाचे बंधन या दोन्ही गोष्टी वस्तुतः एकच आहेत. जीवन म्हणजे दुःख अन् दुःख म्हणजे जीवन ! मग मृत्यूपूर्वी माणूस दुःखापासून मुक्त होणार तरी कसा?

'ग़ज़ल' ही उर्दू काव्याची सम्राज्ञी. ग़ज़ल हा शब्द उच्चारताच एकच नाव डोळ्यांसमोर येते. मिर्ज़ा असदुल्ला खाँ 'ग़ालिब'. उंच, धिप्पाड बांधा, लालसर गौरवर्ण, भव्य कपाळ अन् किंचित वर आलेली गालाची हाडे त्यांच्या तुर्की वंशाची साक्ष देत. लांबसडक पापण्या असलेले बदामी डोळे विलक्षण भावदर्शी होते. उत्तमोत्तम पोशाख घालून चांदीच्या मुठीची काठी सतत हातात बाळणारे मिर्ज़ा 'ग़ालिब' हे एक अत्यंत आकर्षक व्यक्तिमत्त्व होते. डोक्यावर उंच चौकोनी तुर्की टोपी, क्वचित पगडी असे. तरुणपणी गुळगुळीत दाढी करणाऱ्या ग़ालिबने उतारवयात शुभ्र केसांची छोटीशीच दाढी राखली

हाती. संगीताचा शौकीन, मदिरा-मदिराक्षी-नृत्यादी विलासी जीवनाची आसक्ती बाळगणारा ग़ालिब सरदार जाफरींच्या मते स्वभावाने इराणी, धर्माने अरबी, पण शिक्षणाने अन् संस्कृतीने पूर्णतया भारतीय असे काहीसे गुंगागुंतीचे व्यक्तिमत्त्व होते.

अद्वितीय काव्यप्रतिभा आणि संवेदनक्षम जिवंत मन ही ग़ालिबला मिळालेली ईश्वरी देणगी होती. फारसी भाषेवर असामान्य प्रभुत्व मिळवणाऱ्या ग़ालिबची काव्यसाधना बालपणीच सुरू झाली. वयाच्या पंचविशीपर्यंत त्याची कीर्ती भारतभर पसरली. त्याच्या किशोरावस्थेतील रचना ऐकून शायरे-आज़म मीर तक़ी 'मीर' उद्‌गारले, 'या पोराला कुणी चांगला उस्ताद मिळाला, तर उत्तम शायर बनेल- वर्ना फिर मुहमिल (फालतू) बकने लगेगा...'

तुर्कस्थानातून भारतात आलेले कोकान बेग हे ग़ालिबचे आजोबा. वडील अब्दुल्ला बेग प्रथम लखनौ, नंतर हैद्राबाद व शेवटी अल्वार संस्थानाच्या फौजेत असताना लढाईत मारले गेले. त्या वेळी फक्त पाच वर्षांचे वय असणाऱ्या ग़ालिबची जबाबदारी काका नसरुल्ला बेग यांनी पत्करली. पण चार वर्षांनंतर काका हत्तीवरून पडून जखमी झाले आणि वारले. नऊ वर्षांचा ग़ालिब आग्रा येथील आजोबा–मातामह-ख्वाजा गुलाम हुसेन कमीनदान यांच्याकडे राहू लागला. या आजोळघरीच २७ डिसेंबर, १७९७ रोजी ग़ालिबचा जन्म झाला होता. आग्रा येथील पिपलमंडी गल्लीत आज देखील हा वाडा सुस्थितीत आहे. सध्या तेथे इंद्रभान गर्ल्स हायस्कूल ही शाळा भरते.

आजोबांनी नातवाच्या शिक्षणाची उत्तम व्यवस्था केली. मौलवी मुअज्जम आणि मुल्ला अबदुस्समद हे दोघे लहानग्या ग़ालिबला शिकवीत. पैकी मुल्ला अबदुस्समद नुकताच इस्लाम धर्म स्वीकारून इराणमधून भारतात आला होता. या पंडिताकडून ग़ालिबने प्राचीन फारसी भाषा, इस्लामपूर्व संस्कृती, इस्लाम धर्म, सूफी वाङ्मय वगैरेंचे सखोल ज्ञान मिळविले. या पंडिताच्या प्रभावामुळेच ग़ालिबने फारसी भाषेत शेकडो रचना केल्या. दस्तंबो (सुगंध) नावाचा ग्रंथ लिहिला. त्यात एकही अरबी शब्द वापरलेला नाही. अर्थात काही तज्ज्ञांच्या मते आपली फारसी भाषा घरंदाज ठरावी, म्हणून ग़ालिबने हे काल्पनिक पात्र उभे केले आहे. अबदुस्समद नावाचा कोणी शिक्षक नव्हताच. काहीही असले, तरी फारसी भाषेवरील ग़ालिबचे प्रभुत्व निर्विवाद आहे.

ग़ालिब तेरा वर्षांचा झाल्यावर दिल्लीचे एक नवाब इलाही बक्ष यांची मुलगी उमराव बेगम हिच्याशी ग़ालिबचा विवाह झाला. दिसण्यात अगदीच सुमार असलेली उमराव बेगम धर्मपरायण आणि पतिनिष्ठ होती. या उलट अत्यंत हूड स्वभावाचा, देखणा मिर्ज़ा ग़ालिब पूर्णपणे सुधारक वृत्तीचा होता. कर्मकांडांवर त्याचा मुळीच विश्वास नव्हता. तो नमाज़ पढत नसे, रोज़े ठेवीत नसे. सर्व-धर्म-समभावावर त्याचा विश्वास होता. ईश्वरावर विश्वास ठेवणारा ग़ालिब कर्मठपणाची उघड हेटाळणी करीत असे.

'केवळ ग़ालिबच्या शायरीवर सोळापेक्षा अधिक ग्रंथ लिहिणारे डॉ. कालिदास गुप्ता 'रिज़ा' उर्दू-फारसीचे गाढे पंडित असून, आजमितीला केवळ ग़ालिबियतच नव्हे, तर उर्दू शायरीबाबत त्यांची मते भारत-पाकिस्तान, बांगला देश, मध्यपूर्व, आणि युरोपीय देशांत प्रमाण मानली जातात. 'रिज़ा' साहेबांनी फारसी भाषेत ग़ालिबने रचलेली 'चिराग़-ए-दैर' (मंदिरातील नंदादीप) या शीर्षकाची मसनवी (खंडकाव्य) संशोधित करून प्रकाशित केली. ग़ालिब स्वतःच्या पेन्शनच्या कामासाठी कलकत्त्याला ईस्ट इंडिया कंपनीच्या कार्यालयात जाण्यासाठी निघाला. परंतु वाटेत ठिकठिकाणी सुरू असलेल्या लढाई-झगड्यांमुळे त्याला सुमारे तीन महिने बनारसमध्येच मुक्काम ठोकून राहावे लागले. परंतु ग़ालिबला त्याची मुळीच अडचण वाटली नाही. बनारसच्या नदीतीरावरील प्रसन्न वातावरण त्याला अतिशय भावले. तेथल्या विद्वान ब्राह्मणांसमवेत त्याने बऱ्याच विषयांवर चर्चा केली. त्यातूनच या मसनवीची निर्मिती झाली. या खंडकाव्याचा भावार्थ असा आहे. त्याने एका विद्वानाला प्रश्न केला, जेव्हा चोहींकडे लढाई - झगडे, भ्रष्टाचार, लाचलुचपत आणि पापाचरण बोकाळते, तेव्हा प्रलयकाल ओढवतो, असे बहुतेक धर्मांत सांगितले आहे... मग तो प्रलयकाल-कयामत-का येत नाही लवकर? तेव्हा तो ब्राह्मण हसून म्हणाला 'जोपर्यंत' या वाराणसी शहराचा नंदादीप पृथ्वीच्या पाठीवर तेवत आहे, तोवर प्रलयकाल ओढवणं शक्यच नाही...' अन् पुढे ग़ालिब म्हणतो की, मला स्वतःला मात्र असं जाणवतंय्, की भारत हेच एक पवित्र मंदिर आहे अन् बनारस हा त्या मंदिरात तेवत असलेला नंदादीप आहे...'

ही मसनवी काव्य म्हणून आपल्या जागी उत्तमच आहे, परंतु त्यातील विचार ग़ालिबची परधर्मसहिष्णुता आणि सर्वधर्मसमभाव यांवर प्रकाश टाकून जातात, डॉ. रामसिंग यांच्या लेखनात ग़ालिबच्या सुधारकी दृष्टिकोनावर प्रकाश टाकणारा एक प्रसंग वर्णन केला आहे. कुणा एका साहित्यिकाने बादशहा अकबराच्या दरबारातील 'अबुल फ़ज़ल' या विद्वानाने लिहिलेला ग्रंथ 'आईना-ए-अकबरी' पुनश्च संपादित केला आणि त्याची प्रस्तावना लिहिण्याची ग़ालिबला विनंती केली. तेव्हा ग़ालिब उद्गारला, ते जुनाट पुस्तक घेऊन काय करताय्? या येथे आलेल्या फिरंग्यांची तारायंत्रे, आगगाड्या, कवायती फौज वगैरेंवर लिहून आपला समाज सुधारण्याचा यत्न करा ना... लोकांना उगाच प्रतिगामी कशाला बनवताय्?'

त्याचे स्वतःचे असे तत्त्वज्ञान नाही; परंतु अनेक रचनांमधून त्याने जीवनाबद्दल गंभीर दृष्टिकोन मांडला आहे. कदाचित प्राचीन सूफी काव्याचा सखोल अभ्यास केल्यामुळे धर्म-रूढीपेक्षा निराळा विचार करण्याची वृत्ती निर्माण झाली असावी. वहदते-वजूद मध्ये त्याने चराचर सृष्टी व्यापून राहिलेल्या ईश्वराची कल्पना मांडली आहे. तो अद्वैताचा पुरस्कर्ता होता. मेहरे-नीमरोज़ (मध्यान्हीचा सूर्य) या फारसी पुस्तकात विश्व आणि परमेश्वर एकच आहेत, तेव्हा नवे-जुने, नश्वरता-चिरंजीविता

असे काहीच नाही–सगळे भ्रम आहेत. एकामागून एक प्रलय होतच राहणार. पुन:पुन्हा सृष्टीची निर्मिती होत राहणार आणि नवे नवे पैगंबर येत राहणार. हा सृष्टिक्रमच आहे, असे म्हटले आहे.

सृष्टीचा कर्ता-करविता परमेश्वर आहे, यावर त्याचा दृढ विश्वास होता. तरी देखील आपल्या नशिबात इतक्या अनंत अडचणी, इतकी दु:खे का, याचे त्याला नेहमीच कोडे वाटत असे. ती स्वत:ची समस्या त्याने किती सुरेख वळण देऊन एका शेरात मांडली आहे :

*यारब ! ज़माना मुझको मिटाता है किस लिये?*
*लोहे - जहाँपे हर्फे - मुक़र्रर नहीं हूँ मैं ।*

'परमेश्वरा ! जर मी या सृष्टीत एकदाच निर्माण झालो आहे– अन् माझी कुठंही दुसरी कोणतीही प्रतिमा नाहीय्, तर मग एखाद्या पाटीवर चुकून दोनदा लिहिलेलं अक्षर जसं पुसून टाकावं, तसं या जगाच्या पाटीवरून मला नाहीसं करण्यासाठी हे जग इतकी खटपट का करतंय्?'

ग़ालिबच्या लिखाणात 'शौक' हा शब्द वारंवार आढळतो. त्याचीच अंतिम अवस्था म्हणजे 'जुनूँ'. 'ग़ालिब' ध्येयमंदिरापेक्षा ध्येयमार्गांचाच चाहता वाटतो. म्हणूनच की काय, त्याने तृप्तीपेक्षा तृष्णेची प्रशंसा केलेली आढळते. हा त्याच्या काव्याचा विशेष पैलू म्हणता येईल. त्याच्या बऱ्याचशा रचना पर्शियन (फारसी) भाषेत आहेत. त्या अतिशय सुंदर असून देखील उपेक्षित राहिल्या. कारण त्याच्या वेळी फारसीचे जाणकार फारसे राहिलेच नव्हते; आणि खुद्द इराणमध्ये त्याची 'भारतीय' पंडित म्हणून उपेक्षा झाली. पण त्याला स्वत:ला मात्र आपल्या फारसी रचनांचा अभिमान वाटत असे. राजकवी इब्राहीम ज़ौक़ याला उद्देशून त्याने शेर पेश केला-

*फारसी बीं ता ब बीनी नक़्श हाये रंग रंग*
*गुज़र अज़ मज्मुआ-ए-उर्दूके बेरंगे मन अस्त ।*

'...माझ्या प्रतिभेचे अनेकविध पैलू पाहावयाचे असतील, तर माझे फारसी काव्य बघा - उर्दू काय बघताय्? ते फारसी काव्याच्या तुलनेत अगदीच निकृष्ट आहे...'

त्याच्या सुरुवातीच्या उर्दू रचना देखील फारसी शब्दांनी युक्त असल्यामुळे दुर्बोध वाटत. त्यामुळे त्याच्यावर बरीच टीका झाली. (पृष्ठ १९ पहा) त्याचप्रमाणे तरकीब-युक्त फारसी जोडशब्दांमुळे शेरांची अर्थवाही सामान्य रसिकांपर्यंत पोहोचणे दुरापास्त होत असे. पृष्ठ क्रमांक १९ वर उल्लेख केलेल्या घटनेमुळे ग़ालिब अतिशय रुष्ट झाला आणि नंतरचे तीन चार–महिने मुशायऱ्यात येईनासा झाला. परंतु मित्र मोमिन खाँ 'मोमिन', मौलवी फ़ज़ले हक़ खैराबादी, सासरे नवाब इलाहीबक्ष

यांनी मिळून ग़ालिबला खूप समजावले, की तुझे शेर जर रसिकांपर्यंत पोहोचू शकणार नसले तर त्या शायरीचा काय उपयोग?

ग़ालिबने त्यावर खूप विचार केला आणि आपल्या एकूण जवळपास अठरा हजार शेरांपैकी सुमारे बाराशे शेरांचे सोप्या उर्दूत पुनर्लेखन केले; आणि या पुनर्लिखित केवळ बाराशे शेरांमुळेच ग़ालिबला दिगंत कीर्ती लाभली. त्याचे बरेचसे उत्तम लिखाण- सोळा हजार आठशे शेर- फारसीप्रचुर भाषेत असल्यामुळे जनसामान्यांपासून अद्यापही दूरच आहेत.

व्यक्तिगत खाजगी आयुष्यात मात्र ग़ालिब अत्यंत दुर्दैवी होता. वंशपरंपरागत तनख्याच्या बाबतीत चुलत भावंडांकडून फसवणूक झाली. इस्टेटीबाबतचे सर्व कज्जे-खटले विरुद्ध गेले. त्याची मुले एकामागून एक दगावली. धाकट्या भावाला वेड लागले. त्याचेही हजारो रुपयांचे कर्ज डोक्यावर चढले. कायम नवाबी थाटात राहण्याची सवय असल्यामुळे जवळ जवळ पन्नास हजारांपर्यंत कर्ज डोक्यावर चढले. पण या उमद्या मनाच्या शायराने बहुतेक सर्व कर्ज फेडत आणले होते. मृत्यूसमयी आठशे-साडे आठशे रुपयांचे कर्जच फक्त शिल्लक होते. ते नंतर त्याच्या भावाने फेडले. सर्व आयुष्य कर्जाची फिकीर करण्यात आणि फेड करण्यात गेले. त्यावर कळस म्हणून की काय, त्याने आपला पुतण्या 'आरिफ़' याला मुलगाच समजून जवळ केले. तोही अल्पवयात दगावला. त्याच्या वियोगाने व्याकूळ झालेला ग़ालिब दुःखातिशयाने उद्गारला—

*लाज़िम था के देखो मेरा रस्ता कोई दिन और*
*तनहा गये क्यौं अब रहो तनहा कोई दिन और ।*

'...अरे, इहलोक सोडण्यापूर्वी निदान काही दिवस तरी माझी वाट पहायची होतीस... मला सोडून एकटाच परलोकाला निघून गेलास ना? आता तुला तेथेसुद्धा काही दिवस एकटेच राहावे लागेल ना?...'

अन् मग कळवळून कालपुरुषाला म्हणाला,

*हाय ! ए फलक-ए-पीर ! जवाँ था अभी आरिफ़*
*क्या तेरा बिग़डता, जो न मरता कोई दिन और?*

'...अरे वयोवृद्ध कालपुरुषा! आरिफ़ तरुण होता... आणखी काही काळ थांबला असतास-त्याचं मरण थोडं लांबणीवर पडलं असतं— तर तुझं असं काय मोठंसं बिघडणार होते?

जिवलग दोस्त मोमिन खाँ 'मोमिन' निवर्तल्यानंतर अतीव विषादाने मुन्शी नबी बक्ष 'हक़ीर' यांना लिहिलेल्या पत्रात लिहिलंय् :

*...देखो भाई ! हमारे बच्चे मर जाते हैं । हमारे हमउम्र मर जाते हैं ।*
*...क़ाफिला चला जाता है और हम पा-दर-रिक़ाब बैठे हैं...*

'...बंधो ! बघा आमची मुलं डोळ्यांदेखत जाताहेत... समवयस्क देखील सोडून चाललेयूत... दुनियेच्या धर्मशाळेत उतरलेला आमचा काफ़िला आता अंत्ययात्रेला निघालाय्... आम्ही देखील रिकिबीत पाय ठेवून तयारच आहोत...'

कुणाचाही तोल जाईल, इतक्या कडवट टीकेला सतत तोंड देणारा ग़ालिब कधी वेडेवाडकडे दुरुत्तर करताना आढळला नाही.

*'ग़ालिब' बुरा न मानिए जो दुश्मन बुरा कहे*
*ऐसा भी है कोई के सब अच्छा जिसे कहे ?*

'...अरे, शत्रू वाईट बोलले, तर काय वाटून घ्यायचे? -जगात असा कोण आहे, की ज्याला सगळे चांगला म्हणतात?'

परंपरागत तनख्यात फसवणूक झालेली, इस्टेटीचे दावे उलटलेले, मुले-बाळे-नातेवाईक दगावताना स्थितप्रज्ञ वृत्तीने बघणाऱ्या ग़ालिबचे सुहृद मित्र देखील उरले नाहीत. १८५७ च्या स्वातंत्र्यसमरात त्याची अतोनात दुर्दशा झाली. त्याचे स्नेहीसोबती मारले गेले. काही परागंदा झाले. पैशाची आवक बंदच पडली. तुटपुंजी पेन्शन मिळत असे. ती देखील अस्थिर परिस्थितीमुळे हाती येईना. उपकारकर्ते मदतगार रईस-नवाब मित्र धुळीला मिळाले. सर्व दिल्ली शहर उद्ध्वस्त झाले आणि त्याबरोबरच ग़ालिबच्या आयुष्याची घडी देखील विस्कटली. हरगोपाल 'तफ्ता' यांनी लिहिलेल्या पत्रात ग़ालिब म्हणतो :

*ज़िन्दगी अपनी जब इस शक्ल को गुज़री 'ग़ालिब'*
*हम भी क्या याद करेंगे के खुदा रखते थे ।*

'...ग़ालिबचं जीवन अशा प्रकारे व्यतीत झालंय्, की आपल्या मस्तकावर परमेश्वराचं कृपाछत्र असतं किंवा होतं म्हणायचं तरी कसं?'

१८६६ नंतर प्रकृती ढासळतच चालली होती. सतत दोन वर्षे त्याने अंथरूणच धरले. अधून मधून भान हरपत असे. विस्मृती होत असे. शुद्धीवर असताना ओठांवर दोन-तीनच ओळी घोळवीत असे...

*ऐ मर्गे-नागहाँ ! तुझे क्या इंतज़ार है?*

'...अवचित येणाऱ्या मृत्यो !आता तू तरी कुणाची वाट पाहत थांबला आहेस? (ये ना लवकर...)'

किंवा,

*दमे - वापसी बर - सरे - राह है*
*अज़ीजो ! अब अल्लाहही अल्लाह है ।*

'...आमचा शेवटचा श्वास अखेरच्या प्रवासाला निघालाय्... मित्रांनो, आता फक्त परमेश्वर आणि परमेश्वरच...'

असे सतत पुटपुटत हा दुर्दैवी परंतु असामान्य प्रतिभेचा प्रज्ञावंत शायर सोमवार दिनांक १५ फेब्रुवारी, १८६९ रोजी दुपारी तीन वाजता इहलोक सोडून गेला. प्रतिभा–भास्कर कायमचा मावळला.

**ग़ालिबच्या ग़ज़ला**

*हजारों ख्वाहिशें ऐसी के हर ख्वाहिशपे दम निकले*
*बहुत निकले मेरे अरमाँ लेकिन फ़िर भी कम निकले ।*

'...हृदयात अशा हजारो इच्छा-आकांक्षा होत्या, की त्यांतली एकेक पुरी होता-होता प्राण कासावीस व्हावेत... तशा बऱ्याच इच्छा पूर्ण झाल्या आहेत म्हणा पण तरी देखील खूपच कमी- थोड्याच पूर्ण झाल्या आहेत...'

*निकलना खुल्दसे आदमका सुनते आए थे लेकिन*
*बहुत बेआबरू होकर तेरे कूचेसे हम निकले ।*

'...आदिमानव आदम (ईव्हच्या प्रेमात पडला आणि) अत्यंत अपमानित होऊन स्वर्गातून हाकलून लावला गेला, ही गोष्ट आजवर ऐकत आलो होतो. पण त्याच्यापेक्षाही जास्त अपमानित होऊन मी तुझ्या गल्लीतून हाकलून लावला गेलो...'

*मुहब्बतमें नहीं है फ़र्क़ जीने और मरनेका*
*उसीको देखकर जीते हैं जिस क़ाफिरपे दम निकले ।*

'...एकदा प्रेमात पडल्यानंतर जगण्यात अन् मरण्यात फारसा फरक उरतच नाही... ज्या (निर्दय) प्रेयसीमुळे प्राण कासावीस व्हावेत— अगदी मरणच ओढवावे— तिच्याकडे बघत आशाळभूतपणे जगायचं...'

*खुदाके वास्ते पर्दा न काबेका उठा ज़ाहिद*
*कहीं ऐसा न हो याँ भी वोही क़ाफिर सनम निकले ।*

'...अरे धर्मोपदेशका ! निदान परमेश्वराकरता तरी त्या मशिदीच्या दरवाज्यावरचा पडदा बाजूला सारू नकोस— नाहीतर कदाचित असं व्हायचं, की येथे देखील

परमेश्वराच्या ऐवजी ती माझी दुष्ट, निष्ठुर प्रेयसीच प्रकट व्हावयाची...'

*कहाँ मयखानेका दरवाज़ा 'ग़ालिब' और कहाँ वाइज़*
*पर इतना जानते हैं कल वो जाता था के हम निकले ।*

'...आता खरं सांगायचं म्हणजे, कुठं सच्चरित धर्मोपदेशक अन् कुठं तो दारूगुत्त्याचा दरवाजा... पण इतकं मात्र खरं, की काल आम्ही तिथून बाहेर पडत होतो अन् तो आत चालला होता...'

**ग़ज़ल**

*सब कहाँ कुछ लाला-ओ-गुलमें नुमायाँ हो गयीं*
*खाकमें क्या सूरतें होंगी के पिनहाँ हो गयीं ।*

'...सगळेच कुठं या सुंदर फुलांतून वा गुलाबाच्या रूपानं प्रकट झाले आहेत? -या जमिनीत कितीतरी सुंदर रूपवान चेहरे गाडले जाऊन कायमचे छपून गेले असतील...'

*जू-ए-खूँ आँखोंसे बहने दो के है शामे- फिराक़*
*मैं ये समझूंगा के दो शमअें फरोज़ाँ हो गयीं ।*

'...डोळ्यांतून (अश्रूंच्या ऐवजी) रक्ताच्या धारा लागू देत. कारण ही विरहाची सायंकाळ आहे... निदान मी स्वत:ची समजूत करून घेईन, की दोन निरांजनांतील फुलवाती प्रज्वलित झाल्या आहेत, म्हणून...'

*नींद उसकी है दिमाग़ उसका है रातें उसकी हैं*
*तेरी ज़ुल्फें जिसकी बाज़ूपर परेशाँ हो गयीं ।*

'...खरोखर त्यालाच सुखानं झोप येईल, रात्र देखील त्यानंच मजेत घालवावी अन् दिमाख दाखवावा, की ज्याच्या बाहूंवर तू सुखानं निद्रिस्त व्हावंस अन् तुझे अस्ताव्यस्त केस त्याच्या बाहूवर इतस्तत: पसरलेले असावेत...'

*रंजसें खूगर हुवा इन्साँ तो मिट जाता है रंज*
*मुश्क़िलें मुझपर पडीं इतनी के आसाँ हो गयीं ।*

'...एकदा सतत वाट्याला येणाऱ्या दु:खाची सवय झाली, की मग त्याचं काहीच वाटत नाही- (माझं देखील तसंच झालंय्) इतकी संकटं कोसळली, की आता सगळं सोपंच वाटायला लागलंय्...' (संकटांची पर्वाच वाटेनाशी झालीय्...)

*यूँ ही गर रोता रहा 'ग़ालिब' तो ऐ अहले-जहाँ*

*देखना इन बस्तीयोंको तुम के वीराँ हो गयीं ।*

'...अन् लोकहो, ग़ालिब जर असाच सतत रडत राहिला (दुःख करीत राहिला) तर बघा, एक दिवस ही सगळी दुनिया उजाड, वैराण होऊन जाईल...'

**ग़ज़ल**

*ये न थी हमारी क़िस्मत के विसाले-यार होता*
*अगर और जीते रहते यही इन्तज़ार होता ।*

'...प्रेयसीची भेट होणं— मीलन होणं आमच्या नशिबातच नव्हतं... अन् आणखी आयुष्य लाभलं असतं, तर अशीच वाट पाहत बसलो असतो...'

*तेरे वादेपर जिए हम तो यह जान झूट जाना*
*के खुशीसे मर न जाते अगर एतबार होता ।*

'... तू खोटी आश्वासनं द्यावीत अन् आम्ही (अनेक यातना सहन करीत) प्रतीक्षेत दिवस काढावेत... एरवी जर (येणार नाहीस, याची जरी) खात्री झाली असती, तर सुखानं मरून तरी गेलो असतो... (किती चंचल आहेस— तुझ्या कुठल्याच वागण्याचा भरवसा देता येत नाही...)'

*कोई मेरे दिलसे पूछे तेरे तीरे- नीमकशको*
*ये खलिश कहाँसे होती जो ज़िगरके पार होता ।*

'... तू अर्धवट खेचून मारलेला (नजरेचा)बाण किती खुपतोय्, त्याचं दुःख माझ्या हृदयालाच विचारावं (तो बाण निदान पूर्ण खेचून मारला असतास, तर) आरपार जाऊन प्राण गेला असता अन् हे दुःख असं सलत राहिलं नसतं... (तिचे तिरके, चोरटे नेत्रकटाक्ष किती छळताहेत मला -काय सांगू)'

*ये कहाँकी दोस्ती है के बने हैं दोस्त नासेह*
*कोई चारासाज़ होता कोई ग़मगुसार होता ।*

'...ही कसली भलतीच दोस्ती होऊन बसलीय्... हा धर्मोपदेशक दोस्त बनला अन् (प्रेमाच्या भानगडीत पडू नकोस, स्त्रियांच्या नादी लागू नकोस, मद्य पिऊ नकोस वगैरे न पटणारे) उपदेश करू लागलाय्... यापेक्षा दुःखावर इलाज करणार एखादा वैद्य–निदान एखादा सहानुभूती दाखविणारा सुहृद जरी असता...'

*कहूँ किससे मैं के क्या है शबे-ग़म बुरी बला है*
*मुझे क्या बुरा था मरना अगर एक बार होता ।*

'...आता कुणाला काय काय म्हणून समजावून सांगायचं, की (विरहाच्या) दुःखाची रात्र किती विदारक असते म्हणून... यापेक्षा मरण आलं असतं, तर एकदाच काय ते दुःख सोसावं लागलं असतं... ते काय वाईट होतं?'

*हुए मरके हम जो रुसवा, हुए क्यौं न गर्क़े - दरिया*
*न कभी जनाज़ा उठता न कहीं मज़ार होता ।*

'...(तिच्या प्रेमात पडलो अन् मेलो) मेल्यावर पूर्णपणे बदनाम झालो... यापेक्षा नदीत बुडून का मरण पावलो नाही? मग अंत्ययात्रा निघालीच नसती अन् कुठं थडगं देखील नसतं... (अंत्ययात्रेला आलेले लोक माझ्या प्रेमाच्या भानगडीबद्दल आपापसांत कुजबुजत होते आणि नंतर थडग्याकडं बोट दाखवून वाईटसाईट बोलत होते...)

*ये मसाइले - तसव्वुफ, ये तेरा बयान 'ग़ालिब'*
*तुझे हम वली समझते जो न बादाख्वार होता ।*

'... त्या ब्रह्मज्ञानाच्या मार्गातील समस्या अन् त्यांवरचं तुझं (अप्रतिम) भाष्य... अरे ग़ालिब, तू जर दारुड्या नसतास ना, तर तुला साधू-संतच समजलो असतो...'

**ग़ज़ल**

*कोई उम्मीद बर नहीं आती*
*कोई सूरत नज़र नहीं आती ।*

'...कुठलीच इच्छा आता पुरी होईल, अशी शक्यता दिसत नाहीय्... आणि पुरी करण्यासाठी काही उपाय देखील दिसत नाहीय्...'

*मौतका एक दिन मुअय्यन है*
*नींद क्यौं रातभर नहीं आती ।*

'...जर मरणाचा सुद्धा एक दिवस निश्चित केलेला आहे—ठरलेल्या वेळीच मृत्यू येणार आहे, तर (रात्र ही निद्रेसाठीच निश्चित केलेली वेळ आहे. मग-) आता रात्रभर झोप का लागत नाही?'

*आगे आती थी हाले-दिलपे हँसी*
*अब किसी बातपर नहीं आती ।*

'...पूर्वी प्रत्येक गोष्टीचं (आनंदानं) हसू यायचं (आता तू मला सोडून गेली आहेस, तेव्हा) आता कोणत्याही गोष्टीचं हसू येत नाही (कुठल्याच गोष्टीत आनंद

वाटत नाहीय्...)'

*है कुछ ऐसीही बात, जो चुप हूँ*
*वर्ना क्या बात कर नहीं आती ।*

'...अन् तसंच काही घडलंय्, म्हणून गप्प राहिलोय्, नाहीतर काय मला बोलता येत नाही काय? (-अहो, जिच्यावर मी प्राणपलीकडे प्रेम करतो, तिनंच अत्याचार केले आहेत माझ्यावर... तिला बदनाम करायचं नाही, म्हणून तर गप्प बसलोय् ना...)

*हम वहाँ है जहाँसे हमको भी*
*कुछ हमारी खबर नहीं आती ।*

'...(प्रेमात पडल्यापासून) अशी काही अवस्था झालीय् माझी, की माझं मलाच कळेनासं झालं आहे, की मी कुठं आहे, म्हणून...'

*मरते हैं आरज़ूमें मरनेकी*
*मौत आती है पर नहीं आती ।*

'...मरेस्तोवर इच्छा करतोय्, की मरण यावं, म्हणून -पण तो मृत्यू काही येता येत नाहीय्..

*काबा किस मुँहसे जाओगे 'ग़ालिब'*
*शर्म तुझको मग़र नहीं आती ।*

'...अन् कुठल्या तोंडानं मशिदीत जाणार आहेस, रे ग़ालिब? -की तुला लाज-लज्जा म्हणून काही नाहीच?' (इतक्या प्रेमाच्या भानगडी करतोस, प्रेयसीची पूजा करतोय्स, काफ़िर बनतोस अन् पुन्हा निलाजरेपणाने खुदासमोर जाणार म्हणतोस?)

**ग़ज़ल**

*दिल ही तो है न संग-ओ-खिश्त दर्दसे भर न आए क्यौं?*
*रोएंगे हम हज़ार बार कोई हमें सताए क्यौं ?*

'...अरे, हृदय आहे हे–काही दगड किंवा वीट नाहीय्... ते दुःखानं भरून येणार नाही तर काय? -आम्ही हजार वेळा अश्रू ढाळीत बसू... कुणी काय म्हणून आम्हांला विचारावं?'

*दैर नहीं, हरम नहीं, दर नहीं, आस्ताँ नहीं*
*बैठे हैं रहगुज़रमें हम कोई हमें उठाए क्यौं ।*

'...हे काही मंदिर नही किंवा मशीद नाहीय्, दरवाजा नाहीय् किंवा दरवाज्याची चौकट देखील नाहीय्- आम्ही (खुल्या) रस्त्यात बसलोय्... कुणी काय म्हणून आम्हांला उठवून लावावं?'

*कैदे हयात-ओ-बंदे-ग़म अस्लमें दोनों एक हैं*
*मौतसे पहले आदमी ग़मसे नजात पाए क्यौं ।*

'आयुष्यभराची कैद किंवा दुःखाचं बंधन वस्तुतः दोन्ही एकच आहेत... मग माणसाची मृत्यूच्या पूर्वी दुःखापासून मुक्तता होणारच कशी?'

*हाँ ! वो नहीं खुदापरस्त, जाओ, वो बेवफ़ा सही*
*जिसको हो जान-ओ-दिल अज़ीज़ उसकी गलीमें जाए क्यौं ।*

'...हो ! नसेल ती ईश्वरभक्त— काफ़िर असेल... समजा अगदी विश्वासघातकी देखील असेल (प्रेम करीत नसेल) -अहो, ज्याला स्वतःच्या जिवाची— हृदयाची इतकी काळजी वाटत असेल, त्याने तिच्या गल्लीत (मरायला) जावंच कशाला?'

*ग़ालिबे - खस्ताके बग़ैर कौनसे काम बंद हैं*
*रोइए ज़ार ज़ार क्या कीजिये हाए हाए क्यौं ।*

'...तो एक उद्ध्वस्त झालेला ग़ालिब सोडला, तर जगात काय असं अडून राहिलंय्? -कशाला उगाच ओक्साबोक्शी रडायचं अन् 'हाय हाय' करीत बसायचं...?'

**ग़ज़ल**

*ज़िक्र उस परीवशका और फिर बयाँ अपना*
*बन गया रक़ीब आखिर था जो राज़दाँ अपना ।*

'...मुळात त्या अप्सरातुल्य सौंदर्यवतीचं वर्णन अन् त्यात भर म्हणून माझी वर्णनशैली... आता माझा मित्रच माझा प्रतिस्पर्धी बनलाय् (माझं तिच्या सौंदर्याबद्दलचं वर्णन ऐकून माझा मित्रच तिच्या प्रेमात पडला अन् माझा प्रतिस्पर्धी बनलाय्...)'

*मय वो क्यौं बहुत पीते बज़्मे-ग़ैरमें यारब*
*आजही हुवा मंज़ूर उनको इम्तहाँ अपना ।*

'...भलत्याच्या मैफलीत जाऊन ती किती मद्यसेवन करतेय्... परमेश्वरा, मला बघवत नाहीय्... आज जणू माझी सत्त्वपरीक्षाच पाहायचं ठरवलंय् तिनं, की काय, कुणास ठाऊक...! (तिला या परिस्थितीत पाहणं मला किती असह्य होतंय्... काय् काय म्हणून मला सहन करायला लावणार आहे ती?)'

*मंज़र इक बुलंदीपर और हम बना सकते*
*अर्शसे उधर होता काश ! के मकाँ अपना ।*

'अरेरे ! जर आकाशापेक्षाही उंचीवर माझं घर बनवू शकलो असतो अन् तेथून पाहण्यासाठी झरोका- खिडकी बनवू शकलो असतो, तर...'

*दर्दे-दिल लिखूँ कबतक, जाऊँ उनको दिखला दूँ*
*उंगलियाँ फ़िग़ार अपनी, खामा खूँचका अपना ।*

'...किती वेळा म्हणून ही दुःखाची कहाणी लिहून तिच्याकडं पाठवायची? ...हाताची बोटं देखील दुखायला लागली आहेत आणि लेखणीतून रक्त ओघळू लागलं आहे...'

*हम कहाँके दाना थे, किस हुनरमें यकता थे*
*बेसबब हुवा 'ग़ालिब' दुश्मन आसमाँ अपना ।*

'...आम्ही कुठं इतके हुशार होतो अन् कोणत्या कलाकौशल्यात इतके वाकबगार होतो की कुणाला मत्सर वाटावा? – मग असं काहीही कारण नसताना हे आकाश (माझं नशीब–नियती) उगाचच माझा दुस्वास करू लागलंय्...'

# हकीम मुहम्मद मोमिन खाँ 'मोमिन'

*तुम मेरे पास होते हो गोया*
*जब कोई दूसरा नहीं होता।*

'...जेव्हा मी एकटाच असतो (तेव्हा केवळ तुझंच चिंतन करीत असतो, म्हणजेच), जेव्हा दुसरं कुणी जवळ नसतं, तेव्हा बहुधा तूच माझ्याजवळ असतोस...' (हाच शेर परमेश्वराला उद्देशून देखील 'जेथे जातो, तेथे तू माझा सांगाती' या उक्तीप्रमाणे लावता येईल.)

'...वाहवा! सुभान अल्लाह! क्या कहिए !' अशी जबरदस्त दाद मिळून दिल्लीच्या लाल किल्ल्यातील दिवाण–इ–खास दुमदुमला. खुद्द बादशहा सलामतच्या आमंत्रणावरून खास मुशायरा आयोजित करण्यात आला होता. मोजकीच पंचवीस-तीस माणसे-त्यांत मिर्ज़ा 'ग़ालिब', इब्राहीम 'ज़ौक़', मुफ्ती सद्रुद्दीन 'आजुर्दा', नवाब मुस्तफा खाँ 'शेफ्ता', अंधकवी हाफ़िज 'वीरान', मौलवी फ़ज़ले हक़, नवाब इलाही बक्ष, रहिमुद्दीन 'हया', आगाजान 'ऐश', हकीम सुखानंद 'रक़म' वगैरे मंडळी अन् खुद्द बादशहा बहादुरशहा 'ज़फ़र' जातीने हजर होते. किंचित पावसाळी वातावरण सतत तेवणाऱ्या सुगंधी चिरागदानांच्या प्रकाशात आणखीच धुंद वाटत होते.

जागजागी सुगंधी फुलांची तबके भरभरून ठेवली होती. मुशायरा सतत चढती कमान दाखवीत होता.

वास्तविक शाही मुशायऱ्याची अदबच वेगळी. कुणी कुणाला इनाम द्यावयाचे नसते. तो हक्क फक्त बादशहांसाठीच राखून ठेवलेला. पण मिर्ज़ा 'ग़ालिब' भान विसरून उठले अन् म्हणाले,

'मियाँ मोमिन खाँ, कुर्बान जाते हैं इस शेरपर... सुभान अल्लाह! -भाई, ये शेर अगर हमारे नाम कर दो तो पूरा दीवान ए- ग़ालिब आपके नाम कर देते हैं... (जर हा शेर माझ्या नावे करून द्याल, तर माझे आयुष्यभराचे लिखाण तुमच्या नावे करून देतो... जीव ओवाळून टाकतो या शेरावरून...)

क्षणभर मैफल हबकली. बादशहांच्या समोर गुस्ताखी (उद्धटपणा) झाली होती. पण बादशहा ज़फ़र स्वत: शायरच होता. त्याने हसून मान डोलावली अन् ग़ालिबच्या दिलखुलास पसंतीवर शिक्कामोर्तब केले.

ग़ज़लचे शहेनशहा 'ग़ालिब' यांना मैफलीत भान विसरायेला लावणारे मुहम्मद मोमिन खाँ 'मोमिन' हे दिल्लीतल्या मुशायऱ्यांचे खास आकर्षण होते.

अठराव्या शतकाच्या अखेरीस मोगल साम्राज्य अगदी मोडकळीला आले होते. दिल्लीच्या बादशहाची सत्ता जेमतेम लाल किल्ल्याच्या तटापर्यंत चालत असे. सर्व सत्ता उत्तर दिल्लीत ठाण मांडून बसलेल्या इंग्रजांच्या हातांत होती. परंतु आश्चर्य असे, की मोगल बादशाहीच्या या पडत्या काळात उर्दू शायरीला मात्र विलक्षण बहर आला होता. हाच कालखंड उर्दू शायरीचा सुवर्णकाळ मानला जातो.

एकोणिसाव्या शतकाच्या पूर्वार्धात दिल्लीच्या मुशायऱ्यांचा फार मोठा लौकिक होता. खुद्द बादशहा देखील मुशायऱ्यात भाग घेत असे. शाही कुटुंबातील बहुतेक व्यक्ती शायरीचा शौक करीत असत; आणि प्रत्येक व्यक्तीसाठी एखाद्या गुणवान शायराची उस्ताद म्हणून नेमणूक होत असे.

या कालखंडात दिल्लीच्या शायरीत तीन अलौकिक व्यक्ती होऊन गेल्या. मिर्ज़ा 'ग़ालिब', इब्राहीम 'ज़ौक़' देहलवी आणि मुहंमद मोमिन खाँ 'मोमिन' देहलवी. प्रत्येकाचे व्यक्तिमत्त्व अगदी वेगळे. शायरीतील वैशिष्ट्यही वेगळे होते; आणि तिघेही आपापल्या परीने सर्वश्रेष्ठ शायर होते.

मोमिन खाँ 'मोमिन' हे एक विलक्षण देखणे व्यक्तिमत्त्व होते. उंचापुरा देह, भरदार छाती, गौरवर्ण, विशाल भालप्रदेश, मानेवर रुळणारे कुरळे केस, काळ्या दोऱ्यात गुंफलेला सोन्याचा ताईत, लांबसडक पापण्या आणि सदैव हसणारे काळेभोर विशाल नेत्र, जराशाच मिशा अन् छोटी अणकुचीदार दाढी, ओठांवर सतत रंगणारे पान... अशा आकर्षक व्यक्तिमत्त्वाचे मोमिन खाँ पोशाख देखील काळजीपूर्वक करीत असत. फिकट लिंबोणीच्या रंगाचा मलमली कुडता, त्यावर जरीचे नक्षीकाम

केलेले मखमली जाकीट. गुलाबी रंगाच्या रेशमाचा चोळणा आणि नक्षीदार तलम कापडाची गोलट लखनवी टोपी घालणारे मोमिन खाँ नजर वेधून घेत.

मोमिन खाँचे आजोबा नामदार खाँ आणि त्यांचे बंधू कामदार खाँ हे बादशहा शहा आलमचे हकीम. शहा आलमने त्यांना नारनौलची जहागीर बहाल केली होती. मोमिन खाँचे वडील गुलाम नबी खाँ हे देखील नावाजलेले, निष्णात हकीम. पण पडत्या काळात त्यांची जहागीर जाऊन हजार रुपयांचा तनखा-सनद सुरू झाली. वडिलांच्या आणि चुलत्यांच्या देखरेखीखाली मोमिन खाँ देखील उत्कृष्ट हकीम बनले. भारतीय वैद्यक आणि युनानी पद्धतीच्या औषधोपचारांबद्दल दिल्लीच्या परिसरात मोमिन खाँचा मोठाच लौकिक होता. ज्योतिषशास्त्रात देखील त्यांना असामान्य गती होती. फारसी आणि उर्दू भाषेवर प्रभुत्व मिळवलेले मोमिन खाँ फावल्या वेळाचा शौक म्हणून शायरी करीत. केवळ मनरंजन म्हणून ग़ज़ल रचणारे मोमिन खाँ मिर्ज़ा ग़ालिब आणि इब्राहिम ज़ौक़ यांच्यासारख्या जबरदस्त पेशावार शायरांच्या मैफलीत देखील मैदान गाजवून तेवढीच लोकप्रियता मिळवीत, या एकाच गोष्टीवरून त्यांच्या शायरीचा दर्जा सिद्ध व्हावा. आजच्या काळातील विद्वान उर्दू व्यासंगी देखील निर्विवादपणे त्याच्या शायरीचे श्रेष्ठत्व मान्य करतात.

त्या काळच्या दिल्लीत मोमिन खाँ हे सर्वोत्कृष्ट बुद्धिबळपटू होते. १८५७ च्या स्वातंत्र्ययुद्धाचा जाहिरनामा लिहिणारे मौलवी फज़ले हक़ मिर्ज़ा ग़ालिब यांना म्हणाले, 'या मोमिन खाँना स्वतःच्या बुद्धिमत्तेची कल्पना नाही... उगाचच बुद्धिबळे कुटत बसतात, नाहीतर आशिक़ाना चाळे करीत शेरोशायरीत व्यर्थ वेळ दवडतात... जरा डोके ताळ्यावर ठेवून गंभीर विषयांकडे वळतील, तर जगात त्यांच्या तोडीला क्वचितच कुणी उरेल...'

मोमिन खाँची राहणी देखील नवाबी थाटाचीच होती. पैशाची ददात नसल्यामुळे स्वतंत्र बेफिकीर वृत्तीने वागणाऱ्या मोमिन खाँ यांना रामपूर, अयोध्या, कपूरथळा, जहांगिराबाद, टोका वगैरेंच्या नवाबांकडून अनेकवार मोठ्या पगाराच्या नोकऱ्या चालून आल्या. परंतु कोणत्याही दरबारात शाही शायर म्हणून नोकरी करण्यास त्यांनी नकार दिला. इंग्रजांनी देऊ केलेली दिल्लीतली फारसीच्या प्राध्यापकाची नोकरीही त्यांनी नाकारली. त्यांच्या हवेलीत संगमरवराची चकचकीत फरशी केलेली मोठमोठी दालने होती. त्यात मध्यभागी मखमलीचा ऐसपैस इराणी गालिचा टाकून लोडाला टेकून बसलेले मोमिन खाँ नवाबच भासत असत. शेजारी चांदीचे नक्षीकाम केलेला शोभिवंत हुक्का, चांदीच्या कामदार तबकात विड्याची मुलायम पाने, समारे गुडघे दुमडून अदबीने बसलेले रहीमुद्दिन 'हया', हकीम सुखानंद 'रक़म' वगैरे शागीर्द- एखादा दरबार भरल्यासारखा वाटत असे. क्वचित मिर्ज़ा ग़ालिब, शेफ्ता, तफ्ता, इब्राहिम ज़ौक़ वगैरे देखील असत.

उर्दू शायरीत कसीदा (स्तुतिपर काव्य अथवा प्रशंसागीत) रचण्याची पद्धत आहे. बादशहा अथवा नवाब-रईसांच्या स्तुतिपर कसीदे अनेक मान्यवर शायरांनी रचलेले आढळतात. धनप्राप्ती करून घेणे हा त्यामागील हेतू असतो. मोमिन खाँ यांनी मात्र फक्त परमेश्वर आणि साधू-संतांच्या स्तुतिपर कसीदे लिहिले. कोणताही बादशहा-नवाब अथवा रईस यांच्या स्तुतिपर कसीदा चुकूनही कधी रचला नाही.

खुशमिज़ाज मोमिन खाँचे वैयक्तिक आयुष्य सुखात गेले. पैशाची ददात नव्हती. उत्तम प्रकृती आणि मानमरातब या सर्व गोष्टी लाभल्या होत्या. अंजुमन उन्निसा बेगम-पासून त्यांना एक पुत्र अहमद नसीर आणि एक कन्या मुहम्मदी बेगम अशी दोन अपत्ये होती.

रामपूर, बदायूँ, सहराणपूर, जहांगिराबाद या चार-पाच सफरी सोडल्या, तर मोमिन खाँचे बहुतेक आयुष्य दिल्ली येथील वास्तव्यातच गेले.१७९७ ला जन्मलेले मुहंमद मोमिन खाँ मिर्ज़ा ग़ालिबचे समवयस्क आणि परम मित्र होते. वयाच्या पंचावन्नाव्या वर्षी अपघाताने गच्चीचा कठडा तुटून खाली पडलेले मोमिन खाँ चार-पाच महिन्यांनी मरण पावले. (१२ मे, १८५२)

'शास्त्रीय संगीताची उत्तम जाण असणारे मोमिन खाँ मुशायऱ्यात आपल्या घुमारदार आवाजात गोड गळ्यावर ग़ज़ल पेश करीत. ग़ालिब-ज़ौक़ सारखे असामान्य प्रतिभावंत व्यावसायिक शायर मुशायऱ्यात उपस्थित असताना त्यांच्या तोडीस तोड रंग जमविणारे मोमिन खाँ बहुधा शृंगारिक, क्वचित सूफीयाना रंगात ग़ज़ल पेश करीत. अत्यंत सोप्या, ओघवती भाषेत हळुवार तरल भावतरंग शब्दांकित करणे हा त्यांच्या शायरीचा खास आकर्षक पैलू आहे. त्यांच्या रचनांत बोजडपणा कधी चुकून देखील आढळत नाही. दुर्दैवाने या अतिगुणवान उस्ताद शायराचे बहुतेक सर्व लिखाण स्वातंत्र्यसमराच्या (१८५७) धामधुमीत त्यांच्या राहत्या हवेलीसह आगीत जळून नष्ट झाले.'

मोमिन खाँ संगीताचे उत्तम जाणकार आणि दर्दी होते. त्यांच्या हवेलीत गायक-वादकांचा सतत राबता असे. मैफली जमवून मित्र परिवारासमवेत संगीताचा आनंद लुटणारे मोमिन खाँ दिल्ली शहराचे भूषण होते. त्यांच्या मृत्यूनंतर दिल्लीतील सुप्रसिद्ध वीणावादक मियाँ नज़ीर खाँ यांनी 'आता दिल्लीत संगीताचा दर्दी कुणी राहिला नाही' असे म्हणून वीणा कायमची गवसणीत बांधून ठेवली.

**मोमिन खाँ मोमिनच्या ग़ज़ला-**

*वो जो हममें तुममें क़रार था तुम्हें याद हो के न याद हो*
*वही यानी वादानिबाह का तुम्हें याद हो के न याद हो ।*

'...जे आपलं दोघांचं ठरलं होतं— तुला आठवतंय्, की नाही, कुणास ठाऊक...
पण आता वचन पूर्ण करायचंय्, हे तरी तुला आठवतंय्, की नाही, कुणास ठाऊक...'

*वो नये गिले, वो शिक़ायतें, वो मज़े मज़े की हिकायतें*
*वो हर एक बातपे रूठना तुम्हें याद हो के न याद हो ।*

'...त्या (मुद्दाम उकरून काढलेल्या) तक्रारी , नवनवीन गोष्टी करायच्या अन् मग प्रत्येक बारीकसारीक गोष्टीत तू रुसून बसाय्चीस... तुला आठवतंय्, की नाही, कुणास ठाऊक...'

*कोई बात ऐसी अगर हुवी, के तुम्हारे जी को बुरी लगी*
*तो बयाँ से पहलेही भूलना तुम्हें याद हो के न याद हो ।*

'-अन् एखादे वेळी असं व्हायचं, की एखादी गोष्ट तुझ्या मनाला लागायची... मग त्याबद्दल काही बोलण्याअगोदरच आपण ती विसरून जायचो... तुला आठवतंय् ते सारं, की नाही, कुणास ठाऊक...'

*वो जो लुत्फ मुझपे ये पेशतर, वो करम के था मेरे हालपर*
*मुझे सब है याद ज़रा ज़रा तुम्हें याद हो के न याद हो ।*

'... त्या लहान-सहान गोष्टींत मला केवढा आनंद वाटत असे अन् तू देखील प्रेमानं सारं काही सांभाळून घ्यायचीस... मला त्या साऱ्या गोष्टी नीट आठवतात... आता तुला मात्र ते सारं आठवतंय् की नाही कुणास ठाऊक?...'

*कभी हममें तुममें भी चाह थी, कभी हमसे तुमसे भी राह थी*
*कभी हमभी तुमभी थे आशना तुम्हें याद हो के न याद हो ।*

'कधी काळी आपल्या दोघांची गाढ मैत्री होती. एकमेकांकडं जात-येत असायचो आपण... खूप जवळ आलो होतो एकमेकांच्या... तुला आठवतंय्, की नाही, कुणास ठाऊक...'

*वो बिग़डना वस्लकी रातका, वो न मानना किसी बातका*
*वो नहीं नहीं की हर आन अदा तुम्हें याद हो के न याद हो।*

'...मीलनाच्या रात्री देखील तू रागवायचीस अन् मग काही म्हणून ऐकून घ्यायची नाहीस... तुझा तो ठसक्यात 'नाही, मुळीच नाही.' म्हणायचा नखरा मला अद्याप इतका आठवतोय् - तुला आठवतंय् ते सगळं, की नाही, कुणास ठाऊक...'

*जिसे आप गिनते थे आशना, जिसे आप कहते थे बावफा*
*मैं वही हूँ मोमिने-मुब्तिला तुम्हें याद हो के न याद हो ।*

'...ज्याला तू जिवलग समजत होतीस, ज्याला विश्वासू मित्र म्हणत होतीस–तोच

(तुझ्या प्रेमात) गुरफटलेला 'मोमिन' आहे मी... तुला आठवतंय्, की नाही, कुणास ठाऊक...'

**ग़ज़ल**

*असर उसको ज़रा नहीं होता*
*रंज राहतफ़ज़ा नहीं होता ।*

'...तिच्यावर (माझ्या प्रेमाचा) काही म्हणून परिणाम होत नाहीय्... (त्याचं इतकं दुःख होतंय् मला) अन् दुःख कधीच आरामदायक नसतं...'

*तुम हमारे किसी तरह न हुए*
*वर्ना दुनियामें क्या नहीं होता ।*

'... काही केल्या कुठल्याच तऱ्हेनं तू माझ्या प्रेमाचा स्वीकार केला नाहीस- माझी झाली नाहीस... नाहीतर या जगात काय म्हणून शक्य नव्हतं?'

*उसने क्या जाने क्या किया लेकर*
*दिल किसी कामका नहीं होता ।*

'माझं हृदय चोरून नेऊन तिनं काय केलं, कुणास ठाऊक... अहो, हृदयाचा तसा काहीच उपयोग नसतो... (आशिक़ाच्या छिन्न विछिन्न रक्तबंबाळ हृदयाचा कुणालाच काही उपयोग नसतो...) ...'

*हाले-दिल यारको लिखूँ क्यौं कर*
*हाथ दिलसे जुदा नहीं होता ।*

'...अन् माझ्या हृदयाची परिस्थिती तिला कळवायची तरी कशी? (दुःखी तळमळणाऱ्या) माझ्या हृदयापासून हात वेगळा म्हणून होतच नाहीय्... (अन् मग अशी दुःखाची कहाणी तिला लिहून कळवायची तरी कशी?)'

*तुम मेरे पास होते हो गोया ।*
*जब कोई दूसरा नहीं होता ।*

'...जेव्हा म्हणून मी एकटा असतो, तेव्हा (केवळ तुझाच विचार माझ्या मनात घोळत असतो, म्हणजे) बहुधा तूच माझ्याजवळ असतेस...'

*दामन उसका जो है दराज़ तो हो*
*दस्ते-आशिक़ रसा नहीं होता ।*

'...तिचा पदर खूप लांबलचक असेल, तर असो... पण माझा प्रेमिकाचा हात

तेथपर्यंत पोहोचत नाही ना... (तिचं अंतःकरण खूप विशाल आहे; पण मी इतका क्षुद्र आहे, की तेथपर्यंत माझी वर्णीच लागत नाही...)'

*क्यौं सुने अर्ज़े-मुजतर ऐ 'मोमिन'*
*सनम आखिर खुदा नहीं होता ।*

'-अरे मोमिन, तुझा तो अधीर- उतावळा अर्ज ऐकून तरी कोण घेणार आहे? -अरे वेड्या, प्रेयसी म्हणजे काही परमेश्वर नव्हे...'

**ग़ज़ल**

*रोया करेंगे आप भी पहरों इसी तरह*
*अटका कहीं जो आपका दिल भी मेरी तरह ।*

'...तुमचं हृदय कुठंतरी माझ्या हृदयाप्रमाणेच अडकलं असतं (तुम्ही देखील माझ्याप्रमाणे प्रेमात पडला असता), तर तुम्ही देखील असेच प्रहर अन् प्रहर रडत बसला असता...'

*न ताब हिज्रमें है न आराम वस्लमें*
*कम्बख्त दिलको चैन नहीं है किसी तरह ।*

'...विरहानं बरं वाटत नाही अन् मीलनात देखील आनंद होत नाहीय्... या माझ्या करंट्या हृदयाला काही केल्या चैन पडतच नाहीय्... (प्रेमात पडलं, हेच दुर्दैव कमनशिबी हृदयाचं...)'

*मर चुक कहीं, के इस ग़मे-हिज्राँसे छूट जाए*
*कहते तो हैं भलेकी, वलेकिन बुरी तरह ।*

'...ते सांगताहेत, की कुठंतरी जाऊन जीव दे, म्हणजे निदान या विरहाच्या (दारुण) दुःखापासून सुटका होईल... खरं तर, भल्यासाठीच सांगताहेत ते... पण किती वाईट तऱ्हेनं...'

*न जाए वाँ बने है, न बिन जाए चैन है*
*क्या कीजिए हमें तो है मुश्क़िल सभी तरह ।*

'...तिच्याकडं जाऊन काही उपयोग नाहीय् अन् न जाऊन चैन पडत नाही... काय करावं आता- माझी सागळ्याच बाजूंनी पंचाईत झालीय्...'

*हूँ जाँ-ब-लब बुताने-सितमग़र के हाथसे*
*क्या सब जहाँमें जीते हैं 'मोमिन' इसी तरह ।*

'...या माझ्या प्रेयसीच्या जुलमामुळं प्राण कंठाशी आले आहेत... जगात बाकी सगळे असेच (अतीव दुःखात) जगतात, की काय, कुणास ठाऊक...'

**ग़ज़ल**

*किसीका हुवा आज, कल था किसीका*
*न है तू किसीका, न होगा किसीका ।*

'...आज तू कुणाची आहेस, काल आणखी कुणाची तरी होतीस...खरं म्हणजे, तू कुणाचीच नाहीस अन् कुणाची होणंही शक्य नाहीय्... (कारण निष्ठावान प्रेम करणं तुला शक्यच नाहीय्...)'

*किया तुमने कत्ले-जहाँ इक नज़रमें*
*किसीने न देखा तमाशा किसीका ।*

'...एका नेत्रकटाक्षाने तू साऱ्या दुनियेची कत्तल करून टाकलीस... मग आता कोण कुणाची वाताहत झालेली बघणार आहे?'

*न मेरी सुने वो, न मैं नासेहोंकी*
*नहीं मानता कोई कहना किसीका ।*

'...ती माझं ऐकत नाहीय् अन् मी धर्मोपदेशकाचा (चांगला) उपदेश ऐकण्याच्या मनःस्थितीत नाहीय् .... (तो सांगतोय् की, वेड्या, उगाच या प्रेमाच्या फंदात पडू नकोस- ईश्वरसेवेत मन गुंतव वगैरे,) -म्हणजे आता कुणीचं कुणाचे ऐकत नाही, असं झालंय्...'

*जो फिर जाए उस बेवफासे तो जानूँ*
*के दिलपर नहीं ज़ोर चलता किसका ।*

'...त्या निष्ठुर, प्रेम न करणाऱ्या प्रेयसीवर जाऊन बसलेलं माझं मन परत आलं (तिच्यावरून उडालं), तर कबूल करेन— अहो, या वेड्या मनावर कुणाचा ताबा राहत नाही...'

*वो करते हैं बेबाक़ आशिक़ कुशी यूँ*
*नहीं कोई दुनियामें गोया किसीका ।*

'...तिच्यावर प्रेम करणाऱ्या —आशिक होणाऱ्याची —ती इतकी बिनदिक्कत कत्तल करते, की जणू काही या जगात कुणी कुणाचे नाहीच... (जणू काही तिला कुणी अटकाव करणार नाही किंवा जाब देखील विचारणार नाही...)'

*दमे अल्हज़र और इश्क़े-बुताँसे*
*तुझे ड़र है ऐ 'मोमिन' ऐसा किसीका ।*

'...परमेश्वर करो अन् या सुंदर स्त्रियांच्या मोहापासून तुझं रक्षण होवो... अन्यथा तुला या जगात कशाचंही भय नाहीय्, रे, मोमिन... (फक्त या मोहापासून सावध रहा...)...'

# हज़रत दाग़ देहलवी

*हमारी तरफ अब वो कम देखते हैं,*
*वो नजरें नहीं जिसको हम देखते हैं ।*
*ज़मानेके क्या क्या सितम देखते हैं*
*हम ही जानते हैं जो हम देखते हैं ।*

'आजकाल तिचं माझ्याकडं जरा कमीच लक्ष आहे; (तिला माझ्याबद्दल वाटणारं प्रेम आटून गेलंय्.) अन् ज्या प्रेमानं ओथंबलेल्या नजरेनं ती माझ्याकडं पाहत असे, ती प्रेमार्द्र नजर देखील हरवून गेलीय्...

'...किती अत्याचार केलेयूत या दुनियेनं माझ्यावर ! काय काय म्हणून सोसावं लागलंय्, ते माझं मलाच ठाऊक...'

एकोणिसाव्या शतकाच्या प्रारंभापासूनच मोगल साम्राज्य मोडकळीला आले होते. प्रतिदिनी ढासळत जाणाऱ्या परिस्थितीत उर्दू शायरी मात्र विलक्षण भरारी घेत होती, हे एक धक्कादायक ऐतिहासिक सत्य आहे. दिल्लीतील सामान्य झाडूवाल्यापासून तख्तनशीन मुगल बादशहापर्यंत सर्वजण उर्दू शायरीबाबत विलक्षण आस्था बाळगीत असत. शेरोशायरीवर चर्चा करीत नाही, असा नागरिक क्वचितच आढळत असे. एकोणिसाव्या शतकाचा पूर्वार्ध उर्दू शायरीचा सुवर्णकाळ मानला जातो. या काळात फिरोजपूर झरका या संस्थानचे नवाब

शम्सुद्दीन खान यांना २५ मे, १८३१ रोजी पुत्ररत्न झाले. हा पुत्र नवाबज़ादा मिर्ज़ा खान म्हणजेच हज़रत मिर्ज़ा खान 'दाग़' देहलवी.

हज़रत 'दाग़' जेमतेम चार वर्षांचे असतानाच दिल्लीचा इंग्रज रेसिडेंट फ्रेझर याचा खून केल्याच्या आरोपावरून इंग्रजांनी नवाब शम्सुद्दीन याला फासावर चढविले. मिर्ज़ा दाग़ याच्या विधवा मातेने बादशहा बहादुरशाह ज़फ़र यांचे पुत्र युवराज मिर्ज़ा फ़खरू यांच्याशी निका लावला. साहजिकच दाग़चा राजपरिवारात समावेश होऊन दाग़ लाल किल्ल्यात रहावयास आला.

राजपरिवारात आल्यानंतर शाही परंपरेप्रमाणे दाग़च्या शिक्षणाची व्यवस्था लावण्यात आली. लहानगा दाग़ 'ग्यासुल-लुगत' रचणारे फारसी पंडित मौलवी ग्यासुद्दीन यांच्याकडे फारसी-अरबीचे धडे घेऊ लागला आणि मीर तक़ी 'मीर' चे शागीर्द मौलवी सय्यद अहमद हुसेन यांच्याकडे उर्दू शिकू लागला. स्वाभाविकत: शायरीकडे ओढा असणाऱ्या दाग़ने मौलवीसाहेबांच्या तालमीत ग़ज़लरचनेचे तंत्र-मंत्र व्यवस्थित आत्मसात करून घेतले. तेरा-चौदा वर्षांचा मिर्ज़ा दाग़ उत्तमोत्तम शेर रचू लागला. वैशिष्ट्य असे, की दाग़ एखादा मिसरा (एखादी ओळ - काव्यपंक्ती) कधीच रचत नसे. त्याच्या शेरांच्या दोन्ही पंक्ती —मिसरे — एकाच वेळी एकत्र बांधूनच त्याचे मुखातून बाहेर पडत. मी मी म्हणणाऱ्या उस्ताद शायरांना देखील ही किमया साधत नाही. बादशहाचे शायरीतील उस्ताद इब्राहीम 'ज़ौक़' यांच्या मार्गदर्शनाखाली दाग़ची ग़ज़ल फुलू लागली. बादशहा ज़फ़र स्वत: उत्तम शायर असल्यामुळे, लाल किल्ल्यात नेहमीच मुशायरे आयोजित केले जात. एका मुशायऱ्यासाठी बादशहाने 'निकाल अब तीर सीनेसे के जाने-पुर-अलम निकले' हा मिसरा 'तऱ्हा' म्हणून मुक्रर केला. अशा खास मुशायऱ्यांना 'तरही मुशायरा' म्हणतात. या मुशायऱ्यासाठी एखादी काव्यपंक्ती (मिसरा) निवडली जाते आणि सहभागी होणाऱ्या शायरांनी या काव्यपंक्तीवर तसेच यमक जुळवून ग़ज़ल रचावयाची असते. यात उत्तमोत्तम शायरांचा कस लागतो. म्हणून बहुतेक शायर तरही मुशायऱ्याचे आमंत्रण आव्हान समजूनच स्वीकारतात. तेरा-चौदा वर्षांच्या दाग़ने उस्ताद ज़ौक़ यांच्या मार्गदर्शनाखाली ग़ज़ल रचून बादशहासमोर पेश केली.

*निकाल अब तीर सीनेसे के जाने - पुरअलम निकले*
*जो ये निकले तो दिल निकले दिल निकले तो दम निकले ।*

'हृदयात खोलवर घुसलेला (नेत्रकटाक्षांचा) तीर आता उपसून काढ, म्हणजे त्याबरोबरच विव्हल झालेले दु:खी प्राण देखील निघून जातील. जसा तीर बाहेर निघेल, त्याबरोबर माझं हृदय देखील बाहेर येईल; अन् हृदय बाहेर पडलं, म्हणजे आपोआपच प्राण निघून जाईल...'

*मेरे दिलसे कोई पूछे शबे-फुरकत की बेताबी*

*यही फरियाद थी लबपर के यारब ! जल्द दम निकले ।*

'विरहाच्या रात्री होणारी जिवाची तगमग अन् विलक्षण अस्वस्थता कुणी माझ्या मनाला विचारावी वाटल्यास... ओठांवर सतत एक प्रार्थना घोळत होती, की, परमेश्वरा, लवकर मरण येऊ दे (म्हणजे सुटका तरी होईल या मरणप्राय यातनांमधून).'

*मुबारक हो ये घर ग़ैरोंको, तुमको, पासबानोंको*
*हमारा क्या इजारा है? निकाला तुमने, हम निकले ।*

'हा सुंदर प्रासाद तुला, तुझ्या (हितचिंतक अन् सतत तुझी काळजी घेणाऱ्या पालक) रखवालदारांना अन् माझ्या (प्रेमातील) प्रतिस्पर्ध्यांना लखलाभ होवो. आम्हां गरिबांचा अधिकार काय म्हणून विचारता? तुम्ही हाकलून लावलंत, निघालो आम्ही...'

प्रतिभासंपन्न लहानग्या शायराच्या ग़ज़लेला शेरागणीक दाद मिळत गेली. स्वत: बादशहा बहादुरशाह उद्‌गारले, 'वाह, क्या खूब तबियत पायी है !' अन् त्यानंतर लाल किल्ल्यात भरणाऱ्या प्रत्येक मुशायऱ्यात मिर्ज़ा 'दाग़' ची ग़ज़ल ग़ालिब, ज़ौक़, मोमिन, शेफ्ता वगैरेंच्या ग़ज़लांच्या तोडीस तोड रंग जमवू लागली. अल्पावधीत दिल्ली आणि आसपासच्या परिसरात दाग़ची लोकप्रियता इतकी वाढली, की मुशायऱ्यात 'दाग़' ची उपस्थिती असल्यावाचून मुशायरा रंगत नसे.

उस्ताद शेख इब्राहीम 'ज़ौक़' यांच्या मार्गदर्शनावर दाग़ची असीम श्रद्धा होती. गुरूबद्दल सदैव कृतज्ञता बाळगणारा 'दाग़' म्हणतो,

*ये बहारे-दाग है गुलज़ारे - इब्राहीमकी*
*'ज़ौक़' कहते हैं जिसे है फ़ैज़ उस उस्तादकी ।*

'दाग़च्या शायरीला आलेला फुलोराही जनाब इब्राहीम साहेबांनी जोपासलेल्या उद्यानाची फुलबहार आहे. ज्यांना 'ज़ौक़' म्हणून दुनियेत संबोधलं जातं, त्या गुरुवर्यांच्या कृपेचं फळ आहे हे सगळं...'

परंतु दिल्ली शहरात सुखाने राहणे दाग़ यांच्या नशिबात नव्हते. वयाची पंचविशी गाठेपर्यंत पित्याच्या जागी असलेल्या युवराज मिर्ज़ा फ़करू यांना विषप्रयोग झाला. लाल किल्ल्यातील वातावरण अधिकच बिघडत गेले. १८५७ च्या स्वातंत्र्ययुद्धाचे निशाण रोवले गेले अन् बादशहाने स्वत:च लाल किल्ला सोडला. राज्यकारभार, लढाया अन् क्रांती असल्या विषयांत गोडी नसलेले जनाब 'दाग़' देहलवी उत्तर प्रदेशातील रामपूरचे नवाब युसुफअली यांच्या आश्रयाला गेले. नवाब युसुफ अली 'नाज़िम' स्वत: उत्तम शायर आणि गुणिजनांचे चाहते होते. त्यांच्या पदरी 'अमीर' मीनाई लखनवी, 'तसलीम', 'असीर', लखनवी, 'जलाल' 'मानिकपुरी' वगैरे उत्तमोत्तम शायर होते. वली अहद

(युवराज) नवाब कल्ब अली यांनी दाग़ यांना आपले उस्ताद नेमले आणि त्यांचा गंडा बांधला, नंतर कल्ब अली रामपूरचे नवाब बनले आणि त्यांनी उस्ताद 'दाग़' देहलवींचा मन:पूर्वक आदरसत्कार केला, परंतु नवाब कल्ब अली अकाली निधन पावले. दाग़साहेबांचे मन आता रामपुरात रमेना. त्यांनी म्हटलंय्

*हरचन्द के रामपुरमें घबरा रहा है दिल*
*किस तरह जाएं कल्बअली खाँको छोडकर*

'...आता रामपूरमध्ये मन अत्यंत अस्वस्थ होतंय्, पण आश्रयदाते नवाब कल्बअली आणि त्यांचं रामपूर यांना सोडून तरी कसं जायचं?'

रामपूर संस्थानच्या आश्रयाला असताना 'दाग़' यांनी कलकत्त्याचा दौरा केला. वाटेत पाटण्याच्या रसिकांनी अत्यंत आग्रह करून 'दाग़' यांना काही दिवस ठेवून घेतले. मोगल अमदानीत पाटणा शहर अज़ीमाबाद म्हणून देखील ओळखले जात असे. त्या अज़ीमाबादच्या पाहुणचाराबद्दल 'दाग़' यांनी म्हटलंय् की, इथले रसिकजन जाणकार अन् उदार हृदयाचे आहेत. येथील स्त्रिया अत्यंत चतुर अन् लावण्यवती आहेत. मला इथं राहायला आवडलं असतं... अन् शृंगारिक प्रवृत्तीच्या 'दाग़' यांनी त्याबद्दल रचना केली-

*भवें तनती हैं खंजर हाथमें है, तनके बैठे हैं*
*किससे आज बिगडी है जो यूँ बन ठनक़े बैठे हैं।*

'...ही रागावलेली नवयौवना, भुवया वर चढलेल्या, हातात खंजिरी (नृत्यगानाला साथ करणारं वाद्य) अन् मोठ्या कुर्ऱ्यात बसलेली ही लावण्यवती... कुणाला तरी पार लोळवण्याच्या उद्देशानंच इतका नट्टापट्टा अन् नखरा करून बसलीय् जणू (बिचारा आशिक आता संपलाच म्हणायचा)...'

*कोई छींटा पडे तो 'दाग़' कलकत्ते चला जाये*
*अज़ीमाबादमें हम मुन्तज़िर सावनके बैठे है।*

'... आता पावसाला प्रारंभ झाला की कलकत्त्याला जावं असा विचार 'दाग़' प्रथम करीत होते. पण आता इथे अजीमाबादमध्ये सुंदर बहारदार श्रावणातील पावसाची सरींची वाट पाहत बसलेयृत (भारतीय काव्यसंकेताप्रमाणे श्रावण- वर्षाऋतू - प्रेमिकांच्या मीलनाचा ऋतू समजला जातो)...'

शृंगाररसाने ओथंबलेली ही दाग़ यांची ग़ज़ल इतकी लोकप्रिय झाली, की 'अमीर' मीनाईसारख्या लोकोत्तर शायराला त्याच वृत्तात ग़ज़ल बांधण्याचा मोह आवरला नाही.

*'अमीर' अच्छी ग़ज़ल है 'दाग़' की जिसका ये मिसरा है*
*भवें तनती हैं, खंजर हाथमें हैं, तनके बैठे हैं।*

'...ती जनाब़ 'दाग़'ची ग़ज़ल फार सुरेख आहे. ज्याची काव्यपंक्ती अशी आहे, की भुवया चढवून हातात खंजिरी घेऊन मोठ्या कुर्ऱ्यात बसली आहे ती...'

अनेकांनी दाग़च्या या ग़ज़लेचे अनुकरण करण्याचा प्रयत्न केला. परंतु कुणालाही दाग़च्या या वृत्तात इतकी सुरेख ग़ज़ल बांधता आली नाही. खुद्द 'अमीर' साहेबांनीच वरील शेरात त्याचा निर्वाळा दिला आहे.

रामपूर सोडल्यानंतर हज़रत 'दाग़' देहलवी दक्षिणेत हैद्राबादच्या निज़ामाच्या आश्रयाला आले. मीर महबूब अली त्या वेळी हैद्राबादचे निज़ाम होते. हैद्राबादमध्ये अफजुल गंज भागात 'दाग़' यांनी अखेरपर्यंत वास्तव्य केले. प्रथमतः महिना चारशे रुपयांवर राजदरबारचे कवी म्हणून 'दाग़' यांची नेमणूक झाली. परंतु लवकरच दाग़ यांच्या रचना दक्षिणेतील रसिकांना परिचित झाल्या आणि 'दाग़' यांची कीर्ती झपाट्याने वाढली. खुद्द मीर महबूब अली त्यांचा गंडाबंद शागीर्द बनले आणि दाग़चा तनखा मासिक पंधराशे रुपयांवर गेला. निज़ामाने आपल्या उस्तादांचा बहुमान करावा, म्हणून वेळोवेळी बुलबुले - हिंदोस्ताँ, उस्तादे - जहाँ, फसीह-उल-मुल्क (अत्यंत सरळ सोपी भाषाशैली लिहिणारा सर्वोत्तम रचनाकार) वगैरे किताब आणि पदव्या दाग़साहेबांना अर्पण केल्या. हज़रत 'दाग़' देहलवी यांना आपल्या युवावस्थेत दिल्ली दरबारात गाजणाऱ्या 'ज़ौक़', 'ग़ालिब', 'मोमिन', 'शेफ्ता', आग़ाजान 'ऐश' वगैरेंच्या मैफलींची आठवण होती. रामपूर दरबारातील 'अमीर', 'असीर', 'क़लक', 'तसलीम', 'जलाल' यांच्या मैफलींची आठवण होती. तसंच काही आपल्या शागिर्दांच्या, निज़ामच्या दरबारात घडून यावं– अशी 'दाग़' यांची इच्छा होती. स्वतः निज़ाम मीर महबूब अली देखील रसिक होता आणि तो गुणिजनांचा यथायोग्य आदर - सत्कार करीत असे; परंतु दाग़च्या आमंत्रणानुसार हैद्राबादला आलेले लोकोत्तर शायर 'अमीर' मीनाई आल्यानंतर लगेच आजारी पडले अन् काही दिवसांतच त्यांचे निधन झाले. सत्तरी ओलांडलेले हज़रत 'दाग़' परममित्राच्या निधनाचा आघात सहन करू शकले नाहीत. अतीव मानसिक ताणामुळे त्यांना अर्धांगवायूचा झटका आला. जीभ लुळी पडली अन् काही दिवसांतच त्यांनी आपली जीवनयात्रा संपविली. (१४ फेब्रुवारी, १९०५). हैद्राबादच्या दर्गा शरीफमध्ये या दोन्ही शायर मित्रांच्या कबरी आहेत. दाग़च्या निधनाने उर्दू शायरीच्या सुवर्णकालातील शेवटचा मानकरी हरपला.

हज़रत 'दाग़' यांचे तीन हजारांपेक्षा अधिक शिष्यगण होते. त्यांत सर महंमद 'इक़्बाल', प्रा. अहसन 'मारहरवी, हज़रत 'नूह' नारवी, 'बेखुद' देहलवी, 'सायल' देहलवी, 'सीमाब' अकबराबादी, आगा 'शायर' वगैरे थोर शायर मंडळी आहेत. 'दाग़' यांच्या निधनाबद्दल दुखवटा व्यक्त करताना सर 'इक़्बाल' म्हणाले,

*अश्क़के दाने ज़मीने शेरमें बोता हूँ मैं*
*तू भी रो ऐ खाके-देहली, 'दाग़ को रोता हूँ मैं ।*

*चल बसा 'दाग़' आह ! मय्यत उसकी ज़ेबे दोश है*
*आखरी शायर जहानाबादका खामोश है ।*

'माझ्या अश्रूंचे दाणे मी या शेरांच्या भूमीत पेरतोय् (त्यांतून सुंदर काव्याची फुलझाडे उगवतील) दिल्लीच्या धरतीमाते, तुला दुःख होणे स्वाभाविक आहे; पण मला देखील अश्रू आवरत नाहीत. हज़रत जनाब दाग़साहेब गेले, 'अरे-रे, त्यांचे पार्थिव शरीर खांद्यावर घेऊन मी अंत्ययात्रेला निघालोय्. जहानाबादचा (दिल्लीचा) अन् सुवर्णकाल गाजवणारा शेवटचा शायर आता कायमचा शांत झालाय् (आता त्या दर्जाचा शायर होणे नाही)'

दाग़चे तीन दीवान (काव्यसंग्रह) प्रसिद्ध झाले. गुलज़ारे - 'दाग़', आफताबे - दाग़ आणि माहताबे - दाग़ यांशिवाय अनेक कसीदे (स्तुतिपर काव्ये), कतआत (मुक्तके) आणि 'फरियादे - दाग़' नावाचे एक खंडकाव्य आहे. काव्यात्मकतेच्या दृष्टीने पाहता दाग़ यांनी एकही नवीन गोष्ट वा कल्पना उर्दू शायरीत आणली नाही. 'ग़ालिब', 'ज़ौक़', 'मोमिन' वगैरेंच्या तुलनेत एकही उपमा, उत्प्रेक्षा किंवा कोणताही भाषेचा अलंकार नव्याने सादर केला नाही; परंतु नेहमीच्या बोलीभाषेतील शब्द उपयोगात आणून अत्यंत सोप्या आणि सहज समजेल, अशा भाषेत काव्यरचना केली. प्रासादिक लेखणी आणि 'ज़ौक़' सारख्या अतिउत्तम शेरबांधणी करणाऱ्या उस्तादाच्या तालमीत तयार झाल्यामुळे हज़रत दाग़ यांचे शेर अत्यंत आकर्षक बांधणीचे होते. 'दाग़'च्या रचनांतील श्रृंगार अत्यंत मनोवेधक आहे; परंतु काही वेळा श्रृंगाराच्या अतिरिक्त वर्णनामुळे त्यांचे काव्य अतिसवंग बनते. त्यात वैचारिक खोली बेताचीच आहे. सर्व आयुष्य विलासात आणि ऐश–आरामात गेल्यामुळे वेदनेची तीव्रता किंवा दुःखाची अनुभूती अभावानेच आढळते त्या काळात दिल्लीत प्रचलित असलेल्या पांडित्यपूर्ण शेर लिहिण्याच्या प्रथेनुसार मिर्ज़ा 'दाग़' यांनी देखील काही शेर रचले आहेत, पण ते शेर काव्यमयतेच्या दृष्टीने अगदीच रूक्ष वाटतात. उदाहरणार्थ,

*कोई नामो-निशाँ पूछे तो ऐ कासिद बता देना*
*तखल्लुस 'दाग़' है और आशिक़ोंके दिलमें रहते हैं ।*

'...कुणी विचारले तर पत्रवाहका, अवश्य सांगून टाक, की आमचं नाव 'दाग़' आहे आणि वास्तव्य प्रेमिकांच्या हृदयांत असतं, म्हणून...'

असे जरी असले, तरी भाषेवर असामान्य प्रभुत्व असल्यामुळे सोप्या शब्दांत बांधलेले शेर सहजगत्या जनसामान्यापर्यंत पोहोचत असत. उदाहरण म्हणून काही शेर पहा —

*ता क़यामत किसीतरह न बुझे*
*आग ऐसी लगा गया कोई ।*

'...अगदी जगाच्या अंतापर्यंत विझू शकणार नाही, अशी (प्रेमाग्नीची) आग लावून गेलंय् कुणीतरी...'

*दिलकी दुनिया उजाडसी क्यौं है*
*क्या यहाँसे चला गया कोई ।*

'...माझ्या हृदयातील भावनांचं जग असं एकाएकी उजाड का भासू लागलंय्?... कुणीतरी (माझ्या हृदयमंदिरातील देवता) येथून निघून गेलंय् काय?...'

*वक्ते- रुख़्सत गले लगा कर ऐ 'दाग़'*
*हँसते हँसते रुला गया कोई ।*

'...निरोपाच्या वेळचे क्षण (स्मृतिमंजूषेत) अतिशय जपून ठेव! रें 'दाग़', कुणीतरी हसत हसत निरोप घेतला; परंतु रडू आलं...'

पाकिस्तानी गायकांची ग़ज़ल अलीकडच्या दहा - बारा वर्षांत खूपच लोकप्रिय झाली; त्यांत उस्ताद गुलाम अली पेश करीत असलेली ग़ज़ल.

*तुम्हारे खतमें नया एक सलाम किसका था*
*न था रक़ीब तो आखिर वो नाम किसका था ।*

'...तुझ्या पत्रात तू एक कुणाचं तरी नवीनच नाव लिहून नमस्कार कळविला आहेस, कोण आहे तो? तुझ्या प्रेमात असलेला माझा प्रतिस्पर्धी तर नव्हे?...'

हा जबरदस्त दाद घेऊन जाणारा रसिकमान्य शेर अन ग़ज़ल दाग़साहेबांचीच.

या शेरांवरून भाषेच्या सरलतेची सहज कल्पना यावी; परंतु यात भावनांचे प्रकटीकरण मात्र सामान्य आहे. एकोणिसाव्या शतकाच्या उत्तरार्धात आणि विसाव्या शतकाच्या पूर्वार्धात दुसऱ्या महायुद्धाच्या काळापर्यंत चालत आलेले उर्स- मेळे, जत्रा हे पारंपरिक मनोरंजनाचे प्रकार आता काळाच्या ओघात नष्ट झाले आहेत. या उर्सांत — जलशांत गाणाऱ्या नायकिणी तवायफा— बहुधा 'दाग़'चीच ग़ज़ल पेश करीत. त्यातील उत्तान शृंगारामुळे 'दाग़'ची ग़ज़ल या काळात अलौकिक लोकप्रियता साधून गेली. कल्पनाविलास किंवा वैचारिक खोली नसताना देखील केवळ लोभसवाणा शृंगार आणि प्रासादिक ओघवती भाषा यांमुळे 'दाग़'ची ग़ज़ल रसिकांच्या काळजापर्यंत जाऊन भिडत असे; या त्यांच्या भाषाप्रभुत्वाचा आणि शब्दरचनेचा नवीन ग़ज़लकारांनी आवर्जून अभ्यास करावा, इतकी श्रेष्ठ दर्जाची शेरबांधणी त्यांच्या रचनांमधून आढळते.

**ग़ज़ल**

*बात मेरी कभी सुनी ही नहीं*
*जानते वो बुरी भली ही नहीं ।*

'...तिनं माझं कधी काही ऐकूनच घेतलं नाही...तिला बरं-वाईट काही समजतच नाहीय्...'

*लुत्फे-मय तुझे क्या कहूँ ज़ाहिद*
*हाय कम्बख़्त, तूने पी ही नहीं ।*

'...(तू मला मद्य पिऊ नकोस, सदाचरण ठेव वगैरे उपदेश करीत असतोस) अरे धर्मोपदेशका, तुला मद्याची गंमत काय सांगायची? अरे अभाग्या, तू कधी प्यायलाच नाहीस, तर तुला कळणार तरी कशी?'

*उड गयी यूँ वफ़ा ज़मानेसे*
*कभी गोया किसीमें थी ही नहीं ।*

'...जगातून प्रेम (प्रेमळ वागणं, आपुलकी वगैरे) आता पूर्णपणे नष्ट झालंय् ...जणू काही कुणाच्याही स्वभावात कधी प्रेम- आपुलकी वगैरे काही नव्हतंच...'

*दिल लगी दिल्लगी नहीं नासेह*
*तेरे दिलको अभी लगी ही नहीं ।*

'...कुठं तरी मन जडणं म्हणजेच काही चेष्टा नव्हे...अरे धर्मोपदेशका, तुझ्या हृदयाला कधी प्रेमाचा स्पर्श झालेलाच नाहीय्...'

*'दाग़' क्यों तुमको बेवफा कहना*
*वो शिक़ायतका आदमीही नहीं ।*

'...दाग़ला विश्वासघात करणारा, प्रेमाला प्रतिसाद न देणारा वगैरे म्हणण्यात काही अर्थ नाही. अहो, तक्रार करून काय उपयोग होणार आहे? - (तो सुधारणे शक्यच नाहीय्)'

**ग़ज़ल**

*उम्र आनेमें भी है और बुलाते भी नहीं*
*बाइसे-तर्क़े मुलाक़ात बताते भी नहीं ।*

'...तिला (माझ्याकडं) न येण्याचं काहीतरी कारण आहे अन् मग मला तिकडे बोलावून देखील घेत नाहीय्... एकदम संबंध असे तोडून टाकण्याचं कारण काय

आहे, तेदेखील सांगत नाहीय्...'

*खूब पर्दा है के चिलमनसे लगे बैठे हैं*
*साफ छुपते भी नहीं सामने आते भी नहीं ।*

'...काय विलक्षण पडदा (बुरखा पद्धत) आहे हा, की चिकाच्या पडद्याला खेटून बसलीय्- (त्यामुळं तिचं अस्पष्ट असं दर्शन होतंय् अन् त्यानं मनाची अस्वस्थता आणखी वाढतेय्)...पूर्णपणे लपून देखील बसत नाहीय् आणि समोरासमोर येत देखील नाहीय्...'

*देखतेही मुझे महफिलमें ये इर्शाद हुवा*
*कौन बैठा है, इसे लोग उठाते भी नहीं ।*

'...मैफलीत माझ्याकडं (तिची) नजर गेल्याबरोबर अशी आज्ञा झाली (तिने आज्ञा केली) कोण फालतू मनुष्य बसला आहे— त्याला लोक हाकलून का लावीत नाहीत?'

*हो चुका क़तए-तअ़ाल्लुक तो जफाएं क्यौं हो*
*जिनक़ो मतलब नहीं रहता वो सताते भी नहीं ।*

'...जर संबंध तोडून टाकायचा असेल, तर मग या जुलुमाचं काय कारण? -खरंच ज्यांना (दोस्ती ठेवण्यात-प्रेमसंबंध ठेवण्यात) रस नसतो, ते असे आडून-आडून सतावत नाहीत...''

*ज़ीस्त से तंग हो ऐ 'दाग़' तो जीते क्यौं हो*
*जान प्यारी भी नहीं जानसे जाते भी नहीं ।*

'...आयुष्याला इतका वैतागला आहेस, तर अरे 'दाग़', मग जगतोस तरी कशाला? जगण्यातही स्वारस्य नाही अन् मरत देखील नाहीस...'

**ग़ज़ल**

*खातिरसे या लिहाज़से मैं मान तो गया*
*झूटी क़समसे आपका ईमान तो गया ।*

'...आदरभावनेनं म्हणा किंवा भिडेखातर म्हणा, मी विश्वास ठेवला; पण खोट्या आणाशपथांमुळं तुझ्याबद्दल वाटणारा विश्वास मात्र उडाला...'

*दिल लेके मुफ्त कहते हैं कुछ कामका नहीं*
*उलटी शिक़ायतें हुई एहसान तो गया ।*

'...फुकटात माझं मन (हृदय) चोरून नेलंय् अन् वर म्हणतेयूस, की काही उपयोगाचं नाही, म्हणून... अगदी 'चोराच्या उलट्या' म्हणतात, तसलाच प्रकार झाला... अन् (मी तुला हृदय बहाल केलं, ते) माझे उपकार बाजूलाच राहिले...'

*देखा है बुतकदेमें जो ऐ शेख कुछ न पूछ*
*ईमानकी तो ये है के ईमान तो गया ।*

...अरे धर्मपरायण माणसा, मी मंदिरात काय पाहिलं, म्हणून विचारूच नकोस... अगदी खरं सांगायचं, तर माझी धर्मश्रद्धा पार उडून गेली... (मी तिच्या प्रेमात पडलो अन् तिची पूजा बांधून काफिर बनलोय्...खुदाला विसरलोय्...)

*अफ्शा-ए-राज़े-इश्क़में गो ज़िल्लतें हुवी*
*लेकिन उसे जता तो दिया जान तो गया ।*

'...प्रेमाचं रहस्य प्रकट करताना खूप कमीपणा सहन करावा लागला, अपमानित झालो... पण तरी देखील तिला एवढं मात्र खासच दाखवून दिलंय् की, माझ्या बाबतीत जे काही घडलं, ते केवळ तिच्यामुळंच...निदान मी तिच्यावर प्रेम करतो, हे तर आता तिला नक्कीच समजलंय् ...'

*होशो-हवासो-ताब-ओ-तवाँ 'दाग़' जा चुके*
*अब हमभी जानेवाले हैं सामान तो गया ।*

'...आता शुद्ध-बुद्ध हरपलीय्... भान नाहीसं झालंय्, रे दाग़... मरण जवळ आलंय्... जायचंच आहे आता... ज्ञानेंद्रिये काम करेनाशी झालीयत...'

**ग़ज़ल**

हज़रत दाग़ उतारवयात हजच्या यात्रेला— मक्केला जाऊन आले. मक्केतील काबा-शरीफच्या आवारात बसूनच आपण ही ग़ज़ल लिहिली, असं ते सांगत असत. त्यांच्या रचनांपैकी ही एकच रचना सूफी रंगाची आढळते.

*सबक़ ऐसा पढा दिया तूने*
*दिलसे सबकुछ भुला दिया तूने ।*

'...तू मला असा काही धडा शिकविलास की, आता हृदयात (राग, लोभ वगैरे) कुठल्याच भावना शिल्लक उरल्या नाहीयत...'

*हम निकम्मे हुए ज़मानेके*
*काम ऐसा सिखा दिया तूने ।*

'...तू मला असं काही शिकवलं आहेस (भक्तिमार्ग दाखविला आहेस) की, या (व्यवहारी) जगात मी अगदीच निरुपयोगी माणूस ठरलो आहे...'

*लाख देनेका एक देना है*
*दिले-बेमुद्दआ दिया तूने ।*

'...लाख मोलाचं देणं तू मला बहाल केलं आहेस... मत्सररहित, ज्याला काही स्वार्थ उरला नाहीय्, असं हृदय मला बहाल केलं आहेस...'

*बेतलब जो मिला, मिला मुझको*
*बेगरज़ जो दिया, दिया तूने ।*

'...काही अपेक्षा न ठेवता जे मिळालं, ते तुझंच देणं होतं...जरूर नसतानाही कितीतरी गोष्टी तू मला दिल्या आहेस...'

*उम्रे-जावीद खिज्रको बक्षी*
*आबे-हैवाँ पिला दिया तूने ।*

'...हज़रत खिज्र यांना चिरंजीविता दिली आहेस... त्यांना अमृत प्राशन करावयास दिलंस, ही तुझीच कृपा...'

*नारे-नमरूदको किया गुलज़ार*
*दोस्तको यूँ बचा दिया तूने ।*

(नमरूदनं हज़रत इब्राहीम यांना आगीत झोकून दिलं, तेव्हा चमत्कार घडला आणि आग होती, तिथं बगीचा तयार झाला, अशी कथा आहे.)

नमरूदनं पेटविलेल्या आगीचा तू बगीचा करून टाकलास...अशा रीतिनं भक्ताला वाचवलंस... (तुझी लीला अगाध आहे...)

*कहीं मुश्ताक़से हिजाब हुवा*
*कहीं पर्दा उठा दिया तूने ।*

'...कधी एखाद्या दर्शनार्थी भक्ताला तू कधी दिसूच शकला नाहीस, तर कधी एखाद्याला मुक्त दर्शन दिलंस...'

*मिट गए दिलसे नक़्शे-बातिल सब*
*नक़्शा अपना जमा दिया तूने ।*

'...मनातल्या सर्व निरर्थक गोष्टी आता नाहीशा झाल्या आहेत आणि त्या जागी फक्त तुझंच रूप सर्वत्र भरून राहिलंय्...'

*मुझ गुनहगार को जो बख़्श दिया*
*तो जहन्नुम को क्या दिया तूने ।*

'...मला पाप्याला तू क्षमा केली आहेस, तर (आता नरकात कोण जाणार?) नरकासाठी शिल्लक तरी काय ठेवलं आहेस?'

*'दाग़' को कौन देनेवाला था*
*जो दिया, ऐ ख़ुदा, दिया तूने ।*

'...अन् दाग़ला या जगात कोण काय देणार होतं?- जे काही दिलंय्, ते परमेश्वरा, तूच दिलं आहेस...'

**ग़ज़ल**

*शोखीने तेरी काम किया इक निगाहमें*
*सूफ़ी है बुतकदेमें सनम खानक़ाहमें ।*

'...तुझ्या या एकाच मादक नेत्रकटाक्षाचा केवढा घोर परिणाम झालाय ते बघ जरा... ...मठात ईशचिंतन करणारा सूफी वेडावलाय् (अन् खुदाला विसरून) देवळात जाऊन मूर्तिपूजा (सौंदर्योपासना) करीत बसलाय् अन् तू इकडे त्याच्या मठात– अन् सूफी संत देवळात... ... हा काय प्रकार म्हणायचा?...'

*आँखे बिछाएं हम तो अ़दूकी भी राहमें*
*पर क्या करें के तू है हमारी निगाहमें ।*

'...आम्ही तर शत्रूच्या मार्गावर देखील नजरेच्या पायघड्या अंथरायला मागेपुढे पाहिलं नसतं... ...पण आमच्या नजरेत तर तुझी प्रतिमा भरून राहिलीय् ...काय करायचं आता?...'

*दिलमें समा गयीं हैं क़यामतकी शोखियाँ*
*दो चार दिन रहा था तुम्हारी निगाहमें ।*

'...अगं केवळ दोन चार दिवसच तू माझ्याकडे प्रेमार्द्र नजरेने पाहिलं होतंस... तरीदेखील अगदी (तुझा) कल्पान्ताचा खट्याळ नखरा माझ्या हृदयात पुरेपूर भरून राहिलाय्...'

*रातें मुसीबतोंकी जो गुज़री थीं आज़तक*
*मातमको आयी हैं मेरे रोज़े-सियाहमें ।*

'... अतीव दुःखाच्या नि संकटग्रस्त अशा ज्या काही रात्री आजवर गुजरल्या होत्या

त्या साऱ्या मिळून या अशुभ दिवशी रडायला अन् शोकप्रदर्शन करायला जमल्यायूत...'

*इस तौबापर है नाज़ मुझे ज़ाहिद इस कदर*
*जो टूटकर शरीक हुवी मेरे गुनाहमें ।*

'...या माझ्या (वाईट कृत्य न करण्याविषयी घेतलेल्या) शपथेचा मला मोठा अभिमान वाटतोय्. कारण ती शपथ स्वतःच मोडून माझ्या पापात सहभागी झालीय्...'

*आती है बात बात मुझे याद इस क़दर*
*कहता हूँ दौड दौडके क़ासिदको राहमें ।*

'...मला (तिच्या विषयीची) प्रत्येक गोष्ट अशी काही आठवतेय्, की पुनःपुन्हा धावत जाऊन पत्रवाहकाला सांगतोय् की अरे हे पण कळव म्हणून...'

*कैसा नज़ारा, किसका इशारा, कहाँकी बात*
*सब कुछ है और कुछ भी नहीं नीची निगाहमें ।*

'...किती विलोभनीय... अगदी कळेल न कळेलसा इशारा... खरंच, त्या खाली वळलेल्या नजरेत म्हटलं तर खूप काही आहे... अन् म्हटलं तर काहीच नाहीय्...'

*मुश्ताक़ इस सदाके बहुत दर्दमंद थे*
*ऐ 'दाग़' तुम तो बैठ गए एक आहमें ।*

'... सहानुभूती असणारे तुमचे चाहते तुमच्या आवाज ऐकण्यासाठी उत्सुक होते... पण 'दाग़' साहेब, तुम्ही तर काहीच न ऐकविता एक दुःखाचा निःश्वास टाकून खाली बसलात... (काय घडलंय् असं?...)....'

# मौलाना 'हसरत' मोहानी

*है मश्क़े-सुख़न जारी चक्कीकी मशक्कत भी*
*इक तुर्फ़े- तमाशा है 'हसरत' की तबीयत भी ।*

'...काव्यरचनेचा सराव चालूच आहे अन् त्याबरोबर जात्यावर पीठ दळण्याचादेखील सराव करतोय्. या हसरतचं (माझं) व्यक्तिमत्त्व म्हणजे खरोखरच एक अजब तमाशा आहे, झालं...'

इंग्रज राज्यकर्त्यांविरुद्ध प्रक्षोभक भाषणं अन् लिखाण करण्याबद्दल प्रथमत: सप्टेंबर १९०९ मध्ये दोन वर्षांची सक्तमजुरी अन् त्यानंतर अनेकदा याच कारणासाठी तुरुंगवास घडलेल्या मौलाना फज़लुल हसन 'हसरत' मोहानी यांनी या पहिल्या सक्तमजुरीच्या कालावधीत फावल्या वेळात काव्यरचना करून आपला पहिला दीवान (काव्यसंग्रह) पूर्ण केला. अर्थात दिवसभर कंबर मोडेपर्यंत चक्की पिसण्याची शिक्षा होतीच. तुरुंगातून आपल्या पत्नीला लिहिलेल्या पत्रात मौलाना 'हसरत' मोहानी यांनी हा शेर रचून पाठविला होता. मौलानांचे एकूण अकरा 'दीवान' प्रसिद्ध झाले. त्यांपैकी दहांची रचना तुरुंगात असतानाच केली गेली आहे. त्यावरून मौलानांनी भोगलेल्या अपार कष्टांची कल्पना यावी.

जात्याच दणकट असलेली मौलानांची प्रकृती सततच्या तुरुंगवासामुळं अन् सक्तमजुरीच्या कठोर शिक्षेमुळं ढासळत गेली. अनेकदा हातापायांत मणमण वजनाच्या बेड्या (सुमारे पंचेचाळीस किलो) घातल्या जात. साखळदंडानं जखडून खांबावर तासन्तास उलटं टांगलं जात असे; परंतु मौलानांच्या देशभक्तीत जराही कमतरता आली नाही. प्रकृतीसाठी मौलानांनी दयेचा अर्ज करावा, म्हणजे शिक्षा माफ केली जाईल अन् तुरुंगातून सुटका होईल, असा निरोप इंग्रज राज्यकर्त्यांकडून वारंवार पाठविला जाई. पण माफी मागतील, तर ते मौलाना कसले? त्यांनी दयेची याचना करण्याचं साफ नाकारलं. प्रकृती ढासळण्याचं त्यांना मुळीच दुःख नव्हतं. दुःख होतं, ते या सक्तमजुरीपायी इंग्रजांची सेवा करावी लागते या गोष्टीचं. त्या दुःखाचा सल त्यांनी एका शेरात केला आहे.

*हम कौलके सादिक़ थे, अग़र जान भी जाती*
*वल्लाह कभी, खिदमते-अंग्रेज न करते ।*

'...मी नेहमीच वचनाला जागत आलो. प्राण गेला, तरी या इंग्रजांची सेवा करणार नाही, असे म्हणत होतो; पण, परमेश्वरा, या सक्तमजुरीपायी या (क्षुद्र) इंग्रजांची सेवा करणं देखील नशिबी आलं.'

अर्थातच शिक्षेत सूट मिळणे बाजूलाच राहिले; पण मौलानांच्या शिक्षेत वाढ करण्यात आली, हे सांगणे नकोच.

इंग्रज राज्यकर्त्यांचा मनापासून द्वेष करणारे मौलाना लोकमान्य टिळकांचे परमभक्त होते. देशातल्या युवकांनी एकत्र येऊन सशस्त्र क्रांती केल्याशिवाय गुलामगिरीचं जोखड दूर होणार नाही, असं त्यांचं मत होतं आणि त्या दृष्टीनं त्यांचे प्रयत्न होते.

*रस्मे-जफा कामयाब देखिए कबतक रहे*
*हुब्बे-वतन मस्ते-ख्वाब देखिए कबतक रहे ।*
*नामसे कानूनके हुए क्या क्या सितम*
*जब्र ज़ेरे-नक़ाब देखिए कबतक रहे ।*

'...ही जुलूम-अत्याचारांची पद्धत आता किती काळ राहते, तेच बघायचंय् अन् देशभक्ती हे केवळ उत्तेजक स्वप्नरंजन न राहता प्रत्यक्षात उतरण्याला आता कितीसा काळ लागणार आहे, एवढंच पहायचंय्...'

कायद्याच्या नावाखाली किती अनन्वित अत्याचार केले जाताहेत; अशी जुलूम-जबरदस्ती (कायद्याच्या) बुरख्याआड किती काळ छपून राहणार आहे?...

*दौलते-हिंदोस्ताँ कब्ज़-ए-अग़यारमें*
*बे अदद-ओ-बेहिसाब देखिए कबतक रहे ।*

*'हसरत' आज़ादपर जोरे-गुलामाने-वक्त*
*अज़रहे-बुगद-व-इताब देखिए कबतक रहे।*

'...अपार संपत्तीचं भांडार असलेला भारत असा किती काळपर्यंत दुष्ट शत्रूंच्या कबज्यात राहणार आहे? त्याला तरी काही काळवेळाचं बंधन असेलच ना?'

स्वतंत्र वृत्तीच्या 'हसरत'वर असं गुलामाप्रमाणं वागणं लादलं जातंय्, त्याचा आतल्या आत दाबून राहिलेला द्वेष अन् क्रोध केव्हा तरी उफाळून येणारच. कितीसा अवधी लागणार आहे आता त्याला?...

निष्काम कर्मयोगाबद्दल अनेक पंडित भाष्य करतात. ते ऐकल्यानंतर निष्काम कर्मयोग प्रत्यक्षात आचरणात आणणं हे केवळ महामानवाचंच काम आहे, असा ग्रह झाल्याखेरीज राहत नाही; परंतु मौलानांच्या जीवनाकडं ओझरता दृष्टिक्षेप टाकला, तरी निष्काम कर्मयोगाचं दर्शन घडावं.

एकोणिसाव्या शतकाच्या अखेरपर्यंत मॅट्रिकची परीक्षा (शालान्त परीक्षा) उत्तीर्ण होणाऱ्या युवकांना कलेक्टरच्या हुद्यापर्यंतची नोकरी सहजसाध्य होती; परंतु १८९५ मध्ये बी.ए.ची पदवी प्रथमश्रेणीत मिळविणाऱ्या 'हसरत' मोहानींनी चालून आलेली सेशन जज्जची नोकरी धुडकावून लावली, देशाला गुलाम बनविणाऱ्या इंग्रजांची चाकरी करणं त्यांना साफ नामंजूर होतं. घरची परिस्थिती अत्यंत बेताची असताना मौलानांनी केलेला हा निर्णय अलौकिक स्वार्थत्यागच म्हणावयास पाहिजे. शहात्तर वर्षांचं उभं आयुष्य दारिद्र्यात पिचत काढणाऱ्या या देशभक्तानं कुणासमोर हात पसरला नाही आणि केवळ द्रव्यार्जनासाठी म्हणून एकही उद्योग केला नाही; परंतु मौलानांना कुणी 'त्यागवीर' म्हणून गौरविलं नाही. फार काय देशभक्त म्हणूनदेखील संबोधले नाही.

मौलाना कधी एका राजकीय पक्षाला चिकटून राहिले नाहीत. राजकीय जीवनात त्यांना अनुयायी असे फारसे नव्हतेच. त्यासाठी त्यांनी कधी प्रयत्नही केले नाहीत. काही बोटांवर मोजण्याइतके लोक सोडले, तर बहुतेकांना मौलाना 'हसरत' मोहानी ही अत्यंत विक्षिप्त अन् तऱ्हेवाईक असामी वाटत असे; परंतु मौलानांनी त्याची कधी खंत बाळगली नाही. राजकीय गटबाजी त्यांना अजिबात मान्य नव्हती. कोणताही राजकीय मेळावा असो, त्यात मौलानांची मुलुखमैदान तोफ गरजली नाही, असं क्वचितच घडत असे. त्यापायी कोण दुखावलं जात आहे, याचा ते कधीच विचार करीत नसत. केवळ निर्भेळ देशहित एवढी एकच कसोटी त्यांना मान्य होती. महात्मा गांधी, बॅ. महंमदअली जीना, महंमदअली बंधू, पं. मदनमोहन मालवीय, सरदार वल्लभभाई पटेल वगैरे कुणी एकही नेता असा सांगता येणार नाही, की ज्याची भर सभेत मौलांनाबरोबर जुंपली नाही अन् मौलानांनी त्याची सर्वांसमक्ष हजेरी घेतली नाही.

लोकमान्य टिळक हे मौलानांचं आराध्यदैवत होतं. जहाल मार्गानेच भारताच्या

स्वातंत्र्याचा प्रश्न सुटू शकेल, यावर त्यांचा ठाम विश्वास होता. काँग्रेसच्या असहकार, सविनय कायदेभंग वगैरे उद्योगांत मौलाना सदैव आघाडीवर असत; परंतु महात्माजीप्रणीत 'खादी' आणि 'अहिंसा' या दोन गोष्टींवर त्यांचा मुळीच विश्वास नव्हता आणि तसे ते उघड बोलून दाखवीत. पहिल्या महायुद्धात इंग्रजांना मदत केल्याबद्दल त्यांनी महात्माजींवर कडाडून टीका केली होती; परंतु या अतिफटकळ स्पष्टवक्तेपणाबद्दल महात्मा गांधींसहित कुणाही भारतीय नेत्यानं मौलानांचा कधी अनादर केला नाही. कारण मौलानांची देशभक्ती अन् प्रामाणिक निष्ठा वादातीत होती.

इंग्रज राज्यकर्त्यांच्या भीतीमुळं मौलानांची प्रक्षोभक भाषणं वा लिखाण छापण्यास कुणी धजावत नसे. मौलानांनी आपलं किडूकमिडूक विकून एक छोटेखानी छापखाना विकत घेतला आण 'उर्दू-ए-मुअल्ला' (श्रेष्ठ दर्जाचं उर्दू) या नावाचं नियतकालिक सुरू केलं. त्यात पूर्वसूरींच्या उत्तमोत्तम रचना, अर्वाचीन कवींच्या दर्जेदार रचना वगैरे स्वत:च्या टिप्पणीसह छापीत असत; परंतु असले साहित्यिक मूल्यांवर अधिष्ठित नियतकालिक अर्थार्जनाच्या दृष्टीनं काय उपयोगी पडणार? त्यातून मौलानांच्या प्रक्षोभक वक्तव्यामुळे अनेकदा प्रेसवर जप्ती येऊन नियतकालिक बंद पडे. जप्ती उठताच पुन्हा मौलानांचा उद्योग दुप्पट उत्साहाने सुरू होई अन् पुन्हा 'ये, रे, माझ्या मागल्या' असा प्रकार वारंवार घडत असे; परंतु बेगम मोहानींनी मात्र त्यांना सतत उत्तम साथ केली. छापखाना चालविण्यास नोकर परवडेना, म्हणून त्या स्वत: मशीन चालविण्यास शिकल्या. प्रुफं तपासणं, हिशेब - जमाखर्च, प्रकाशन हा सर्व भार त्या स्वत: सांभाळीत, त्या स्वत:देखील उत्तम लेखिका होत्या आणि अधूनमधून 'उर्दू-ए-मुअल्ला' मध्ये लिहीत असत.

राजकीय सभांतून मोठमोठ्या नेत्यांबरोबर झुंजणारे मौलाना रस्त्यातून जाताना एखाद्या कोवळया महाविद्यालयीन युवकानं राजकीय अथवा सामाजिक समस्येवर प्रश्न केला, तर तिथंच थांबून तासन् तास चर्चा करून आपलं म्हणणं त्या युवकाला पटवून देण्याचा प्रयत्न करीत. लहान-मोठा, उच्च-नीच हा भेदाभेद त्यांच्याकडे नव्हताच. त्यांच्या या भाबड्या, प्रामाणिक स्वभावाचे एक फार उत्तम उदाहरण सरस्वती शरण 'क़ैफ़' यांनी नमूद केले आहे.

१९४५ ची गोष्ट. कानपूर येथून 'ज़माना' नावाचे उर्दू नियतकालिक प्रसिद्ध होत असे. सरस्वतीशरण तिथे उपसंपादक म्हणून काम करीत होते. कुणा लेखकाने 'हसरत' मोहानींच्या शायरीवर लेख आणून दिला. त्यातील एका शेराच्या अचूकतेविषयी शंका निर्माण झाली आणि मौलानांचे अकरा दीवान धुंडाळून त्यातून तो शेर शोधून काढण्याइतका वेळ नव्हता. तेव्हा सरस्वतीशरण म्हणाले, की मौलाना सध्या कानपुरातच वास्तव्य करून आहेत. त्यांच्याकडून शेर दुरुस्त करून घेणं सोयीचं ठरेल. नोकराकरवी शेर मौलानांकडं पाठविण्यात आला, तास-दोन तासांनी तो परत

आला, तेव्हा मौलांनानी संपूर्ण बावीस शेरांची ग़ज़ल, ती रचताना असणारी पार्श्वभूमी, वातावरण वगैरे सर्व काही लिहून पाठविले होते; परंतु इतका उशीर झाला होता, की मासिकाची सर्व पाने लावून झाली होती आणि ही समग्र माहिती आता त्या लेखात समाविष्ट करणे शक्य नव्हते. फक्त दुरुस्त शेरच छापण्यात आला. बिचारा लेखक ओशाळा झाला अन् मौलानांची क्षमा मागावी, असे म्हणू लागला; परंतु अनुभवी संपादकमहाशय मौलानांना उत्तम प्रकारे ओळखत होते. ते म्हणाले,

'बेकार है । मौलाना अबतक भूल चुके होंगे इस बातको...'

—अन् ते खरंच होतं. लहान मुलाप्रमाणे भाबड्या स्वभावाचे मौलाना ती घटना केव्हाच विसरले होते.

मौलानांची प्रामाणिक समाजसेवा वादातीत होती. १९२४ च्या सुमारास संयुक्त प्रांतात (आताचा उत्तर प्रदेश) जातीय दंगली उसळल्या अन् गरीब मुस्लिम मजूर-कामगारांची वाताहात झाली. मौलाना द्रवले अन् कॉंग्रेस सोडून मुस्लिम लीगमध्ये शिरले; परंतु बॅ.जीना प्रभृति धनाढ्य मुस्लिम जमीनदारांच्या प्रभावाखाली असणाऱ्या लीगमध्ये कामगार - मजूर कैवारी मौलानांचं कसं जमणार? लीगच्या पुढाऱ्यांना मौलानांच्या त्यागमय जीवनाचा जाहिरातीप्रमाणे उपयोग करावयाचा होता. कामगार - मजुरांच्या जीवनात त्यांना काहीही स्वारस्य नव्हतं. उलट, मौलानांना आपल्या खाजगी आयुष्याची जाहिरात करणे सर्वस्वी अमान्य होते. मुस्लिम लीगमध्ये राहून मौलाना पक्के कम्युनिस्ट समर्थक बनले आणि लीगच्या प्रत्येक सभेत जीना-मौलाना यांची जुंपलेली लढत हा नित्याचा प्रकार होऊन बसला.

श्रीमती ॲनी बेझंट यांच्या १९१६ मधील होमरूल चळवळीनंतर काही दिवसांतच भारताचे तत्कालीन व्हॉइसरॉय लॉर्ड चेम्सफर्ड यांनी लॉर्ड मौन्टेग्यू यांच्या सुधारणांचा मसुदा भारतीय नेत्यांसमोर मांडला. त्यात भारतीयांना काही सवलती देऊ केल्या होत्या; परंतु पूर्ण स्वातंत्र्याचा ध्यास घेतलेल्या 'हसरत' मोहानींसारख्या देशभक्तांचे त्यावर समाधान होण शक्यच नव्हते. मौलाना म्हणाले,

*किस दर्जा फरेबसे है ममलू*
*तजवीजे-रिफार्म-ए- मॉन्टेग्यू ।*
*ऐ हिंदी-ए-सादादिल खबरदार*
*हरगिज़ न चले तुमपर ये जादू ।*
*कागज़के समझिए फूल इनको*
*जिनमें नहीं नामको भी खुशबू ।*

काय लबाडीने परिपूर्ण आहेत या मॉन्टेग्यू यांच्या सवलती ! अरे भोळसट मनाच्या भारतीयांनो, खबरदार, तुम्हांला याची भुरळ पडता कामा नये. देऊ केलेल्या या सवलती

म्हणजे कागदाची बनवलेली फुलं आहेत जणू. त्यांत सुगंध कुठून असणार?'

परंतु सामान्यत: मौलानांनी राजकीय विषयांवर फारशा रचना केल्याच नाहीत. राजकारण आणि साहित्य-संस्कृतीचे या गोष्टींची गल्लत होऊ नये, असंच त्यांचे मत होते; त्यामुळे त्यांच्या बहुतेक सर्वच रचना पारंपरिक रिवायती ग़ज़ला आहेत.

बॅ. जीना प्रभृती मुस्लिम नेत्यांनी केलेली उपेक्षा आणि अवहेलना सहन करीत दलित मुस्लिम कामगार-मजुरांसाठी झगडणारे मौलाना मुस्लिम लीगमध्ये राहून कट्टर कम्युनिस्ट समर्थक बनले; परंतु दुसऱ्या महायुद्धाच्या काळात भारतीय कम्युनिस्ट पक्षानं जेव्हा युद्धाचं समर्थन केलं, तेव्हा मौलाना भयंकर भडकले आणि नेताजी सुभाषचंद्र बोस यांच्या आझाद हिंद फौजेचे कट्टर समर्थक बनले अन् प्रक्षोभक भाषणे करून पुन्हा तुरुंगात गेले.

उत्तर प्रदेशातील फत्तेपूर जिल्ह्यात हसवा नावाचं लहानसे गाव आहे, तिथे १८७५ मध्ये मौलाना फज़लुल हसन 'हसरत' मोहानी यांचा जन्म झाला. जन्मानंतर बहुतेक आयुष्य उन्नाव जिल्ह्यातील मोहानी या गावात आजोळी गेल्यामुळे मौलाना स्वत:ला 'मोहानी' म्हणवून घेत. मोहानीमधील मियाँजी गुलाम अली यांच्या मक़तब (पाठशाळा) मध्ये अरबी- फारसीचं शिक्षण झाल्यानंतर इंग्रजी शिक्षणासाठी त्यांची अलिगड येथे रवानगी झाली. तीव्र बुद्धिमत्ता असलेल्या मौलानांनी वयाच्या विसाव्या वर्षी (१८९५) बी.ए. ची पदवी प्रथमश्रेणीत मिळविली. इंग्रज राज्यकर्त्यांनी देऊ केलेली लठ्ठ पगाराची नोकरी झुगारून देऊन लखनौ येथून 'उर्दू-ए-मुअल्ला' नावाचे साहित्याला वाहिलेले मासिक त्यांनी सुरू केले. छापखान्यावर जप्ती येऊन मासिक बंद पडणे किंवा तुरुंगात जाणे ही नित्याचीच बाब होऊन बसली. वयाच्या उत्तरार्धात कामगार - मजुरांच्या प्रश्नात सतत आत्मीयतेने लक्ष घालणारे मौलाना कानपूर येथे मजूर वस्तीत येऊन राहिले, ते कायमचेच. बेग़म मोहानींनी त्यांना उत्तम साथ दिली; परंतु आयुष्याच्या मध्यावरच बेग़म मोहानी कालवश झाल्या. मौलानांची मुलगी देखील ऐन तारुण्यात असताना वारली. बिचारे मौलाना नशिबाचे दशावतार पाहत आपल्या नातवाला सांभाळत उर्वरित आयुष्य कंठीत राहिले. वयाच्या शहात्तराव्या वर्षी कानपूरमध्येच १३ मे, १९५१ रोजी त्यांचे निधन झाले. कॉलेजात असतानाच मौलाना शायरी करू लागले. लखनौ येथे असताना 'जलाल' मानिकपुरी, 'अमीर' मीनाई, मुन्शी अमीरुल्ला 'तसलीम' वगैरे उस्ताद शायरांशी त्यांचा सहवास घडून आला. या काळापर्यंत लखनौ शायरीचा दर्जा घसरून ती सवंग 'अंगिया-चोली' शायरी बनली होती. त्यात मौलानांना स्वारस्य नव्हते. मोमिनखाँ 'मोमिन' यांचे शागिर्द 'नसीम' देहलवी आणि त्यांचे शागिर्द 'तसलीम' यांच्या शायरीचा मात्र मौलानांच्या रचनांवर खूपच प्रभाव पडला. त्या दोघांचे ऋण मौलाना ठिकठिकाणी

आवर्जून मान्य करतात. मौलानांची शायरी मुख्यतः रिवायती (पारंपरिक) थाटाची शृंगारिक ग़ज़ल आहे.

*चुपके चुपके रात दिन आँसू बहाना याद है*
*हमको अबतक आशिक़ीका वो ज़माना याद है*

'कुणालाही कळू न देता अगदी गुपचूप रात्रंदिवस अश्रू ढाळणं आठवतंय्, ते प्रणयाचे दिवस देखील आठवताहेत अजून... सगळं काही आठवतंय्...'

*दोपहरकी धूपमें मेरे बुलाने के लिए*
*वो तेरा कोठेपे नंगे पाँव आना याद है*

'अन् माझ्या बोलावण्यामुळं भर दुपारी पाय पोळत असताना देखील तू अनवाणी पावलांनी गच्चीवर यायचीस... सगळं सगळं आठवतंय् मला...'

*आ गया गर वस्लकी शबभी कहीं ज़िक्रे-फ़िराक़*
*वो तेरा रो रो के मुझको भी रुलाना याद है*

'...अन् मीलनाच्या रात्री देखील चुकून कुठं विरहाचा विषय निघाला, तर स्वतः रडून मला देखील रडवणं... किती हळवी होतीस तू... सगळं सगळं काही आठवतंय्...'

*खींच लेना वो मेरा पर्देका कोना दफ़अतन*
*और दुपट्टेसे तेरा वो मुँह छुपाना याद है ।*

'आपण पडद्याआडून एकमेकांशी बोलत असताना मी त्या पडद्याचा कोपरा पकडून अचानक तो पडदा खेचून घेतला, त्या वेळी तू एकदम लाजून दुपट्ट्यानं चेहरा झाकून घेतला होतास... किती मोहक होता तुझा तो विभ्रम... सर्व काही आठवतंय् आता...'

दुसऱ्या एका ग़ज़लेचे काही अतिसुंदर शेर पाहा :

*भुलाता लाख हूँ लेकिन बराबर याद आते हैं*
*इलाही ! तर्के-उल्फ़तपर वो क्यौंकर याद आते हैं ।*

'...लाख वेळा विसरण्याचा प्रयत्न केला, तरी तिची आठवण येतेच उफाळून. परमेश्वरा, आता प्रेमभंग झाल्यानंतर, ते सगळं संपल्यानंतर कशाला यावी तिची आठवण?...'

*नहीं आती तो याद उनकी महीनोंतक नहीं आती*
*मगर जब याद आते हैं तो अक़्सर याद आते हैं ।*

'...खरं म्हणजे, आता तिची आठवण महिनेन् महिने येतच नाही; परंतु जेव्हा

आठवण येते, तेव्हा मात्र इतकी तीव्रतेनं आठवण येते... काही विचारू नका...'

*हक़ीक़त खुल गयी 'हसरत' तेरे तर्क़े-मुहब्बतकी*
*तुझे तो अब वो पहलेसे भी बढकर याद आते हैं ।*

'अरे खुळ्या हसरत ! तुझ्या प्रेमप्रकरणाची इतिश्री झालीय्, हे आता उघडच झालंय्... कारण पूर्वीपेक्षा अधिक तीव्रतेनं तुला तिची आठवण होऊ लागलीय्...'

अत्यंत स्वच्छ, निर्मळ मनाचे मौलाना 'हसरत' दिवसातून पाच वेळा नमाजपठन करीत. अतिथींनी अन्नग्रहण केल्याशिवाय स्वत: अन्नग्रहण करीत नसत. धर्मावर असीम श्रद्धा असणाऱ्या मौलानांना मुल्लामौलवींचा कर्मठपणा नामंजूर होता. सांप्रदायिकता त्यांना मान्य नव्हती. त्या दृष्टीनं ते 'सूफी' पंथाचे (संत आणि भक्तिमार्गी) होते, असं म्हटलं, तर वावगं ठरू नये. धर्माच्या बाबतीत ते उदारमतवादी होते. उदाहरण द्यावयाचं झालं, तर त्यांनी भगवान श्रीकृष्णाच्या प्रशंसेने ओतप्रोत भरलेल्या अनेक ठुमऱ्या रचल्या आहेत. पहा —

*तुमबिन कौन सुने महाराज*
*राखो बाँह-गहेकी लाज ।*
*ब्रजमोहन जब मिले मन बसे*
*हम भूलेन सब कामकाज ।*
*कुराज सुराज सब भूलके 'हसरत'*
*अब माँगत प्रेम-राज ।*

आणखी एक ठुमरी पहा—

*मनमोहन श्यामसे नैन लाग*
*निसदिन सुलग रही तन आग ।*
*विरहकी रैन निपट अंधियारी*
*रोवत धोवत कटत जाग जाग ।*
*प्रेमका रोग लगायके 'हसरत'*
*राग रंग सब दीन त्याग ।*

विसाव्या शतकाच्या सुरुवातीलाच डॉ. इक़्बालसारख्या महाकवीने तरक्कीपसंद (सुधारणावादी) शायरीला मानाचं स्थान मिळवून दिले. त्यानंतर मज़ाज, जाँ निसार, सरदार जाफरी वगैरेंची परंपराच सुरू झाली. त्यात ग़ज़ल ही नीम-वहशी (अर्धसभ्य वेडगळ, पागल) काव्यप्रकार आहे अन् ऐशआरामी श्रीमंत वर्गाच्या मनोरंजनाचा एक चोचला आहे, तो ठेचून टाकला पाहिजे, ग़ज़ल नष्ट झाली पाहिजे, असाही एक

सूर निघाला. अशा काळात ग़ज़ल रचून ती सतत लोकप्रिय करणारा एकमेव शायर म्हणून मौलाना 'हसरत' मोहोनींचे नाव घेतले जाते. त्यांना आदराने 'रइस-उल-मुतग़ज़्ज़लीन' (ग़ज़ल रचनाकारांचे सरदार) संबोधले जाते.

देशप्रेमी, उदारमतवादी, गरिबांचा कैवारी, परधर्मसहिष्णु अन् निःस्वार्थी मौलाना 'हसरत' मोहानी हे विसाव्या शतकाचं भूषण होते.

# डॉ. 'सर' महमंद इक़्बाल

*सितारोंके आगे जहाँ और भी हैं*
*अभी इश्क़के इम्तहाँ और भी हैं ।*

'...तारकांच्या पलीकडं देखील आणखी विश्वे आहेत (सुंदर तारका ही काही कमाल मर्यादा नाहीय्) आणि प्रेमाला अजून अनेक सत्त्वपरीक्षांतून जायचंय्...'

एकोणिसाव्या शतकाच्या अखेरीस आणि विसाव्या शतकाच्या सुरुवातीला उत्तर हिंदुस्थानातील 'मखज़न' हे उर्दू साप्ताहिक अत्यंत भारदस्त आणि सर्वोत्तम नियतकालिक समजले जात असे. डॉ. सर महंमद इक़्बाल यांच्या शायरीची लोकप्रियता वाढीला लागून कमाल मर्यादेपर्यंत वाढली, त्याचे कारण मखज़न पत्रिका. त्या वेळचे मखज़नचे संपादक बॅरिस्टर अब्दुल क़ादिर लिहितात :

'-अगर मैं तनासख का कायल होता तो ज़रूर कहता के ग़ालिबको उर्दू और फारसीसे जो इश्क़ था, उसने उनकी रूहको अदममें जाकर भी चैन नहीं लेने दिया और मजबूर किया के वो फिर किसी जिस्ममें पहुँच कर शायरीके चमनमें सिंचाई करे; और उसने पंजाबके एक गोशेमें, जिसको सियालकोट कहते हैं, दुबारा जनम लिया और महंमद इक़्बाल नाम पाया...'

'...जर माझा पुनर्जन्मावर विश्वास असता, तर मी अगदी नक्कीच म्हणालो असतो की, ग़ालिबचं उर्दू-फारसी भाषांवर इतकं प्रेम होते, की स्वर्गात देखील त्याच्या आत्म्याला चैन पडेना. त्यामुळं कुठल्या तरी देहात प्रवेश करून पुन्हा शायरीच्या उद्यानात सडा-संमर्जन करणं अनिवार्य ठरावं; आणि ज्याला आपण सियालकोट शहर म्हणून ओळखतो (फाळणीनंतर हे शहर पाकिस्तानात गेलं), त्या पंजाबच्या एका लहानशा कोपऱ्यात त्यानं जन्म घेतला (१८७८) आणि महंमद इक़्बाल हे नाव धारण केलं...'

कदाचित मिर्ज़ा ग़ालिबनंतर डॉ. महंमद इक्बालखेरीज इतक्या उच्च दर्जाचा शायर उर्दूमध्ये झालाच नाही, असे विधान केले तर वावगं ठरू नये.

सियालकोटचे नूर महंमद यांची दोन मुले. मोठा मुलगा अता महंमद मेकॅनिकल इंजिनीअर होता. धाकटा महंमद इक्बाल चौदा वर्षांनी लहान आणि बुद्धीने कुशाग्र होता.

लहानपणी शाळेत असताना इक़्बालच्या भाषाप्रभुत्वाबद्दल एक किस्सा सांगितला जातो. इक्ब़ाल अनेक वेळा उशिरा पोहोचत असे. एकदा मास्तरांनी वैतागून म्हटले,

'इक्ब़ाल, हमेशा देरीसे आता है?' (इक़्बाल, तू नेहमीच उशिरा येतोस?)

तेव्हा लहानगा इक्ब़ाल शांतपणे मास्तरांना म्हणाला,

'हाँ, मास्टरजी ! इक़्बाल (म्हणजे शहाणपण) हमेशा देरीसे आता है !'

शाळेत असतानाच इक्ब़ाल यांची शायरी फुलू लागली. ते आपल्या रचना महाकवी 'दाग़' देहलवी यांच्याकडे दुरुस्तीसाठी पाठवीत. काही दिवसांतच 'दाग़' यांनी कळविले, 'आपल्या शायरीला कोणत्याही दुरुस्तीची अथवा फेरफार करण्याची जरुरी नाही... कुणाच्या सल्ल्याची तर नाहीच नाही...'

कॉलेजात असताना वीस-बावीस वर्षांचे महंमद इक़्बाल दोस्तांच्या आग्रहाखातर एका मुशायऱ्यात सामील झाले. त्या वेळी पंजाबात अग्रगण्य समजले जाणारे उर्दू शायर 'मिर्ज़ा 'अर्शद' गोरगानी मुशायऱ्यात उपस्थित होते. इक्बाल यांनी शेर पेश केला-

*मोती समझकर शाने-करीमीने चुन लिये*
*क़तरे जो थे मेरे अर्क़े-इन्फ़आलके ।*

'...माझ्या पश्चात्तापदग्धतेमुळं जे अश्रुबिंदू जमिनीवर पडले, ते परमेश्वराने देखील मोती म्हणून वेचून घेतलेय्त...'

मिर्ज़ा 'अर्शद गोरगानी गहिवरून म्हणाले,

'मियाँ साहबजादे ! सुबहान अल्लाह ! इस उम्रमें ये शेर...' (शाबास ! या कोवळ्या वयात इतका अप्रतिम शेर...)

त्या काळच्या सुप्रसिद्ध मख़्ज़न पत्रिकेचे संपादक बॅरिस्टर अब्दुल कादिर यांचे या तरुण शायराकडे लक्ष होतेच. १९०१ च्या एका अंकात 'हिमालय' ही नज़्म प्रसिद्ध झाली आणि इक्ब़ाल यांचे नाव सर्वतोमुखी झाले. त्यानंतर सतत मुशायरे,

साहित्यसभा वगैर सुरू असत. त्याबद्दल बॅरिस्टर अब्दुल कादिर लिहितात,

'मी इक़्बालना कागद-पेन्सिल घेऊन बसलेले कधी पाहिलेच नाही... बसल्या बसल्या शेर रचून सांगत असत आणि त्यांचे दोस्त अथवा विद्यार्थी मित्र लिहून घेत असत... एरवी नंतर कधी मुशायऱ्यात आल्यास तेच शेर त्यांच्या मुखातून इतके सहजगत्या बाहेर पडत, की जसे डोक्यात कुठेतरी सुरक्षित जपून ठेवलेले असावेत... मधुर आवाजात, गोड गळ्यावर शायरी पेश करीत... स्वत:ही रंगून जात आणि श्रोत्यांनाही भारावून टाकीत...'

'सौंदर्ययात्री इक़्बालच्या प्रारंभीच्या काळातील काही रचना पहा —

सायंकाळी अंधारून आल्यावर य:कश्चित काजव्याला पाहून इक़्बालच्या प्रतिभेला आलेला फुलोरा पहा :

*जुगनूकी रौशनी है काशाना-ए-चमनमें*
*या शमअ जल रही है फूलोंकी अंजुमनमें ।*
*आता है आसमाँसे उडकर कोई सितारा*
*या जान पड़ गयी है महताबकी किरनमें ।*

'खरंच हा काजव्याचा प्रकाश पसरलाय् उद्यानात, की फुलांच्या मैफलीत (फुलांचा मुशायरा सुरू असावा अन् त्यात) सुरेख शमा शांतपणे तेवत आहे? कदाचित आकाशातील तारा उडून खाली आला असावा किंवा चंद्राची किरणशलाका सजीव झाली असावी...'

*हुस्ने-अजलकी पैदा हर चीज़में झलक है*
*इन्साँमें जो सुखन है गुंचेमें वो चटक है ।*
*ये चाँद आसमाँका शायरका दिल है गोया*
*वाँ चाँदनी है जो कुछ याँ दर्दकी कसक है ।*

'...निसर्गानं प्रत्येक वस्तूला कोणत्या तरी स्वरूपात दिव्य सौंदर्याचं दान दिलेलं असतं. माणसाच्या (स्नेहपूर्ण) वाणीत ते सौंदर्य आढळतं, लाजऱ्या कळीच्या उमलण्यात देखील तेच सौंदर्य प्रतीत होतं. आकाशातील सुंदर चंद्रमा कुणा शायराचं पोळलेलं हृदयच असावं जणू ! तिथं त्याचं सुंदर चांदणं पसरतं, तर इथं शायराच्या हृदयाची करुणरम्य व्यथा...'

*अन्दाज़े-गुफ्तगूनाने धोक़े दिये है वर्ना*
*नग़्मा-है बू-ए-बुलबुल, बू फूलकी चहक है ।*
*कसरतमें हो गया है वहदत का राज़ मख़फी*
*जुगनूमें जो चमक है वो फूलमें महक है ।*

*ये इख्तिलाफ फिर क्यौं हंगामोंका महल हो*
*हर शैमें जबके पिनहाँ खामोशी-ए-अजल हो ।*

'...केवळ बाह्यरूप वेगळं म्हणूनच आपण घोटाळतो; पण बुलबुलाचं आनंदानं गायन करणं म्हणजेच सुगंध किंवा फुलाचा सुगंध म्हणजेच फुलाचं आनंदगीत...'

...केवळ वैविध्यतेमुळं मूळ सौंदर्याचं मूलतत्त्व छपून गेलंय्... काजव्याचा शीतल आल्हाददायक प्रकाश, म्हणजेच फुलाचा सुगंध म्हणता येईल...

...अन् मग प्रत्येक वस्तूत जर तेच सौंदर्याचं दिव्यतत्व कोणत्या ना कोणत्या स्वरूपात अस्तित्वात आहे, तर मग वस्तू केवळ वेगवेगळ्या दिसतात, म्हणून जगात इतके कलह का अन् कशासाठी बरं माजावेत?...

याच सौंदर्यतत्त्वावर इक्बाल यांनी हक़ीक़ते-हुस्न (सौंदर्याची वस्तुस्थिती) या नावाचं फार सुंदर कवन रचले.

सौंदर्यानं एक दिवस परमेश्वराला सवाल केला, की, भगवान्, तू मला अमरत्व का दिलं नाहीस? तेव्हा परमेश्वर म्हणाला, की, वेड्या, ही दुनिया म्हणजे एक भली मोठी चित्रशाळा आहे. एक दीर्घ नश्वर रात्रीची कथा म्हणजेच ही दुनिया...

*है रंगे-तग़य्युरसे जब नमूद इसकी*
*वही हसीन है हक़ीकत ज़वाल है इसकी ।*

'...असलेलं मोडून त्या जागी नवीन निर्माण होणं, अशा सतत बदलातून हे जग घडलेलं आहे अन् म्हणूनच ज्याचा ऱ्हास होत जातो, ते सुंदर असतं...'

*कहीं क़रीब था, ये गुफ्तगू क़मरने सुनी*
*फ़लकपे आम हुवी, अख्तरे-सहरने सुनी ।*
*सहरने तारेसे सुनकर सुनायी शबनमको*
*फ़लककी बात बता दी ज़मींके महरमको ।*

'...चंद्र जवळच कुठंतरी उभा राहून हे संभाषण ऐकत होता अन् मग साऱ्या नभांगणात ही गोष्ट पसरली. ती पहाट-ताऱ्यानं ऐकली...

...उषेनं पहाट-ताऱ्याकडून ही हकीगत ऐकली अन् मग दवबिंदूला सांगितली अन् हे आकाशातलं रहस्य पृथ्वीवरच्या मर्मज्ञांना समजलं...'

*भर आये फूलके आँसू पयामे-शबनमसे*
*कलीका नन्हासा दिल खून हो गया ग़मसे ।*
*चमनसे रोता हुवा मौसमे-बहार गया*
*शबाब सैरको आया था सोग़वार गया ।*

'...दवबिंदूचं बोलणं ऐकून फुलाचे डोळे भरून आले. लहानग्या कळीचं हृदय दुःखातिरेकानं रक्तबंबाळ झालं...

...बागेत आलेला वसंतऋतू अश्रू ढाळीत निघून गेला. तारुण्य बागेत सुखानं सहल करण्यासाठी आलं होतं. ते देखील अतीव दुःखानं शोकाकुल होऊन निघून गेलं...'

आकाशातील तारकांचं वर्णन करतानाचा हा कल्पनाविलास पहा—

*सूरजने जाते जाते शामे-'सियह क़बाको*
*तश्ते-उफकसे लेकर लालेके फूल मारे ।*
*पहना दिया शफक़ने सोनेका सारा ज़ेवर*
*कुदरतने अपने गहने चांदीके सब उतारे ।*

'...मावळतीच्या सूर्याने जाता जाता कृष्णवसना संध्येच्या अंगावर क्षितिजाच्या तबकातील लाल फुले उधळली. आकाशगंगांनी आपले सोन्याचे अलंकार तिच्यावर चढविले अन् निसर्गानं आपले चांदीचे दागिने (स्वच्छ पांढरा सूर्यप्रकाश) उतरवून ठेवले...'

*महमिलमें खामुशीके लैला-ए-जुल्मत आयी*
*चमके उरूसे-शबके मोती वो प्यारे प्यारे ।*
*वो दूर रहनेवाली हंगामा-ए-जहाँसे*
*कहता है जिनको इन्साँ अपनी ज़बाँमें तारे ।*

'...नीरव शांततारूपी शिबिकेत बसून रजनीची नववधू लैला उपस्थित झाली अन् त्या रात्रवधूच्या अंगावरची पाणीदार मोत्ये चमकू लागली...

...जगाच्या या कोलाहलापासून खूप दूरवर चमचमणाऱ्या या मोत्यांनाच मानव आपल्या भाषेत तारे म्हणून संबोधतो...'

सृष्टीच्या व्यवहाराला स्नेहाचे, प्रेमाचे अधिष्ठान हवे. परस्परप्रेमानेच जगाचे व्यवहार चालतात. हे प्रेम निसर्गात कसे उत्पन्न झाले याबद्दल इक्बालची कल्पना पहा—

*चमक तारेसे माँगी, चाँदसे दाग़े-जिगर मांगा*
*उडायी तीरगी थोडीसी शबके ज़ुल्फे-बरहमसे*
*तडप बिजलीसे पायी, हूरसे पाकीज़गी पायी*
*हरारत ली नफस हाए मसीहे-इब्ने-मरियमसे ।*

'...निसर्गानं तारकांकडून त्यांची विलोभनीय चमक, चंद्रापासून व्यथा अन् रजनीच्या स्वैर केशकलापातून अंधार गोळा केला. विद्युल्लतेपासून घेतली तळमळ, दिव्यांगनेपासून पावित्र्य अन् परमेश्वराकडून हृदयाची ऊब मिळविली...'

*ज़रासी फिर रब्बीयतसे शाने-बेनियाज़ी ली*
*मलिकसे अजिजी, उफ्तादगी तक़दीरे-शबनमसे ।*
*फिर इन अजजाँको घोला चश्मा-ए-हैवाँके पानीमें*
*मरक्कबने मुहब्बत नाम पाया अर्शे-आजमसे ।*

'...मग परमेश्वराकडून निष्पाप निरागस ढंग, देवदूताकडून नम्रता आणि दवबिंदूच्या नियतीकडून दीनता घेतली...

...अणि हे सगळं मिश्रण अमृतात घोळून दिव्यौषधी बनविली. तिलाच परमेश्वरानं पुढे प्रेम असं नाव ठेवलं...'

मग हे औषध साऱ्या सृष्टीवर शिंपडण्यात आलं, तेव्हा एकदम हालचाल सुरू झाली. रज:कण खडबडून जागे झाले अन् एकमेकांना प्रेमाने कवटाळू लागले. चंद्र-सूर्य-तारकांचे भ्रमण सुरू झाले. कळ्यांना उमलण्याची कला साधली अन् अहिपुष्पांना व्यथा-व्रणांचा लाभ झाला.

विसाव्या शतकाच्या सुरुवातीची उर्दू शायरी इश्क़िया रंग आणि 'तसव्वुफ' (भक्तिवाद) या पारंपरिक विचारधारांपलीकडे गेलीच नव्हती. इक्बाल यांच्या रचनांमुळे तत्त्वचिंतन, देशप्रेम आणि राष्ट्रवाद या गोष्टी प्रथमच उर्दू शायरीत दिसू लागल्या. जुनाट, बुरसटलेल्या धर्मकल्पनांवर इक्बाल यांनी कडाडून हल्ला चढविला.

*सच कह दूँ ऐ बरेहमन ! ग़र तू बुरा न माने*
*तेरे सनमकदोंके बुत हो गये पुराने ।*
*अपनोंसे बैर रखना तूने बुतोंसे सीखा*
*जंगो-जदल सिखाया वाइज़को भी खुदाने ।*

'...खरं सांगू, रे ब्राह्मणा, तुला जर वाईट वाटणार नसेल, तर सांगतो, की तुझ्या पाषाणमंदिरातल्या पाषाणमूर्ती आता जुनाट झाल्यायत...'

'...त्या मूर्तींकडून तू आपल्याच माणसांशी वैर करायला शिकला आहेस अन् त्या मौलवीला देखील त्याच्या खुदाने सतत भांडणतंटे करायला शिकवलंय्...'

*तंग आ के मैंने दैरो-हरमको छोडा*
*वाइज़का वाज़ छोडा, छोडे तेरे फसाने ।*
*पथ्थरके मूरतोंमें समझा है तू खुदा है*
*खाक़े-वतनका मुझको हर ज़र्रा देवता है ।*

'...शेवटी वैतागून मी मंदिर-मशीद वगैर सोडून दिलंय्... मौलवीचा उपदेश अन् तुझं पुराण ऐकणं देखील सोडून दिलंय्...'

'त्या पाषाणमूर्तीत देवता असते, असं तुला वाटतं... पण, अरे (खुळ्या), माझ्या देशाच्या मातीचा प्रत्येक कण मला देवतेसमान आहे...'

इक्बाल यांच्या प्रारंभीच्या रचनांत देशप्रेम, राष्ट्रवाद आणि समाजकल्याण याच गोष्टी प्रामुख्याने आढळतात. प्रेम, शृंगार वगैरे भावनिक काव्याचा ते उघड उघड धिक्कार करीत असत. प्रायोगिक साहित्याचा देखील त्यांना विलक्षण तिटकारा होता. भारताचे दारिद्र्य आणि पारतंत्र्य याबद्दल खंत बाळगणारी, तसेच, भारतातील नद्या, पर्वत, आकाश, श्रीराम, बुद्ध, नानक, चिश्ती, रामतीर्थ यांच्या महानतेचे गोडवे गाणारी शायरी त्यांच्या लेखणीतून सतत स्रवत होती.

युरोप यात्रेनंतर (१९०५-१९०८) त्यांची दृष्टी आणि प्रतिभा विलक्षण विस्तार पावली. युरोपियन माणसांच्या सभ्यतेबरोबरच त्यांचा वर्णविद्वेष आणि गौरेतर माणसांना गुलामगिरीत डांबण्याच्या प्रवृत्तीने त्यांच्या मनावर अतिशय तीव्र आघात केला. कांट, नीत्शे, गटे, मार्क्स, डार्विन, लेनिन, हेगल वगैरेंच्या तत्त्वज्ञानाची ओळख होतीच. त्यांच्या विचारप्रणालीतही मूलभूत फरक पडला. त्यानंतर रचलेल्या शायरीतील तत्त्वचिंतन यापूर्वीच्या कोणत्याही उर्दू शायराच्या रचनेत आढळून येत नाही. सौन्दर्यवाद, प्रेरणा आणि तत्त्वचिंतन यांनी पूर्वीच्या सर्व सीमा ओलांडल्या. राष्ट्रवादाव्यतिरिक्त मजूर आणि भांडवलशाही, शेतकरी, स्वामी आणि सेवक, सामाजिक परिवर्तन वगैरे विषय शायरीत डोकावू लागले. त्यांच्या या रचना इतक्या प्रभावी ठरल्या, की 'जोश' मलिहाबादी, 'फ़िराक़' गोरखपुरी, 'हफ़ीज़' जालंधरी, फैज़ अहमद 'फ़ैज़', सरदार जाफरी, 'साहिर' लुधियानवी वगैरे नंतरच्या प्रथितयश शायरांनी त्यांच्याच नवविचार- प्रणालीचं अनुकरण केले.

युरोप यात्रेवरून परतल्यावर त्यांनी काही दिवस प्राध्यापक म्हणून नोकरी केली. पण नंतर बॅरिस्टर म्हणून व्यवसाय सुरू केला, तो अखेरपर्यंत. मनन, चिंतन आणि लिखाण सतत सुरू असे. परंतु नंतरचे लिखाण बहुतेक फारसीमध्येच आहे.तत्त्वज्ञानातील बारकावे समजावून सांगण्यास उर्दू भाषेतील शब्दभांडार तोकडे पडते, असे मत त्यांनी अनेकदा नमूद केले आहे.

असरारे-खुदी (मी कोण आहे? किंवा अस्मितेचं रहस्य) या त्यांच्या पर्शियनमधील ग्रंथाचा इंग्रजी अनुवाद पश्चिमेकडील जगतात खळबळ माजवून गेला आणि परिणामत: त्यांना 'सर' हा किताब मिळाला. एक गुरुदेव रवींद्रनाथ टागोरांचा अपवाद वगळता कुणाही भारतीय वाङ्मयकाराला 'सर' हा किताब मिळालेला नाही.

इक्बालच्या 'खुदी' किंवा अस्मितेत धर्माचा अभिनिवेश जरादेखील नाही. स्वर्गातून पतन झाल्यापासून मानवाची आपली अस्मिता टिकविण्यासाठी सतत धडपड चालू आहे. त्या तेजस्वी प्रयत्नांच्या तुलनेत देवदूतांचे आयुष्यदेखील तुच्छ

आहे. मानवाने परमेश्वरावर निष्ठा ठेवून निसर्गाची रहस्ये हस्तगत करावीत; कारण निसर्ग जड जगत आहे अन् मानवाची अस्मिता ही जिवंत जागृत अवस्थेत आहे. मानव स्वाभिमानपूर्वक परमेश्वराला म्हणतो :

*बाग़े-बिहिश्तसे मुझे हुक़्मे-सफर दिया था क्यौं*
*कार-ए-जहाँ दराज़ है, अब मेरा इन्तज़ार कर ।*

'...तू मला स्वर्गातून कशाला हाकलून लावलंस? इथे जगाची किती तरी कामं माझ्यावाचून खोळंबली आहेत. आता तू माझ्या येण्याची वाट पाहत बैस...

('खुदी' या शब्दाचा साधा सरळ अर्थ 'स्वाभिमान' किंवा 'अहंकार' असा आहे; परंतु इक़्बालच्या लिखाणात गर्व किंवा अहंकार यांना थारा नाही. मानवी अस्तित्वया अर्थी हा शब्द उपयोगात आणला आहे. कधी 'अद्वैत' या अर्थी देखील हा शब्द वापरला आहे.)'

*खुदीसे इस तिलिस्मे-रंगो-बू को तोड सकते हैं*
*यही तौहीद है जिसको न तू समझा न मैं समझा ।*

'...या अद्वैताच्या बळावर आपण रंग, रूप, रस, गंध वगैरे निसर्गाच्या चमत्कारांचे रहस्य उलगडू शकतो. निसर्गावर विजय मिळवू शकतो. यालाच 'तौहीद' (अद्वैत) म्हणतात... ...पण त्याचं रहस्य आपण जाणलंच नाही...'

काही ठिकाणी स्वाभिमानी जीवन जगण्याला 'खुदी' संज्ञा दिली आहे.

*निगाहे-फक्रमें शान-ए-सिकंदरी क्या है?*
*खिराज़ की जो गदा है वो कैसरी क्या है ?*
*किसे नहीं है तमन्ना-ए-सरवरी? लेकिन*
*खुदीकी मौत हो जिसमें वो सरवरी क्या है?*

'...त्यागमय जीवनाच्या महतीपुढे सम्राटाचं वैभव काय लागून गेलं आहे? जिथे खंडणीच्या स्वरूपात भिक्षाच स्वीकारायची असते, ते सार्वभौमपद काय कामाचं? तसं सार्वभौमत्व कुणाला नको असतं, असं नाही; परंतु ज्या सत्तास्थानावर राहून आपला स्वाभिमान (खुदी) नष्ट होतो, अशी सत्ता बाळगण्यात काय अर्थ आहे?'

काही ठिकाणी 'आत्मा', तर काही ठिकाणी मानव ही परमेश्वराची सर्वोत्तम निर्मिती' या अर्थानंदेखील 'खुदी' हा शब्द उपयोगात आणलेला आढळतो. परंतु 'चैतन्य आणि चैतन्याची जाणीव' हा अर्थ इक़्बालच्या 'खुदी' ला चपखल बसतो. सतत प्रवास करीत असलेले चैतन्य मानवरूपात प्रकट झाले आहे, अशी इक़्बालची धारणा आहे. या त्याच्या मतावर काश्मीरमध्ये शैव सांप्रदायातील वसुगुप्ताच्या

स्पंदशास्त्राचा परिणाम झालाच नसावा, असं ठामपणे म्हणता येणार नाही.

*खुदी क्या है राज़े-दिरूने-हयात*
*खुदी क्या है बेदारी-ए-हयात*
*अजल इसके पीछे अबद सामने*
*न हद इसके पीछे न हद सामने ।*

'...अस्मिता म्हणजे जीवनाचं (गूढ) रहस्य... अस्मिता म्हणजे सृष्टीची जागृती... ती अनादी आणि अनंत आहे... तिला कोणतीही मर्यादा नाही...'

*ज़मानेके धारोंमें बहती हुवी*
*सितम उसके मौजोंके सहती हुवी ।*
*अजलसे है ये कश्मकशमें असीर*
*हुवी खाके-आदममें सूरत पज़ीर ।*

'...कालाच्या प्रवाहात जाताना लाटांचे प्रहार सहन करीत चालली आहे. अनादी कालापासून संघर्ष चालत आलाय्. अन् त्यात तावून सुलाखून शेवटी मानवाच्या स्वरूपात प्रकट झालीय्...'

अस्मितेचा सतत विकास होत गेला पाहिजे. या जीवनात विश्रांतीसाठी थांबणे म्हणजे मरणच. या अखंड प्रवासात मानवाला अनेक विश्वे पादाक्रांत करायची आहेत, तेव्हा, हे मानवा-

*खुदीकी ये है मंज़िले-अव्वलिन*
*मुसाफिर तेरा नशेमन नहीं ।*
*तेरी आग इस खाकदाँसे नहीं*
*जहाँ तुझसे है, तू जहाँसे नहीं ।*

'...हा अस्मितेचा पहिला टप्पाच आहे. हे काही तुझं निवासस्थान नाहीय्. तुझी जीवनज्योत या मातीतली नाहीय्. तुझ्यामुळं या जगाचं अस्तित्व आहे; तू या जगामुळं नाहीस, हे लक्षात ठेव...'

*बढे जा ये कोहे-गिराँ तोडकर*
*तिलिस्मे -जमाँ-ओ-मकाँ तोडकर*
*जहाँ और भी है अभी बेनमूद*
*के खाली नहीं है ज़मीरे-वजूद ।*

'...हे अवघड डोंगर, पर्वत, दऱ्याखोरी ओलांडून पुढे चल. दिक्कालाची बंधने तोडून पुढे चल... अजून कितीतरी विश्वे अप्रकट अवस्थेत आहेत अन् तुझ्या

अस्तित्वाची ज्योत काही अकारण नाहीय्. तुझं अस्तित्व व्यर्थ जाणार नाहीय्...'

*हर इक मुंतज़िर तेरी यलगारका*
*तेरी शोखी-ए-फिक्रो-किर्दारका ।*

'...ती अनंत अप्रकट विश्वे तुझ्या आक्रमणासाठी आतुरली आहेत. तुझ्या प्रतिभेची अन् पराक्रमाची अपेक्षा करताहेत...'

या गाजलेल्या 'असरारे-खुदी' नंतर 'रूमूजे-बेखुदी' (अनास्मितेचे संकेत) पयामे-मश्रिक (पूर्वेचा संदेश) वगैरे लोकोत्तर रचना आहेत. 'जावेदनामा' ही त्यांची सर्वोत्तम रचना समजली जाते.

'सारे जहाँसे अच्छा, हिंदोस्ताँ हमारा' हा कौमी तराना (राष्ट्रीय गीत) लिहिणारा हा ध्येयवादी तत्त्वचिंतक शायर आयुष्याच्या अखेरच्या टप्प्यात विलक्षण कात्रीत सापडला. आयुष्यभर अखंड भारताच्या स्वातंत्र्याची स्वप्ने रंगविणारा हा देशभक्त शायर इ.स. १९३८ सालच्या अलाहाबाद येथे भरलेल्या अखिल भारतीय मुस्लिम लीगच्या अधिवेशनाचा अध्यक्ष म्हणून निवडला गेला. त्यांनी अध्यक्षीय भाषणात स्पष्टपणे अखंड भारताच्या स्वातंत्र्याचा उल्लेख केला आणि पंजाब, बलुचिस्तान आणि वायव्य सरहद्द प्रांत या अधिक मुसलमान वस्ती असलेल्या प्रांतांचा भारतीय संघराज्यात एक घटक राज्य म्हणून प्रांत बनवावा, असं प्रतिपादन केलं. पण बॅ. महंमद अली जीना, लियाकत अली वगैरेंनी त्यांच्या मताला न जुमानता पाकिस्तान- निर्मितीचा भारताच्या फाळणीचा ठराव पास केला. डॉ. इक़्बालनी हाय खाल्ली. त्यांचा आजार बळावला. त्यांनी अंथरूण धरले, ते कायमचेच. दिनांक २१ एप्रिल, १९३८ रोजी लाहोरमधील आपल्या निवासस्थानी हा थोर शायर अनंतात विलीन झाला.

'भारतीय स्वातंत्र्याच्या लढ्यातील अत्यंत सुंदर आणि तेज:पुंज तारा अस्तंगत झाला.' असे उद्‌गार पंडित जवाहरलालजींनी काढले.

डॉ. इक्बाल यांच्या मते प्रत्येक शतकात मानव आपल्या तत्कालीन कल्पनांनुसार कोणते तरी उपास्यदैवत बनवून त्यांची पूजा करीत आला आहे. सुरुवातीला तो निसर्गातील नद्या, झाडे, पर्वत, चंद्र, सूर्य, विद्युल्लता यांची पूजा करीत असे, नंतर धर्म, लहान सहान राज्ये अन् असेच काही तरी. गेल्या शतकात त्याने 'राष्ट्रवाद' हे नवं दैवत निर्माण केले. आज सारी मानवजात या दैवतावर ओवाळून टाकली जात आहे. हे पाश्चिमात्यांनी उभे केलेले भूतदेखील गाडून टाकायला हवे. कारण माणूस-मानवजात येथून तेथून एकच आहे. केवळ भौगोलिक मर्यादांमुळे त्याचे हिंदी, चिनी, जपानी, जर्मन असे भेदाभेद केले जातात. ते कृत्रिम आहेत. झूट आहेत. मानवजात एकच आहे, म्हणून जगात फक्त एकच राज्य आणि त्याचं एकच शासन असावे.

पंडितजींबरोबरील चर्चेत डॉ. इक़्बाल म्हणाले,

'आज हिंदू-मुस्लिम या दोन जमातींमधील रीतीरिवाज अन् सांस्कृतिक संबंध दुरावत चालले आहेत. कृपा करून ध्यानात घ्या, की 'धर्म' ही अत्यंत खासगी आणि वैयक्तिक बाब आहे. धर्म आणि देशभक्ती यांची गल्लत होता कामा नये. काहीही करा; परंतु देशाची फाळणी होऊ देऊ नका. या देशाचे सर्व नागरिक हिंदू झाले किंवा मुसलमान झाले, तरी इतका भयानक रक्तपात होईल, की ती किंमत मोजणे कुठल्याही देशाला परवडणार नाही.'

डॉ. इक़्बाल यांचे भाकीत तंतोतंत खरे ठरले. त्यांच्या मृत्यूनंतर दहा वर्षांनी भारताची फाळणी झाली आणि त्याचे अघोरी परिणाम भारत आणि पाकिस्तानातील हिंदू-मुसलमान या दोघांनाही भोगावे लागले.

ग्रेट ब्रिटनमधील त्या वेळचे एक थोर विचारवंत सर एडवर्ड थॉमसन यांनी १९२६ च्या सुमारास 'हेल्प इंडिया विन फ्रीडम' या नावाचे पुस्तक प्रसिद्ध केले. त्यात प्रथमच पाकिस्तानर्निर्मितीची कल्पना सविस्तर मांडलेली आढळते. सर एडवर्ड यांनी ही कल्पना डॉ. इक़्बाल यांची असल्याचे नमूद केले, त्यावर डॉ. इक़्बाल यांनी पंजाबमधील ज्येष्ठ पत्रकार साहित्यिक डॉ. रगीब अहसन यांना पत्र लिहून आपली 'अखंड भारताचं संघराज्य' ही कल्पना तातडीने प्रसिद्ध करण्यास सांगितले. त्यात वायव्य सरहद्द प्रांत, पश्चिम पंजाब, बलुचिस्तान वगैरे बहुसंख्य मुस्लिम वस्तीच्या प्रांतांचे एक घटक राज्य असावे अन् ते भारतीय संघराज्यात सामील करावे, असं म्हटले आहे, वेगळे स्वतंत्र पाकिस्तान इक़्बालना कधीच मान्य नव्हते. याच पत्राची एक प्रत कलकत्ता येथील इंग्रजी दैनिक 'दि स्टार ऑफ इंडिया' मध्ये प्रसिद्ध करून त्याची प्रत सर एडवर्ड थॉमसन यांना माहितीदाखल पाठवली. सर एडवर्ड यांनी आपल्या नंतरच्या पुस्तकात दिलगिरी प्रदर्शित करून आपली चुकीची समजूत झाल्याचे नमूद केले. परंतु ब्रिटिश लोक त्या वेळी राज्यकर्ते असल्यामुळे गुलाम 'काला आदमी' ची माफी मागण्याचा प्रश्न उद्‌भवत नव्हता.

फाळणीचे खापर डॉ. इक़्बालच्या डोक्यावर फुटले, हा फार मोठा अन्याय आहे. मृत्यूपूर्वी 'देशाची फाळणी हा भयानक मामला आहे – हिंदू-मुसलमान दोन्ही जमाती भरडल्या जातील आणि अतोनात रक्तपात होईल – ७काहीही करा, पण फाळणी होऊन देऊ नका.' असं स्वच्छ मत त्यांनी नमूद करून ठेवले आहे. त्यांचे भाकीत तंतोतंत खरे ठरले...

फाळणीनंतर देखील भारताने डॉ. इक़्बाल यांची विचारसरणी जपून ठेवली आहे. कौमी तराना आजदेखील आवडीने गायला जातो. पण पाकिस्तानला मात्र या थोर शायराचा पूर्णपणे विसर पडला आहे. मृत्यूपूर्वीच्या शेवटच्या दिवसांत त्यांच्या

विचारप्रणालीत फरक पडला होता किंवा नव्हता, तत्त्वप्रणाली बदलली होती किंवा काय, याबद्दल जाणकारांत मतभेद आहेत.

डॉ. इक़्बालच्या काळात देशभक्तीबाबत उघडपणे काही लिखाण शक्यच नव्हते. तेव्हा या असामान्य प्रतिभेच्या शायराने तरक्कीपसंद ग़ज़ल- सुधारणावादी ग़ज़ल लिहिण्यास प्रारंभ केला. प्रत्येक शेर द्व्यर्थी असतो. वरवर नेहमीच भावुक हळवा अर्थ निघणारा शेर खोलवर विचार केल्यास देशभक्तांना संदेश देणारा अर्थ सांगू शकतो.

*सितारोंके आगे जहाँ और भी हैं*
*अभी इश्क़के इम्तहाँ और भी हैं ।*

'...तारका अत्यंत सुंदर आहेत; परंतु त्यापलीकडंदेखील विश्वाची व्याप्ती आहे. अन् सौंदर्यप्रेमाला अद्याप अनेक परीक्षादिव्यांतून पार पडायचंय्. (दुसरा अर्थ : खूप शिकून लठ्ठ पगाराची नोकरी मिळाली, की पारतंत्र्यातदेखील आकाशाला हात भिडले, असं वाटू लागतं. पण ही काही आयुष्याची इतिकर्तव्यता नाहीय्. देशप्रेमाला अद्याप अनेक कसोट्यांमधून पार पडायचंय)...'

दैवगती किती विचित्र असते, पहा. आयुष्यभर भारतीय स्वातंत्र्याचा ध्यास घेतलेले थोर तत्त्वचिंतक, वैचारिक आणि भावनिक सौंदर्याचे निःसीम चाहते असलेल्या डॉ. इक़्बाल यांची जीवनयात्रा मात्र अखेरीला शोकयात्रा ठरली. पाकिस्ताननिर्मितीचा ठपका त्यांच्या शिरावर ठेवला गेला. पाकिस्तान तर त्यांना केव्हाच विसरला; परंतु सौंदर्यतत्त्वाची आयुष्यभर एकनिष्ठ उपासना करणाऱ्या इक़्बाल यांना त्यांचाच एक अप्रतिम शेर भविष्यवाणी म्हणून लागू पडावा, हा दैवदुर्विलास आहे.

*हज़ारों साल नर्गिस अपनी बेनूरीपर रोती है*
*बडी मुश्क़िलसे होता है चमनमें दीदावर पैदा ।*

'...हजारो वर्षं (मानवी नेत्राच्या आकाराचं एक अतिसुंदर लाल रंगाचं इराणी पुष्प) नर्गिस आपल्या सौंदर्याचा कुणीच चाहता नाही, म्हणून उद्यानात रडत उभं आहे. खरंच आहे, फार क्वचित केव्हा तरी या जगात सौंदर्याची जाण असणारा – खरा सौंदर्यपारखी योगायोगानेच निर्माण होतो...'

**इक़्बालच्या ग़ज़ला**

*जिन्हें मैं ढूँढता था आसमानोंमें ज़मीनोंमें*
*वो निकले मेरे ज़ुल्मतखान-ए-दिलके मकीनोंमें ।*

'...ज्यांना मी आकाशात, जमिनीवर-त्रिभुवनात धुंडाळत होतो, ते शेवटी सापडले- माझ्या हृदयाच्या अंधारलेल्या घरात...' (हा शेर प्रेमपात्राला किंवा

परमेश्वराला देखील उद्देशून असू शकतो. इश्क़े-मज़ाजी— पार्थिव प्रेम आणि इश्क़े-हक़ीक़ी— पारमार्थिक प्रेम या दोन्हींना लागू करता येईल.)

*महीने वस्लके घडियोंकी सूरत उडते जाते हैं*
*मग़र घडियाँ जुदाईकी गुज़रती हैं महीनोंमें ।*

'...एकत्र सहवासाचे महिने तर काही घटका संपून जाव्यात, तसे चुटकीसरसे उडून जातात अन् विरहाच्या घटका मात्र महिनेच्या महिने लांबत चालल्या आहेत, असं भासतं..'

*मुझे रोकेगा तू ऐ नाखुदा क्या गर्क़ होनेसे*
*के जिनकों डूबना है डूब जाते हैं सफीनोंमें ।*

'...अरे नावाड्या (मार्गदर्शका), तू मला बुडण्यापासून कसा अडवू शकतोस? अरे, ज्याला बुडून मरायचं असतं, तो नावेत देखील बुडून जाऊ शकतो...'

*मुहब्बतके लिये दिल ढूँढ़ कोई टूटनेवाला*
*ये वो मय है जिसे रखते हैं नाज़ुक आबगीनोंमें ।*

'...प्रेम करायचंच असेल, तर (प्रेमात पडून) दुभंगणारं (संवेदनशील) हृदय शोधून काढ... ही अशी सुरा आहे, की ती अत्यंत नाजूक काचपात्रातच (प्रेमिकेच्या नाजूक हृदयात) ठेवली जाते...'

*बुरा समझूं उन्हें मुझसे तो ऐसा हो नहीं सकता*
*के मैं खुद भी तो हूँ 'इक़्बाल' अपने नुक्ताचीनोंमें ।*

'...मी तिला वाईट म्हणूच शकत नाही (जरी ती माझ्यावर अनेक दोषारोप करीत असते) -अहो, मी स्वतःच आपल्यामधील अनेक दोष, अवगुण शोधीत असतो...'

**ग़ज़ल**

*कभी ऐ हक़िकते-मुंतज़िर नज़र आ लिबासे-मजाज़मेंस*
*के हज़ारो सिजदे तडप रहे हैं मेरी ज़बीने-नियाज़में ।*

'...अरे शाश्वत सत्या ! (अर्थात परमेश्वरा ! तू कसा आहेस, ते मला आकलन व्हावं, म्हणून) जरा पार्थिव स्वरूपात प्रकट हो ना ! तुझ्यासमोर माथा टेकण्याची इच्छा हजारो वेळा माझ्या मनात घोटाळतेय्...'

*न बचा बचा के तू रख इसे, तेरा आईना है वो आईना*
*जो शिकस्ता हो तो अज़ीज़तर है निगाहे-आईना साज़में ।*

'... (हृदयाला आरशाची उपमा देतात. आरसा पडून फुटतो, तर हृदय प्रेमात पडून दुभंग होते.) ...याला इतकं जपून ठेवू नकोस, रे... हा तुझा आरसा (हृदय) असा आरसा आहे, की तो जर फुटला, तर आरसा बनविणाऱ्याच्या (परमेश्वराच्या) दृष्टीनं तो अधिक सुंदर दिसू लागतो...'

*न कहीं जहाँमें अमाँ मिली, जो अमाँ मिली तो कहाँ मिली*
*मेरे जुर्मे-खानाखराब को तेरे, अफ्वे-बंदानवाज़में ।*

'...या जगात शांतता म्हणून कुठं लाभलीच नाही... अन् लाभली, तर कुठं लाभली असेल? -घरदार उद्ध्वस्त झालेला मी, माझ्या चुकांना तुझ्या क्षमाशीलतेतच शांती मिळाली...'

*न वो इश्क़में रही गर्मियाँ न वो हुस्नमें रही शोखियाँ*
*न वो ग़ज़नवीमें तडप रही न वो ख़म है ज़ुल्फे-अयारमें ।*

'...त्या प्रेमाच्या आवेगात देखील जोश उरला नाहीय्- त्या सौन्दर्यातही काही (मादक) नखरा उरला नाहीय्... (ग़ज़नवी आणि अयाज़ यांची प्रेमकथा लैला-मजनू-प्रमाणेच प्रसिद्ध तुर्की दंतकथा आहे) -त्या ग़ज़नवीच्या प्रेमात आता ती ओढ राहिली नाहीय्, ना त्या अयाज़च्या केसांत ती मोहिनी घालणारी कुरळ शिल्लक राहिलीय्...'

*जो मैं सर-ब-सजदा कभी हुवा तो ज़मींसे आने लगी सदा*
*तेरा दिल तो है सनम आशना तुझे क्या मिलेगा नमाज़में ।*

'... मी केव्हातरी एकदा चुकून प्रार्थना करण्यासाठी म्हणून जमिनीवर डोकं टेकलं, तर त्या जमिनीतून आवाज येऊ लागला, 'अरे (खुळ्या), तू तर (ईश्वराला विसरून) त्या प्रेयसीच्या प्रेमात पडला आहेस. (तिची पूजा करतो आहेस— म्हणजे काफिर बनला आहेस, तर मग) आता नमाज़—प्रार्थना—करून काय मिळणार आहे?'

**ग़ज़ल**

डॉ. महंमद इक्बाल यांच्या असामान्य प्रतिभेतून साकार झालेली ही एक अत्यंत सुंदर तरक्कीपसंद—सुधारणावादी ग़ज़ल आहे. यातील प्रत्येक शेर द्व्यर्थी आहे. दोन्ही अर्थ दिले आहेत.

*सितारोंसे आगे जहाँ और भी हैं*
*अभी इश्क़के इम्तहाँ और भी हैं ।*

'...तारका अत्यंत सुंदर आहेत; पण तेथपर्यंत पोहोचलं, म्हणजे झालं, असं नाही... त्या पलीकडं देखील विश्वाचा पसारा आहे आणि तुझ्या (सौन्दर्य) प्रेमाला

अद्याप अनेक दिव्यांमधून पार पडायूचंय्...'

दुसरा अर्थ- 'खूप शिकून लठ्ठ पगाराची सरकारी नोकरी मिळाली, की या पारतंत्र्यात देखील आकाशाला हात पोहोचले, असं वाटू लागतं, पण ही काही आयुष्याची इतिकर्तव्यता नाही... (देश) प्रेमाला अनेक कठीण कसोट्यांमधून पार पडायचंय्...'

*तिही ज़िन्दगीसे नहीं ये फ़ज़ाएँ*
*यहाँ सैकडों कारवाँ और भी हैं ।*

'...भकास उद्ध्वस्त आयुष्याचा या वातावरणावर काहीही परिणाम होणार नाही... (एकजण मार्ग चुकला, तरी ध्येयमंदिराकडं) जाण्यासाठी अनेक काफिले इथं सज्ज आहेत...'

दुसरा अर्थ :- 'या क्रांतीच्या उचापतीत तुझं आयुष्य बरबाद झालं, तर जगात काय मोठासा फरक पडतो? -अन् त्याचं वाटून तरी काय घ्यायचं? आणखी अनेक मार्गांवरून जाण्यासाठी काफिले सज्ज आहेत- बाकीचे देशभक्त आपापल्या परीनं खटपटीत आहेतच...'

*अग़र खो गया इक नशेमन तो क्या ग़म*
*मक़ामाते-आहो-फुग़ाँ और भी हैं ।*

'...एक घरटं उद्ध्वस्त झालं, तर काय मोठंसं दुःख करायचं? दुःखविलाप करण्याचे अनेक प्रसंग आयुष्यात अद्याप यावयाचेच आहेत...'

दुसरा अर्थ :- 'या (देशभक्तीच्या-स्वातंत्र्याच्या) खटाटोपात एखाद्या घराची राखरांगोळी झाली, तर काय मोठंसं? स्वातंत्र्याची फार मोठी किंमत मोजावालागते... दुःखाचे प्रसंग अद्याप बरेच यायचे आहेत...'

*तू शाही है परवाज़ है काम तेरा*
*तेरे सामने आसमाँ और भी हैं ।*

'...तू बहिरी ससाणा आहेस अन् तुझं काम आहे आकाशात भरारी मारणं... तुझ्यासमोर केवढं अथांग आकाश पसरलंय्...'

दुसरा अर्थ :- 'अरे, तू तर गरुडभरारी घेणारा दुर्दम्य उत्साही क्रांतिकारक देशभक्त अन् तुझं काम आहे सतत स्वातंत्र्यासाठी झगडणं... स्वस्थ काय बसला आहेस? -लाग कामाला... एवढं अथांग कार्यक्षेत्र तुझ्यासमोर पसरलंय्...'

*इसी रोज़ो-शबमें उलझकर न रह जा*
*के तेरे ज़मानो-मकाँ और भी हैं ।*

'...याच दिवस-रात्रीच्या रहाटगाडग्यात (संसारात) गुरफटून राहू नकोस...अद्याप

केवढी तरी दुनिया (कर्तबगारी गाजविण्यासाठी विश्वसंसार) तुझ्यासमोर आहे...'

दुसरा अर्थ :'स्वतःच्याच घरसंसारात मश्गूल होऊन गुरफटून जाऊ नकोस... या देशाच्या संसाराचं अफाट कार्यक्षेत्र देखील तुझ्यासमोर आहे...'

*गए दिन के तनहा था मैं अंजुमनमें*
*यहाँ अब मेरे राज़दाँ और भी हैं ।*

'...या उद्यानात मी अगदी एकाकी असायचो— गेले ते दिवस आता... माझे (प्रेम) रहस्य जाणणारे कितीतरी जिवलग आता इथं माझ्याबरोबर आहेत...'

दुसरा अर्थ :-'या देशात मायभूमीच्या स्वातंत्र्यासाठी झगडणारा क्रांतिकारक देशभक्त अगदी एकटा-दुकटा असायचा— गेले ते दिवस आता... आता त्याच ध्येयानं प्रेरित झालेले कितीतरी देशभक्त या देशात आहेत...'

**कौमी तराना (राष्ट्रगीत)**

*सारे जहाँसे अच्छा हिंदोस्ताँ हमारा*
*हम बुलबुलें हैं इसकी ये गुलसिताँ हमारा ।*

'...जगातल्या साऱ्या देशांपेक्षा उत्तम आहे आमचा हिंदुस्थान देश... हे आमचं आवडतं उद्यान आहे अन् त्यात विहार करणारे आम्ही बुलबुल आहोत...'

*गुरबतमें हो अगर हम रहता है दिल वतनमें*
*समझो वहीं हमें भी दिल हो जहाँ हमारा ।*

'...जरी (दुर्दैवानं) परदेशात असलो, तरी आमचं मन मात्र आमच्या देशातच घुटमळत असतं... अन् आम्ही देखील तिथंच आहोत, म्हणून समजा— जिथंआमचं मन घुटमळतंय्...'

*पर्वत वो सबसे ऊँचा हमसाया आसमाँका*
*वो संतरी हमारा वो पासबाँ हमारा ।*

'...तो सर्वांत उत्तुंग पर्वत हिमालय- अगदी आकाशाच्या गळ्यात गळा घालणारा—तोच आमचा रक्षक... रखवालदार...'

*गोदीमें खेलती हैं इसकी हज़ारों नदियाँ*
*गुलशन है जिनके दमसे रश्क़े-जनाँ हमारा ।*

'...आणि याच्या मांडीवर हजारो नद्या बागडत असतात...त्यांच्यामुळं सगळा देश कसा उद्यानाप्रमाणे बहरलेला असतो—अगदी स्वर्गानंदेखील हेवा करावा...'

*ए आबेरूदे-गंगा ! वो दिन है याद तुझको*
*उतरा तेरे किनारे जब कारवाँ हमारा ।*

'...हे सदावाहिनी गंगामाते ! तुला आठवतो तो दिवस, जेव्हा आम्ही (आर्य लोक) उत्तरेकडून येऊन तुझ्या कुशीत विसावलो...'

*मज़हब नहीं सिखाता आपसमें बैर रखना*
*हिंदी हैं हम, वतन है हिंदोस्ताँ हमारा ।*

धर्म (मग तो कोणताही असो) आपसांत वैर करावयाला कधीच शिकवतनाही... आम्ही (मग कोणत्याही धर्माचे असू) हिंदी आहोत अन् आमची मातृभूमी आहे हिंदुस्तान...

*यूनान-ओ-मिस्रो-रोमा सब मिट गये जहाँसे*
*अब तक मग़र है बाक़ी नामोनिशाँ हमारा ।*

'...ग्रीक, इजिप्शियन, रोमन वगैरे सगळ्या संस्कृती कालांतरानं धुळीला मिळाल्या आहेत... पण आमची संस्कृती मात्र अद्याप शिल्लक आहे...'

*कुछ बात है के हस्ती मिटती नहीं हमारी*
*सदियों रहा है दुश्मन दौरे-ज़माँ हमारा ।*

'...अन् खरंच वैशिष्ट्यपूर्ण आहे आमची संस्कृती, म्हणून अद्याप टिकाव धरून आहे... नाहीतर (केव्हाच नाश पावली असती. कारण) या कालचक्राने (नियतीने)तर शेकडो वर्षांपासून आमचा दुस्वासच केला आहे...'

*'इक़्बाल' कोई महरम अपना नहीं जहाँमें*
*मालूम क्या किसीको दर्दे-निहाँ हमारा ।*

'इक्बाल', या जगात आपलं कुणी म्हणून नाहीय्, रे... आपलं अंतर्यामीचं दुःख कुणाला म्हणून सांगायचं?'

**नया शिवाला (नवीन शिवमंदिर)**

*सच कह दूँ ऐ बरेहमन ! ग़र तू बुरा न माने*
*तेरे सनमकदोंके बुत हो गये पुराने ।*

'...खरं सांगू का, रे ब्राह्मणा, (हिंदू मनुष्या) तुला जर वाईट वाटणार नसेल,तर सांगतो, तुझ्या देवळातील देव आता फार जुने झालेयृत...'

*अपनोंसे बैर रखना तूने बुतोंसे सीखा*
*जंगो-जदल सिखाया वाइज़ को भी खुदाने ।*

'...तू या पाषाणाच्या मूर्तींपासून आपल्या लोकांशी भांडायला शिकलास अन् तिकडं त्या मौलवीला (मुसलमान मनुष्याला) त्याच्या खुदाने झगडे, मारामाऱ्या करायला शिकवलं...'

*तंग आ के मैंने आखिर दैरो-हरम को छोडा*
*वाइज़का वाज़ छोडा, छोडे तेरे फसाने ।*

'...शेवटी वैतागून मी मंदिर, मस्जिद सगळं काही सोडून दिलं... मौलवीचं (कुराणावरचं) भाष्य ऐकायचं सोडून दिलं अन् तुझं पुराण ऐकणं देखील सोडून दिलं...'

*पथ्थरकी मूरतोंमें समझा है तू खुदा है*
*खाके-वतनका मुझको हर ज़र्रा देवता है ।*

'...तुला वाटतंय्, की या पाषाणाच्या मूर्तीतच देव आहे, म्हणून... पण मलातर माझ्या मातृभूमीच्या मातीचा प्रत्येक कण देवतेसमान आहे...'

*आ ग़ैरियतके पर्दे इक़ बार फिर उठा दें*
*बिछडोंको फिर मिला दें, नक़्शे-दुई मिटा दें ।*

'...चल तर, आपल्यामध्ये निर्माण झालेले परकेपणाचे पडदे पुन्हा एकदाप्रयत्नपूर्वक दूर करू या... या दुरावलेल्यांना जवळ आणू या अन् आपापसांतील दुफळी नष्ट करून टाकू या...'

*सूनी पडी हुवी है मुद्दतसे दिलकी बस्ती*
*आ इक नया शिवाला इस देसमें बना दें ।*

'...किती काळ लोटलाय्; पण या हृदयाच्या वस्तीत सुनसुनाटच आहे (कुणाच्या प्रेमाचा स्पर्शच झाला नाहीय्) चला, आपण सगळे मिळून या देशात एक नवं (प्रेमादराचं) शिवमंदिर बनवू या...'

*दुनियाके तीरथोंसे ऊँचा हो अपना तीरथ*
*दामाने-आसमाँसे इसका कलस मिला दें ।*

'...जगातल्या सर्व तीर्थक्षेत्रांपेक्षा आपलं नवतीर्थ उच्च-पवित्रतम असावं...त्याचा कळस गगनाला जाऊन भिडावा...'

*हर सुबह उठके गाएं मंतर वो मीठे मीठे*
*सारे पुजारियोंको मय प्रीतकी पिला दें ।*

'...प्रत्येक सकाळी (प्रेमाचे, देशभक्तीचे) मधुरमधुर मंत्र म्हणावेत... साऱ्या पुजाऱ्यांना प्रेमाची मदिरा प्राशन करायला लावावी...'

*शक्ति भी शांति भी भक्तोंके गीतमें है*
*धरतीके बासियोंकी मुक्ति परीतमें हैं ।*

'या भक्तांच्या प्रार्थनेत शक्ती असेल, शांती देखील असेलच... जगातील सर्व मनुष्यमात्रांना मुक्ती फक्त प्रेममार्गातच मिळेल...'

# जिगर मुरादाबादी

*इक लफ़्ज़े-मुहब्बतका अदना ये फसाना है*
*सिमटे तो दिले-आशिक़ फैले तो ज़माना है ।*

'...प्रेमाच्या एका शब्दाची लहानशीच कहाणी आहे... आक्रसला, तर त्याचं प्रेमिकाचं हृदय बनतं अन् विस्तारला, तर तो साऱ्या विश्वाला व्यापून टाकतो...'

अत्यंत कुरूप चेहरा, विस्कटलेल्या केशसंभारावर कशीतरी बसविलेली टोपी, मळलेले अस्ताव्यस्त कापडे असे अत्यंत भणंग ध्यान असणारे अली सिकंदर 'जिगर' मुरादाबादी हे मुशायऱ्यांचे न टाळता येण्याजोगे जबरदस्त आकर्षण होते. त्यांच्या या लोकविलक्षण व्यक्तिमत्त्वाची अनेक शायरांनी नक्कल केली. परंतु त्यांची ग़ज़ल पेशकारी मात्र कुणालाच जमली नाही. जिगर साहेबांनी अनेक तरुण होतकरू शायरांना सल्ला देऊन त्यांची शायरी मार्गावर आणली–त्यांत 'मजरुह' सुलतानपुरी आणि 'शकील' बदायुनी या प्रसिद्ध शायरांचा देखील समावेश आहे. पण त्यांनी कुणालाही आपले शागीर्द करून घेतले नाही.

त्यांचे घराणे मौलवींचे. वडील मौलवी अली नज़र. 'नज़र' हे टोक्याच्या नवाबाकडे बनारसला नौकरी करीत. तेथेच अली सिकंदर यांचा जन्म झाला. पण लागलीच नोकरी सोडून अली नज़र आपल्या मुरादाबाद या वडिलोपार्जित

घरात कायमचे वस्तीला आले.

या घराण्याच्या कित्येक पिढ्यांत शायरी होती. त्यांचे एक पूर्वज मौलवी मुहम्मद समीअ हे बादशहा शहाजहानचे उस्ताद होते. बादशहाच्या मृत्यूनंतर ते आग्रा सोडून मुरादाबादला स्थायिक झाले. जिगरचे पणजोबा मौलवी हाफ़िज नूर महंमद आणि आजोबा मौलवी हाफ़िज अमजद अली हे लौकिकवान शायर होते. वडील मौलवी अली 'नज़र' आणि चुलते मौलवी अली ज़फ़र 'ज़फ़र' हे देखील नाणावलेले शायर होते. मौलवी अली नज़र 'नज़र' यांचा बागे-नज़र नावाचा काव्यसंग्रह प्रकाशित झाला. त्यातील एक शेर पहा :

*वो यहाँ आये हम वहाँ पहुँचे*
*उनको शिक़वा हमें ग़िला न रहा ।*

स्वाभाविकच जिगर साहेबांच्या रक्तातच शायरी होती. तेरा-चौदा वर्षे वयाचे असतानाच शायरी करू लागले. परंतु त्या लहान वयातील शायरी देखील इतकी दर्जेदार आहे की ती एका लहान मुलाची रचना आहे, हे सांगून देखील पटू नये.

*नाला होता है आह होती है*
*क्या बुरी चीज़ चाह होती है ।*
*यूँ न पर्दा करो खुदाके लिए*
*देखो दुनिया तबाह होती है ।*

'आर्त चीत्कार उठतो... दुःखाचे निःश्वास बाहेर पडतात... कुणाच्या तरी प्रेमात पडणे किती दुःसह गोष्ट आहे...

अग, निदान परमेश्वराकरिता तरी असा पदर (घुंघट) घेऊ नकोस चेहऱ्यावर... बघ, किती वाताहत होतेय् आमची... (तुझ्यावर प्रेम करणाऱ्यांची)...'

*मेरे ग़मखानए - मुसीबतकी*
*चाँदनी भी सियाह होती है ।*
*हासिले - इश्क़ही उसे समझो*
*जो पहली निगाह होती है ।*

'...माझ्या शोक-सदनात पडणारे चांदणेदेखील काळवंडलेले असते... (इतकी वाईट परिस्थिती झालीय् माझी...)...

...साऱ्या प्रेमप्रकरणात सर्वाधिक आनंदाची गोष्ट कुठली असेल, तर प्रेयसीचा पहिला प्रेमार्द्र नेत्रकटाक्ष...'

वयाच्या दहाव्या वर्षीच मातृछत्र नाहीसे झाले अन् पंधराव्या वर्षी पितृछत्र

देखील नाहीसे झाले. त्यामुळे संसाराची जबाबदारी अंगावर पडली आणि शिक्षण सोडून उदरनिर्वाहासाठी सतत वणवण करावी लगली. अरबी शिकताच आले नाही. फारसी भाषेतदेखील जेमतेम 'युसुफ-जुलेखा' आणि 'सिंकदरनामा' येथेपर्यंतच मजल गाठता आली. इंग्रजी शिक्षण मध्येच सुटले. नववीत असतानाच शाळा सोडावी लागली; परंतु जातिवंत प्रतिभेचे अन् प्रासादिक ओघवती भाषेचे लेणे घेऊन आलेल्या जिगर साहेबांना लौकिक शिक्षणाची आवश्यकताच नव्हती.

सुरुवातीच्या काही रचना वडिलांना दाखवून त्यांचा सल्ला घेत. पण वयाच्या पंधराव्या वर्षीच वडील वारले आणि मोडकळीला आलेल्या संसाराची जबाबदारीदेखील अंगावर पडली. वडिलांच्या पश्चात काही रचना 'दाग़' देहलवी यांना दाखविल्या. त्यांच्यामुळेच भाषेची सरलता आणि प्रवाही गतिमानता जिगर साहेबांना लाभली. महाकवी दाग़ यांच्या मृत्यूनंतर चार-पाच ग़ज़ल हज़रत 'रसा' आणि दोन-तीन मुन्शी अमीरुल्ला 'तसलीम' यांच्याकडून तपासून पारखून घेतल्या. पण या दोन्ही उस्तादांच्या सल्ल्याने जिगर साहेबांचे समाधान झाले नाही. कारण त्यांची स्वत:ची प्रवृत्ती भिन्न प्रवाहगामी होती. या नंतर नवीन गुरू करण्याच्या फंदात जिगर पडले नाहीत. हुस्न (सौंदर्य) हीच त्यांची पाठशाला आणि इश्क़ (प्रणय) हाच त्यांचा गुरू बनला.

आर्थिक परिस्थिती खालावल्यामुळे चश्मे विकण्याचा व्यवसाय करणारे जिगर साहेब आग्रा येथे आले. तेथेच बिजनौरची पंजाबीण म्हणून प्रसिद्ध असलेल्या 'वहीदन' नावाच्या एका स्त्रीच्या प्रेमात पडले. वहीदनचे आकर्षण वाढतच गेले. 'दाग़े-जिगर' या काव्यसंग्रहातील बहुतेक रचना याच संदर्भातील आहेत.(१९२०-१९२२) परिस्थिती अत्यंत बेताची आणि अत्यंत कुरूप असलेल्या जिगरना त्या वेळी प्रसिद्धीचे वलय देखील प्राप्त झाले नव्हते. अशा परिस्थितीतील रचना आत्यंतिक विरहवेदना आणि कातरतेने भरलेल्या आहेत. बीबी वहीदन लवकरच विनासंतती परलोकवासी झाली आणि जिगर साहेब पुन्हा एकदा सुकाणू नसलेल्या नावेप्रमाणे भरकटू लागले.

व्यवसायानिमित्त गोंड्याचे 'असग़र' गोंडवी यांच्याशी परिचय झाला होता. त्यांनी जिगरना फार सांभाळून घेतले. अत्यंत स्वच्छ चारित्र्याचे सूफी 'असग़र' गोंडवी यांचा जिगरसाहेबांवर फार प्रभाव पडला. त्यांचे जीवन आणि काव्यदेखील बदलून गेले. जिगर लिहितात :

*बदनसे जान भी हो जाएगी रुखसत 'ज़िगर' लेकिन*
*न जाएगा खयाले-हज़रते- 'असग़र' मेरे दिलसे ।*

'एखादेवेळी शरीरातून प्राण निघून जातील; परंतु हज़रत असग़र यांचा विचार, त्यांची आठवण माझ्या हृदयातून जाणं कधी शक्यच नाहीय्...'

*क्या दिन थे 'जिग़र' वो भी, जब सोहोबते-असग़रमें*
*मसरूर तबीअत थी, महरूर मेरा दिल था ।*

'किती सुरेख दिवस होते ते 'असग़र' साहेबांच्या संगतीत व्यतीत केलेले... मन कसं सतत प्रसन्न अन् आनंदी असायचं. अन् हृदयातदेखील प्रेमाची, सौहार्दाची ऊब सतत जाणवत असायची...'

बीबी वहीदनच्या विरहात व्याकूळ जिगर अतोनात शराब पिऊ लागले. अस्थिर, व्यसनी, भरकटलेल्या जिगरला घरी नेऊन आपल्या छोट्या मेहुणीशी परिचय करवून देऊन असग़र गोंडवींनी जिगरना परत माणसांत आणले. नसीम बेगमच्या सान्निध्यात जिगर संसार थाटून परत गृहस्थाश्रमी बनले. पण दारूचे व्यसन सुटेना. असग़र गोंडवींच्या शुचितापूर्ण वातावरणात वाढलेली शालीन नसीम बेगम आणि दारूबाज जिगर यांचे जमणे कठीणच होते. आर्थिक तणाव वाढतच होता. जिगरनी नमूद केले आहे- 'कित्येकदा उपास घडत... रजईतला कापूस संपून गेला होता. कडाक्याची थंडी असतानादेखील रजई कुणाच्या दृष्टीस पडू नये, म्हणून बिचारी नसीम सकाळी लवकर उठून रजई लपवून ठेवीत असे... अन्नान्न दशा होऊन देखील कधी कुणा भावा-बहिणींना पत्ता लागू दिला नाही...' हालअपेष्टांना मर्यादा राहिली नाही. शेवटी 'तलाक़' घेऊन नसीम बेगम स्वगृही गेली. पण जिगर मात्र तिच्याकरता तळमळत राहिले. असग़र साहेबांनी निका लावून नसीमला आपल्या घरात आसरा दिला अणि बजावले, 'हे फक्त तुला आणि मलाच ठाऊक, की तू माझी नाममात्र बेगम आहेस– जिगर ताळ्यावर आला, की माझ्याशी तलाक़ घेऊन तू परत त्याच्याकडं जायचं–'

इकडे तळमळणाऱ्या जिगरला मैनपुरीच्या 'शीराज' नावाच्या वेश्येने आसरा दिला. तिच्या घराला जिगर साहेब 'तूर' म्हणत. (हज़रत मूसाला तूर नावाच्या पहाडावर दिव्य प्रकाश दिसला होता आणि परमेश्वर–प्राप्ती झाली होती.) कारण त्यांच्या बेचैन, भंगलेल्या हृदयाला या ठिकाणी थोडासा प्रकाश दिसला. त्यांच्या 'शोल-ए-तूर' संग्रहातील बहुतेक ग़ज़ला याच कालखंडातील आहेत (१९२२-१९२३)

*आदमी नश्शा-ए-गफलतमें भुला देता है*
*वर्ना जो साँस है तालीमे-फ़ना देता है ।*
*तुझसे मैं दूर किसी वक्त नहीं हूँ गाफ़िल*
*दिलमें बैठा हुवा कोई ये सदा देता है ।*

'...माणूस जर मद्याच्या नशेत असेल, तर केवळ त्या काळापुरतीच त्याला विस्मृती होते... एरवी शुद्धीवर असतानाच प्रत्येक श्वास 'या मद्यपानामुळं तुझं मरण— तुझा विनाश जवळ येत चाललाय्', असं सतत बजावीत असतो...

...अन् 'मी कितीही दूर असलो, तरी तुला क्षणभरदेखील विसरू शकत नाही, माझ्या हृदयात असलेली तुझी मूर्ती मात्र मला सतत साद घालीत असते...'

बेग़म नसीमच्या आणि आपल्या मनोवृत्तीतला फरक स्पष्टपणाने जाणवत असूनदेखील तिच्याबद्दलची ओढ तिळमात्रही कमी होत नव्हती.

*उनको अपनी शाने-रहमतपर ग़रूर*
*मुझको अपनी बेबसीपर नाज़ है ।*
*लफ्ज़-मानी जिसको छू सकते नहीं*
*वो मेरा अफसानाए-आगाज़ है ।*

'...तिला आपल्या दयाशील वृत्तीचा अभिमान आहे, तर मला आपल्या भणंगपणाची देखील घमेंड आहे...

...कोणतेही शब्द किंवा अर्थवाही ज्याला स्पर्शदेखील करू शकत नाही, अशा लोकविलक्षण पद्धतीने माझ्या जीवनकथेचा प्रारंभ झालाय्...'

*ज़िन्दगी क्या है, नुमूदे- आशिक़ी*
*इश्क़ क्या है, हुस्न का आगाज़ है ।*

'...आयुष्य म्हणजे तरी काय?... एका प्रेमभावनेचा प्रारंभच आहे तो... अन् प्रेम करणं म्हणजे तरी काय?... एका सौंदर्यभावनेची उत्पत्तीच आहे ती...'

काही केल्या नसीम बेगमचा विसर पडेना. शेवटी जिगरसाहेबांनी शराब सोडली, ती कायमचीच. असग़र गोंडवींनी विरही जिगरसाहेबांची 'दौलत' त्यांना परत केली. विरही जीवांचे पुनर्मीलन झाले. पण एकदम सोडलेल्या व्यसनाने पोकळी निर्माण झाली आणि त्यांची तब्येत खालावली. डॉक्टरांच्या सल्ल्यावर देखील त्यांनी दारूला स्पर्श करण्याचे नाकारले. सिगारेट पिऊ लागले. पण ती देखील सोडून दिली. नसीम बेगमच्या स्वरूपात दुसरी जीवन–शराब मिळाली होती. तिने त्यांच्या उत्तर जीवनात इतका प्रभाव पाडला, की १९५३ मध्ये तिला बरोबर घेऊन जिगर 'हज' ची यात्रा करण्यासाठी मक्केला जाऊन आले. कुठे एके काळचे व्यसनी जिगर अन् कुठे 'हाजी' जिगरसाहेब !

मात्र १९५० पासून प्रकृती खालावतच गेली. १९५८ च्या सुमारास हृदयविकाराचा झटका देखील आला. लखनौ आकाशवाणीच्या मुशायऱ्यात त्यांनी म्हटलेल्या शेवटच्या ग़ज़लेत मृत्यूची चाहूल स्पष्ट दिसते —

*क़रीब मंज़िले-आखिर है अलफिराक़ 'जिग़र'*
*सफर तमाम हुवा नींद आयी जाती है ।*

'...आता अखेरचा टप्पा जवळ आलाय् अन् जिगर निरोप घेतोय् शेवटचा... संपली ती (जीवनाची) वाटचाल... आता झोप येतेय्... (मृत्यू अगदी जवळ आलाय्...)'

तेव्हापासून अंथरूण धरले. ८ सप्टेंबर, १९६० ला त्यांचे दोस्त इश्तियाक़ अली भेटण्यास आले, तेव्हा कष्टाने हस्तांदोलन करून म्हणाले, 'अलविदा, असलाम है प्यारे' दुसऱ्या दिवशी (९ सप्टेंबर, १९६०) पहाटे पाच वाजता छोट्या भावाला उठवून म्हणाले, 'किती वाजले असतील आता?- जरा चहा बनव- उशीर होत चाललाय्... नऊ-दहा वाजेपर्यंतच आपला ऋणानुबंध राहील फार तर...' आणि नऊला दहा मिनिटे असताना हा भारताचा अर्वाचीन काळातील महाकवी चिरनिद्रेत विलीन झाला.

*दिलको सुकून, रूहको आराम आ गया*
*मौत आ गयी के दोस्तका पैग़ाम आ गया ।*

'...(सतत तडफडणाऱ्या) हृदयाला शांती आणि प्राणांना स्वस्थता लाभतेय्. त्याला मृत्यू कशाला म्हणयचं- प्रियमित्राचा संदेश आलाय् (की, ये, म्हणून)...'

जिगर मुरादाबादी यांच्यापूर्वीच्या उर्दू काव्यातील प्रेयसीची प्रतिमा पाषाणहृदयी, निर्दय, कठोर आणि भावनाशून्य अशी होती. जिगर साहेबांची महबूबा मात्र संवेदनक्षम आणि भावनांना प्रतिसाद देणारी आहे. महबूबाबाबतचा हा नवीन दृष्टीकोन ही जिगरसाहेबांची उर्दू शायरीला फार मोठी देणगी आहे. तेव्हापासून महबूबाची पारंपरिक 'संग-दिल' प्रतिमा बदलली.

ज़िगरसाहेबांच्या अनेक रचनांमधून दुःखाची वेदना आढळते; परंतु ती दुःसह न वाटता हवी –हवीशी वाटते. त्या दुःखासभोवती विणलेला कल्पनाविलास अधिकच लोभसवाणा वाटतो.

स्वतःच्या हयातीतच 'क्लासिकल लिटरेचर' (अभिजात वाङ्मय) म्हणून स्वतःच्या शायरीला दर्जा प्राप्त झालेला जिगर मुरादाबादी हा उर्दूतील एकमेव शायर आहे.

### जिग़रच्या ग़ज़ला

*शबे-फिराक़ है और नींद आयी जाती है*
*कुछ इसमें उनकी तवज्जोहसी पायी जाती है ।*

'...विरहाची रात्र आहे. (—अन् मी तळमळत असलो, तरी) थोडी झोप येऊ लागलीय्... पण जरा डोळा लागला, की (स्वप्नात डोळ्यांसमोर) तिची प्रतिमा साकार होऊ लागते...'

*हमींपे इश्क़की तोहमत लगायी जाती है*
*मग़र ये शर्म जो चेहेरेपे छायी जाती है ।*

'...आमच्या प्रेमप्रकरणाचा जो विचका उडाला, त्याचे खापर माझ्याच डोक्यावर फोडण्यात येते... (पण जरा तिकडे बघा ना) किती पश्चात्ताप दिसतोय् (तिच्या) चेहऱ्यावर— किती शरमली आहे ती... (म्हणजेच फक्त माझीच चूक झाली, असं नाहीय...)'

*गुनहगारके दिलसे न बचके चल ज़ाहिद*
*यहीं कहीं तेरी जन्नत भी पायी जाती है ।*

...(कर्मठ धर्मोपदेशकाच्या मते प्रेमात पडणं हा अक्षम्य गुन्हा आहे. कारण फक्त परमेश्वराखेरीज कुणावरही प्रेम करू नये, असं त्याला वाटतं— भक्ती तर नाहीच नाही— म्हणजे मग प्रेयसीवर भक्तीवजा प्रेम करणारा फारच मोठा गुन्हेगार...) 'अरे धर्मोपदेशका, त्या 'गुन्हेगाराच्या' हृदयापासून दूर राहू नकोस रे... (अरे वेड्या) तू स्वर्ग म्हणून जे काही नावाजतोस ना, तो इथंच त्या प्रेमिकाच्या हृदयाच्या आसपास तुला आढळून येईल...'

*न सोज़े-इश्क़, न बर्क़े-जमालपर इल्ज़ाम*
*दिलोंमें आग खुशीसे लगायी जाती है ।*

'...प्रेमात पडून हृदय पोळण्यावर किंवा त्या विद्युल्लतेसारख्या सुंदर नजरेवर आरोप करायचं कारण नाही... अहो, ही प्रेमाची आग स्वखुशीने हृदयात लावली जाते...'

*वो चीज़ कहते हैं फिरदौसे-गुमशुदा जिसको*
*कभी कभी तेरी आँखों में पायी जाती है ।*

'...तीच ती गोष्ट ज्याला हरविलेला स्वर्ग म्हणतात— तीच ती (अतिसुंदर) गोष्ट कधी कधी तुझ्या नजरेत आढळून येते...'

**ग़ज़ल**

*इक लफ़्ज़े-मुहब्बतका अदना ये फसाना है*
*सिमटे तो दिले-आशिक़ फैले तो ज़माना है ।*

'...प्रेमाच्या (केवळ) एका शब्दाची ही लहानशीच कहाणी आहे... तो आक्रसला, तर प्रेमिकाचं हृदय बनतो अन् विस्तारला, तर सर्व विश्वाला व्यापून टाकतो... छोटीशीच कहाणी...'

*हम इश्क़के मारोंका इतना ही फसाना है*
*रोनेक़ो नहीं कोई हँसनेको ज़माना है ।*

'...प्रेमाने पछाडलेल्या आमच्यासारख्यांचं इतकंच म्हणणं असतं, की (इतकं दुःख सहन करून देखील सहानुभूती दाखवायला, बरोबर रडायला) कुणी तयार नसतं, पण (चेष्टेनं) हसायला मात्र सगळं जग तयार असतं...'

*क्या हुस्नने समझा है क्या इश्क़ने जाना है*
*हम खाक- नशीनोंकी ठोकरमें ज़माना है ।*

'...या सुंदर स्त्रिया (हुस्न) स्वतःला काय समजतात? अन् या (आमच्या वेड्या) प्रेमाला तरी काय कळलंय् अद्याप?- आम्ही मातीत बसणारी (फालतू) माणसं असू, पण आम्हीच तुम्हाला मोठेपण बहाल केलंय् ना? एका ठोकरीत ते उडवून लावू... मग काय अवस्था होईल तुमची?'

*ऐ इश्क़े-जुनूँ पेशा ! हाँ इश्क़े-जुनूँ पेशा !*
*आज एक सितमगरको हँस हँसके रुलाना है ।*

'...अरे माझ्या वेड्या प्रेमा ! खरंच, रे वेड्या प्रेमा, जरा धीर धर... वाटेल तितके जुलूम करू देत तिला... हसत-हसत सगळ सहन करायचं, म्हणजे शेवटी पश्चात्तापाचे अश्रू तिच्या डोळ्यांत उभे राहतील...'

*ये इश्क़ नहीं आसाँ इतना तो समझ लीजे*
*इक आगका दरिया है और डूबके जाना है ।*

'...निदान एवढं तरी जाणून घ्या, की प्रेम करणं सोपं नाहीय्... एक धगधगत्या आगीची नदी आहे अन् त्यात बुडी मारून पार जायचंय्...'

*आँसू तो बहुतसे हैं आँखोमें 'ज़िगर' लेकिन*
*बिंध जाये सो मोती हैं, रह जाये सो दाना है ।*

'...अश्रू तर खूपच असतात डोळ्यांत... पण खूप वेळ आवरून धरले, तर ते मोत्यांप्रमाणे मूल्यवान ठरतात... जे वारंवार टपकतात, ते काचेच्या मण्यांप्रमाणे कवडी किमतीचे ठरतात...'

**ग़ज़ल**

*तेरे बगैर मुकम्मिल ये ज़िन्दगी ना हुई*
*खुशीका नाम सुना था मग़र खुशी न हुई ।*

'...तुझ्यावाचून हे आयुष्य अपूर्णच राहिलं, ग... सुख म्हणून काहीतरी असतं, असं ऐकलं होतं, पण सुख मिळालंच नाही आयुष्यात...'

*कभी निज़ामे - मुहब्बतमें बरहमी ना हुई*
*के दिल ठहर तो गया दर्दमें कमी ना हुई ।*

'...या प्रेमप्रकरणात काही रागावणं नाराजी असं जरी काही घडलं नाही तरी शेवटी हृदय धडधडायचं थांबलं (मृत्यू ओढवला)... तरीदेखील दुःख तीळमात्रही कमी झालं नव्हतं...'

*हज़ार बार नमूदे-सहर हुई लेकिन*
*किसी गरीबकी दुनियामें रौशनी ना हुई ।*

'...हजार वेळा सुप्रभात प्रकाशमान झाली, पण कुणा गरिबाच्या (म्हणजे माझ्या) जगात प्रकाश पोहोचलाच नाही... (तू आलीच नाहीस, त्यामुळं सर्वत्र अंधकार भरून राहिला आहे, असं वाटतं...)'

*सबा ये उनसे हमारा पयाम कह देना*
*गए वो जबसे यहाँ सुबहशाम ही ना हुई ।*

'...सुगंधी पवना, जर तिला (माझ्या प्रेयसीला) एवढा माझा निरोप दे, की ती गेल्यापासून इकडं सकाळ म्हणा, की सायंकाळ म्हणा, काही झालीच नाही... (विरहाच्या दुःखात मी इतका चूर झालोय्, की केव्हा सकाळ उजाडते अन् केव्हा दिवस मावळतो, त्याचं भानच राहत नाही...)'

*गए थे हम भी 'जिग़र' जल्वागाहे-जानाँमें*
*वो पूछते ही रहे हमसे बात ही ना हुई ।*

'प्रेयसीच्या ऐश्वर्यपूर्ण महालात आम्ही गेलो होतो, पण काय गत झाली, बघा... ती विचारपूस करीत राहिली अन् आम्ही मात्र (भांबावून जाऊन) मूकस्तंभासारखे गप्प उभे रहिलो... तोंडातून शब्दही फुटला नाही... (मग प्रेमाचा उल्लेख करणं दूरच राहिलं...)'

**ग़ज़ल**

*ये दिन बहारके अबके भी रास आ न सके*
*के गुँचे खिल तो सके खिलके मुस्कुरा न सके ।*

'या वेळेला देखील वसंताची बहार माझ्या नशिबात नाही... (माझ्या आकांक्षांच्या) कलिका उमलल्या, पण उमलून प्रसन्नपणे हसल्याच (उमलल्याच) नाहीत...'

*मेरी तबाही-ए-दिलपर तो रहम खा न सके*

*मग़र कभी वो नज़रसे नज़र मिला न सके ।*

'...माझ्या उद्‌ध्वस्त झालेल्या हृदयाची तिला कधी दया आली नाही (पण तिचं मन तिला खात असावं, की आपणच हा गुन्हा केलाय्, म्हणून) तिनं कधी माझ्या नजरेला नजर मात्र दिली नाही...'

*ये मेहरो-माह मेरे हमसफर रहे बरसों*
*फिर उसके बाद मेरी गर्दको भी पा न सके ।*

'...हे चंद्र सूर्य वर्षानुवर्ष माझे सहप्रवासी होते...पण मी एकदा प्रेमात पडल्यानंतर इतका वेगात पुढे निघून गेलो, की त्यानंतर त्यांना माझ्या पावलांनी उडालेली धूळ देखील दिसली नाही...'

*मेरी नज़रने शबे- ग़म उन्हें भी देख लिया*
*वो बेशुमार सितारे के जगमगा न सके ।*

'...त्या दुःखद रात्री माझी नजर इतकी दूरवर जाऊन पोहोचली, की जे तारे नेहमी नजरेला दिसू शकत नाहीत, असे दूर दूरचे अगणित तारे त्या रात्री सहज दिसून आले...'

*नया ज़माना बनाने चले थे दिवाने*
*नयी ज़मीन नया आसमाँ बना न सके ।*

'...अन्‌ हे (प्रेमात पडलेले) वेडे पीर नवीन जगाची निर्मिती करायला निघाले होते... काही कर्तबगारी (म्हणजे नवी जमीन) काही नवविचार (म्हणजे नवीन आकाश) काही काही सुद्धा जमलं नाही या खुळ्यांना...'

**ग़ज़ल**

*ज़िन्दगी है मग़र पराई है*
*मर्गे-ग़ैरत तेरी दुहाई है ।*

'...आयुष्य आता दुसऱ्याच्या (प्रेयसीच्या) मालकीचं — परस्वाधीन झालंय्... आणि चारी बाजूंनी संकोचानं घेरलंय्. तक्रार देखील करता येत नाहीय्...'

*जब मसर्रत क़रीब आयी है*
*ग़मने क्या क्या हँसी उडाई है ।*

'...काही सुख, आनंद जवळ आलंय्, असं वाटतं, न वाटतं, तोच दुःखाने अशी काही टिंगल उडवलीय् म्हणता... (आनंद सुख कधी लाभूच दिलं नाही...

सतत दुःख...)

*इश्क़ है उस मक़ामपर जहाँ*
*ज़िन्दगीने शिकस्त खाई है ।*

'...आणि प्रेमाचं ध्येयमंदिर अशा स्थानावर (इतकं दूर) आहे, की तेथपर्यंत पोहोचताना आयुष्य तोकडं पडावं...'

*खाके-मंज़िलको मुँहसे मलता हूँ*
*यादगारे - शिकस्ता - पाई है ।*

'...त्या ध्येयमंदिराची (प्रेयसीच्या घराची) माती तोंडाला फासून घेतो...तेथपर्यंत पोहोचू न शकलेल्या, लंगड्या (विफल प्रेमाच्या) प्रयत्नांची तेवढीच एक स्मृती...'

*उसने अपना बनाके छोड दिया*
*क्या असीरी है क्या रिहाई है ।*

'...तिनं मला प्रेमात आपलंसं करून सोडून दिलंय्... आता स्वातंत्र्य कशाला म्हणायचं अन् बंधन तरी कशाला म्हणाय्चं?...'

*हिज्रसे शाद वस्लसे नाशाद*
*क्या तबीअत 'जिगर' ने पाई है ।*

'... विरहातच सुख वाटतं अन् मीलनात निराश वाटतंय्... काय स्वभाव बनला आहे जिगरचा... (त्याला विरहाचं दुःखच अतिप्रिय वाटू लागलं आहे...)'

# डॉ. रघुपती सहाय 'फ़िराक़' गोरखपुरी

*आनेवाली नसलें तुमपर फ़क्र करेंगी हम- असरो*
*जब ये ध्यान आएंगा उनको तुमने 'फ़िराक़' को देखा था ।*

'...माझ्या समकालीन मित्रांनो, येणाऱ्या भावी पिढ्या तुमच्याबद्दल विलक्षण अभिमान बाळगतील; जेव्हा त्यांच्या लक्षात येईल, की तुम्हांला 'फिराक़' चं दर्शन घडलं होतं...'

'इंग्रजी, अरबी, फारसी, उर्दू, हिंदी, अवधी, ब्रजभाषा, संस्कृत, इत्यादी अनेक भाषांवर असामान्य प्रभुत्व असणारे डॉ. रघुपती सहाय 'फ़िराक़' गोरखपुरी हे एक विलक्षण व्यक्तिमत्त्व होते. काही जाणकारांच्या मते आधुनिक उर्दू ग़ज़लकारांमध्ये 'फ़िराक़' हे सर्वश्रेष्ठ ग़ज़लकार आहेत. एक गोष्ट मात्र निश्चित आहे, की पारंपरिक उर्दू ग़ज़लेत आढळणाऱ्या पाषाणहृदयी अन् कृतघ्न (संगदिल – बेवफा) नायिकेला त्यांना नायकिणीच्या कोठीवरून आणि मद्यशालेतून सोडवून सभ्य वस्तीतील कुलीन— शालीन स्त्री बनविले आणि नायकाला प्रेमभंगाच्या दुःखामुळे अष्टौप्रहार रडत बसण्याच्या निरर्थक उद्योगापासून मुक्ती देवविली अन् तरीदेखील त्यांच्या ग़ज़लेतील भावुक हळवेपणा (तग़ज़्जुल) रेसभरदेखील कमी झाला नाही. 'फ़िराक़' ची उर्दू ग़ज़लेला

ही फार मोठी देणगी आहे.

फाळणीनंतर पाकिस्तानात स्थलांतरित झालेले 'जोश' मलिहाबादी आणि 'फ़िराक' गोरखपुरी या दोन शायरांमध्ये विलक्षण साम्य आढळते. दोघेही आपापल्या देशातील अग्रगण्य शायर. दोघांचाही जन्म उत्तर प्रदेशातील श्रीमंत कुटुंबात झाला आणि तोही एकाच वर्षी. 'फ़िराक़' २८ ऑगस्ट, १८९६ तर जोश ५ डिसेंबर, १८९६. दोघांनीही भारताच्या स्वातंत्र्यलढ्यात उडी घेतली अन् दोघेही देशोधडीला लागले. दोघांनीही जवळपास एकाच वेळी इहलोकाची यात्रा संपविली. जोश २२ फेब्रुवारी, १९८२ तर फ़िराक़ ३ मार्च, १९८२. दोघेही एकमेकांच्या शायरीबद्दल अतीव आदराने बोलत; परंतु त्यांची मैत्री विलक्षण विरोधातून निर्माण होत असे. त्याबद्दल 'फ़िराक़'नी नमूद केलंय्- 'आम्ही दोघेही मीरतचा मुशायरा आटोपून बरोबरच दिल्लीला आलो... मध्यरात्र उलटून गेली होती. जोश साहेबांना झोप येईना. मी देखील उठलो. जोश म्हणाले, 'डॉक्टरसाहेब 'आप रुबाइयात नहीं कहते?' (आपण रुबाया लिहीतच नाही काय?) मी म्हणालो, 'कधी काळी लिहिल्या होत्या... अलीकडे मात्र नाही.' त्यानंतर जोश पुण्याकडे निघून गेले आणि मी अलाहाबादला परतलो. येता - येताच पहिली रुबाई आपोआप कागदावर उतरली...

*मासूम खुलूसे-बातिनी कुछ भी नहीं*
*वो कुर्ब, वो क़द्रे-बाहमी कुछ भी नहीं ।*
*एक रातकी वो झडप, वो झकपक*
*वो आठ बरसकी दोस्ती कुछ भी नहीं ।*

'...मनात एक अन् तोंडानं दुसरंच काही बोलावं, असं आत-बाहेर काही नव्हतंच... इतके जवळ असून (भिडेखातर) देखील काही शिष्टाचार किंवा आदरोपचाराचा भाग असा नव्हताच... (अगदी एकेरीवर आलो होतो म्हणा ना...) ...बस्, एका रात्रीतली ती बोलाचाली अन् शब्दाशब्दी... आठ वर्षांचे आपले स्नेहसंबंध आहेत, याचा आम्ही दोघांनी विचारदेखील केला नाही त्या वेळी...'

'...त्यानंतर महिनाभरातच दोनशेपेक्षा जास्त रुबाया रचल्या. दोन महिन्यांत साडेतीनशेच्यावर मजल गेली... या माझ्या भाबड्या, फटकळ शायर मित्राला हा रुबाईसंग्रह 'रूप' अर्पण करतोय्... त्याचा राग अद्याप गेला नसला, तरी हरकत नाही...त्यालाच या रुबाया अर्पण...'

'उर्दू शायरीतील विचारवंत' असं वर्णन फ़िराक़ना व्यवस्थित लागू पडेल. मातृभाषेतील हिंदी कविता त्यांना आकृष्ट करू शकली नाही. ती अगदीच कोती आहे, असे त्यांचे मत होते. ते उर्दू शायरीकडे वळले, पण तिथेही त्यांना कमतरता आढळली. मग लक्षात आलं, की फारसीचा वारसा घेऊन आलेली उर्दू ग़ज़ल

नाजूक, हळवी अन् सुंदर आहे, पण भारतीय भूमीशी तिचे नाते जुळलेले नाही... भारतीय संस्कृतीचे प्रतिबिम्ब त्यात आढळत नाहीय्... अर्थात मीर तक़ी 'मीर', 'नज़ीर' अकबराबादी, 'हाली' पानिपती आणि काही दक्षिणेतील शायर हे अपवाद होते. मग फ़िराक़ साहेबांनी प्रयत्न केला. ते म्हणतात. 'ऋग्वेदापासून ते रवीन्द्रनाथ टागोर यांच्या काव्यापर्यंत हिंदभूमीच्या चैतन्यमयी मोसमांचे वर्णन, अन् भूमीचा गंध आढळतो 'मग तो उर्दू काव्यात का नसावा? माझ्या रुबाया, ग़ज़ला, कविता या सर्वांतच मी त्या हिंदभूमीच्या चैतन्यमयी, थरथरणाऱ्या नसांना स्पर्श करण्याचा प्रयत्न केलाय्... रामायण-महाभारतात भारतीय संस्कृतीचा केवढा सखोल ठसा आढळतो, पण अगदी मध्ययुगीन उर्दू काव्यापासून अठराव्या शतकापर्यंत उर्दू काव्यात कुठेही भारतीय जीवनाचे प्रतिबिम्ब आढळत नाही...'

त्यांनी हळूहळू संस्कृत शब्द देखील वापरण्यास सुरुवात केली, पण उर्दूचा ढंग-लहेजा-न मोडता. पाहता पाहता ते संस्कृत शब्द देखील पूर्णपणे उर्दूतच मिसळून गेले. ते म्हणतात, 'माझ्या काव्यात तुम्हांला तत्त्वज्ञान वगैरे आढळणार नाही, पण शृंगार आणि सुंदरतावाद आढळेल... आणखी एक गोष्ट माझी रुबाई हिंदुत्वनिष्ठ अथवा इस्लामवादी नाही, ती विश्वातील अखिल मानवजातीची रुबाई आहे...'

*लयमें मेरी गूँजता है सूरज मंडल*
*मेरे सोज़े-निहाँमे पडकर हुई है हल ।*
*दुनियामें जब आदमीने आँखें खोली*
*उस वक्तसे आजतककी तारीखे-मिलल ।*

'...माझ्या (काव्याच्या) लयीत सारे सूर्यमंडळ निनादते आहे... माझ्या अंतःकरणातील करुणेत बुडून विलीन झाले आहे... जेव्हा प्रथम मानवाने डोळे उघडले (मानवाचा जन्म झाला), तेव्हापासून आजतागायत अखिल मानवजातीच्या संस्कृतीचा इतिहास त्यात भरून राहिला आहे...'

पूर्ण संस्कृत उपमा ठेवून-भारतीय कल्पना वापरून उर्दू काव्यातील लोभसवाणी अतिशयोक्ती कायम ठेवण्याचा हातखंडा प्रयोग फिराक यांच्या रचनेत आढळतो. केवळ केशकलापांचे वर्णन पाहा-

*रात बरखाकी थरथराती है, के ज़ुल्फ*
*तक़दीर पेचोताब खाती है, के ज़ुल्फ ।*
*परछाईयाँ काँप काँप जाए जैसे*
*मतवाली घटाएं गुनगुनाती हैं, के ज़ुल्फ ।*

...थरथरणारी (सुखद) पावसाळी रात्र, की केशलटा... की गोते खाणाऱ्या

माझ्या नशिबाचे पीळ... जणू सावल्या थरथरत असाव्यात किंवा सुंदर कृष्णमेघ गुणगुणत भूतलावर उतरत असावेत (असे माझ्या चेहऱ्यावर झुकणारे तिचे केस)...

झाकोळून आलेल्या सायंकाळचे वर्णन फिराक़ साहेबांच्या शैलीतून किती रम्य वाटते, पाहा—

*ये हलके सलोने साँवलेपनका समाँ*
*जमना-जलमें और आसमानमें कहाँ ।*
*सीतापे स्वयंवरमें पडा रामका अक़्स*
*या चाँदके मुखडेपे है ज़ुल्फ़ोंका धुआँ ।*

'...हे अंधूक, मनोहर सावळेपणाचं वातावरण यमुनाजळात किंवा आकाशात तरी कुठून असणार? प्रभू रामचंद्रांची छाया पडून स्वयंवरातील सीता कशी अति-मोहक दिसत होती... किंबहुना चंद्रासम चेहऱ्यावर कृष्णमेघाप्रमाणे केसांची छाया पडावी...'

मॅट्रिक झाल्यानंतर वयाच्या सतराव्या वर्षी (१९१३) फ़िराक़ अलाहाबादच्या सेंट्रल म्यूर कॉलेजात दाखल झाले. असामान्य बुद्धिमत्ता असलेल्या फ़िराक़साहेबांनी विश्वविद्यालयातील बहुतेक सर्व उच्चांक मोडले, आणि त्यांची आय्. सी. एस्. (Indian Civil Service) साठी निवड झाली. परंतु दुर्दैवाने त्याच वेळी त्यांची आणि त्यांच्या कुटुंबाची घोर फसवणूक झाली. एक सुरेख मुलगी दाखवून, भलत्याच कुरूप, अशिक्षित मुलीबरोबर या हळव्या तरुणाचे लबाडीने लग्न लावून देण्यात आलं. कोवळ्या वयातील फ़िराक़वर या आघाताने इतका भयंकर परिणाम झाला, की त्यांनी आय्.सी.एस्. चा नाद सोडून स्वतःला स्वातंत्र्य-चळवळीत झोकून दिले अन् तुरुंगवास पत्करला. आईने अंथरूण धरले, तर वडील त्या धक्क्यातून सावरलेच नाहीत. संपूर्ण कुटुंबाची वाताहत झाली. त्या सुमारास पंडित जवाहरलालजी काँग्रेसचे सरकार्यवाह बनले आणि त्यांनी या बुद्धिमान तरुणाला आपला सहकार्यवाह बनविले. नंतर पंडितजी युरोपच्या दौऱ्यावर गेले. फ़िराक़ यांनी आपलं सहकार्यवाहपद सोडून दिले आणि शिक्षकाचा पेशा पत्करून तब्बल अकरा वर्षांनी ते एम्. ए. झाले आणि या परीक्षेत देखील सुवर्णपद मिळवून ते अलाहाबाद विश्वविद्यालयात इंग्रजीचे प्राध्यापक म्हणून नियुक्त झाले, ते अखेरपर्यंत. परंतु या इंग्रजीच्या प्राध्यापकाचे संस्कृत, फारसी आणि उर्दू भाषांवर प्रभुत्व होते.

आपल्या तारुण्यात झालेल्या दारुण फसवणुकीचे त्यांनी एका शेरात वर्णन केलंय्—

*फ़ज़ा तबस्सुमे-सुबहे-बहार थी लेकिन*
*पहुँचे मंज़िले-जानाँपे के आँख भर आयी ।*

'...वातावरण कसं प्रसन्न - हसरी सुप्रभात असावी तसंच होतं... परंतु (काय नशीब आहे, बघा.... किती गोड कल्पना उराशी बाळगून) प्रेयसीच्या मंदिरापर्यंत पोहोचलो.. (अन् दुर्दैवाची जाणीव होऊन) डोळ्यांत अश्रू उभे राहिले...'

लग्नापूर्वी जी युवती वधू म्हणून दाखवण्यात आली होती, तिची मनोमन भावपूजा बांधणारा 'फ़िराक़' तिला कधी विसरू शकला नाही. हळवा भावुक फ़िराक़ म्हणतो-

*वो ज़िन्हें याद करके रोता हूँ*
*कभी मुझको भी याद करते हैं ?*

'जिच्या आठवणीनं मी सतत अश्रू ढाळतो, तिला कधी माझी आठवण येत असेल का?'

*जब जब इसे सोचा है दिल थाम लिया मैंने*
*इन्सानके हाथोंसे इन्सानपे जो गुज़री ।*

'अन् मग जेव्हा जेव्हा हा विचार मनात तरळून जातो, तेव्हा तेव्हा हातांनी हृदय कवटाळून धरतो... (...ते दुःख असह्य होतं...) ...माणसानंच माणसावर केवढे अत्याचार केलेयृत !'

फ़िराक जन्मभर या दुःखात जळत राहिले. त्यांच्या आयुष्यातलं स्वारस्य नाहीसे झालं होतं. ते म्हणतात :

*ज़िन्दगी तो ग़यी शबाबके साथ*
*ज़िन्दगीका खुमार बाक़ी है ।*

'आयुष्य केव्हाच तारुण्याचा हात धरून निघून गेलंय्... (आता जगण्यासारखं काहीच शिल्लक उरलं नाहीय्...)... परंतु (यौवनाच्या मस्तीत) जगण्याची नशा मात्र अजून उतरली नाहीय्...'

त्यांच्या ग़ज़लेत हळवेपणा तर जागोजागी आढळतो. शेर पहा-

*शाखे — गुल जिस तरह मुडे*
*याद है तेरी रूठनेकी अदा ।*

'...फुलांनी डवरलेली डहाळी जशी वाऱ्याच्या झुळुकीमुळे दोलायमान व्हावी, तसं तुझं रुसून बाजूला होणं...आठवतंय् मला...'

*आँखें हों तो देख इन तरानोंका कमाल*
*अल्फाज़के ज़ेरो-बमसे उडता है गुलाल*
*औरोंके यहाँ कहाँ ये तेवर, ये रचाव*

*क्या से क्या कर दिया है उर्दूका जमाल ।*

'...जर पाहण्याची दृष्टी लाभली असेल, तर माझ्या रचनांची कमाल बघ... या शब्दरचनांच्या आरोही-अवरोहीमध्ये, बघ, कशी गुलाबाची उधळण होतेय्... कुणाकडं असणार अशी वृत्ती अन् रचनाचातुर्याची कुवत... बघ (मी) या उर्दू शायरीला कुठून कुठं घेऊन गेलोय्, ते... किती सुंदर झालीय् ती आता...'

स्वतःच्या शायरीबद्दल फ़िराक़ साहेबांना रास्त अभिमान होता. भारतीय कल्पना, वातावरण आणि संस्कृत शब्द, उपमा यांचा त्यांनी आपल्या उर्दू शायरीत सतत उपयोग केला. पण ती गोष्ट अत्यंत कठीण असल्याची जाणीवही त्यांचे ठायी होती. ते म्हणतात :

*हर साज़में होती नहीं ये धुन पैदा*
*होता है बडे जतनसे ये गुन पैदा ।*
*मीज़ाने-निशातो-ग़ममें सदियों तुलकर*
*होता है हयातमें तवाज़ुन पैदा ।*

'...(इतकं सोपं नाहीय् ते) प्रत्येक वाद्यातून ही धून निघत नाही... अपरंपार मेहनत केल्यावर हा गुण पैदा होतो...सुख-दुःखांच्या तराजूवर शेकडो वर्षे तोलून मापून बघितल्यावरच आयुष्यात संतुलन साधतं...'

इराणमधून फारसी भाषेतून ग़ज़ल भारतीय काव्यात उर्दूत आली. त्या नाजूक इराणी सुंदरीला भारतीय रात्रींचे नेत्रांजन करून लावणारा फ़िराक़, भारतीय उषेचा सलज्ज रक्तिमा चढविणारा फ़िराक़, तिच्या अतिमोहक ओष्ठद्वयांवर भारतीय गीत चढवणारा फ़िराक़ आता कालवश झाला आहे.

शेवटच्या दिवसांतील त्यांचे करुणरम्य शेर पहा —

*उजले उजलेसे कफनमें सहरो-शाम 'फ़िराक़'*
*एक तसवीर हूँ मैं रातके कट जानेकी ।*

...सरत आलेल्या रात्रीचं चित्र आहे मी... (वृद्धावस्थेमुळे केस पिकले आहेत...) फटफटीत सकाळ उजाडलीय्... मी या फटफटीत पांढऱ्या रंगाचं प्रेतवस्त्र पांघरून सकाळपासून सायंकाळपर्यंत मरणाची प्रतीक्षा करतोय्...'

**फ़िराक़च्या ग़ज़ला**

*शामे-ग़म कुछ उस निगाहे-नाज़की बातें करो*
*बेखुदी बढती चली है, राज़की बातें करो ।*

'...दुःखाची सायंकाळ आहे...जरा त्या सुंदरीच्या (माझ्या प्रेयसीच्या) गोष्टी बोलू

या... उदासीनता वाढत चाललीय् - जरा (प्रणयाच्या) रहस्यमय गोष्टी करू या...'

*निक़हते-ज़ुल्फ़े-परेशाँ, दास्ताने-शामे-ग़म*
*सुबह होनेतक इसी अन्दाज़की बातें करो ।*

'...सैरभैर झालेल्या केशसंभाराचा सुगंध किंवा (विरहाची) दुःखद सायंकाळ... सकाळ उजाडेपर्यंत अशाच थाटाच्या गोष्टी करू या...'

*ये सुकूते-यास, ये दिलकी रगोंका टूटना*
*खामशीमें कुछ शिकस्ता साज़की बातें करो ।*

'...ही नैराश्यपूर्ण शांतता... हृदयाच्या शिरा तटतट करून तुटत जाताहेत... या नीरव शांततेत त्या तुटलेल्या (प्रेम) वाद्याच्या गोष्टी करू या...'

*हर रग-ए-दिल वज्दमें आती रहे दुखती रहे*
*यूँ ही उसके जा-ओ-बेजा नाज़की बातें करो ।*

'...हृदयाची प्रत्येक शीर उन्माद झाल्यासारखी वेडावून जाऊन ठणकतेय्... सहज आपलं (मन रिझविण्यासाठी) तिच्या अकारण-सकारण केलेल्या नखऱ्याबद्दल बोलू या...'

*कुछ क़फ़सकी तीलियोंसे छन रहा है नूरसा*
*कुछ फ़ज़ा, कुछ हसरते-परवाज़की बातें करो ।*

'...तुरुंगाच्या कोठडीच्या वरच्या गजांमधून थोडासा प्रकाश आत झिरपतोय्... अन् असं हे वातावरण अन् त्यात भरारी मारण्यासाठी उफाळून येणारी दुर्दम्य, परंतु अपूर्ण इच्छा... असंच काहीतरी बोलू या...'

*जिसकी फ़ुर्क़तने पलट दी इश्क़की काया 'फ़िराक़'*
*आज उसी ईसा-नफ़स दमसाज़की बातें करो ।*

'...जिच्या विरहामुळं प्रेमाची संपूर्ण प्रतिमाच बदलून गेली', अशा त्या (भगवान येशूप्रमाणे) केवळ फुंकर मारून मृत शरीराला जिवंत करणाऱ्या माझ्या प्रियेविषयी काही तरी बातचीत करू या...'

**ग़ज़ल**

*अब तो हम हैं और भरी दुनियाकी हैं तनहाइयाँ*
*याद थी हमको भी रंगा-रंग बज़्म आराइयाँ ।*

'...आता आम्ही आहोत अन् आमचं या भरल्या दुनियेतलं एकाकीपण... (अन् या एकाकीपणात) आम्हांला (पूर्वी अनुभवलेली) रंगतदार मैफलीतली मौज-मजा आठवतेय्...'

*इश्क़को समझा अगर कोई तो चश्मे-दोस्तने*
*शुहरतें कुछ कम न थी, कुछ कम न थीं रुसवाइयाँ*

'...माझ्या प्रेमाला कुणी जाणून घेतलं असेल, तर तिच्या नजरेनंच... अर्थात आमच्या प्रेमप्रकरणाला खूप प्रसिद्धी मिळाली होती अन् बदनामीदेखील भरपूर झाली होती...'

*टूटती जाती हैं आसें, डूबते जाते हैं दिल*
*बढती जाती हैं हयाते-इश्क़की गहराइयाँ ।*

'...काही इच्छा करावी, तर ती निष्फळ होतेय् अन् हृदय निराशेत बुडून जातंय्... या प्रेमाची (रहस्यमय) अथांगता अधिकच वाढत जातेय्...'

*क्या पयामे-ज़िन्दगीको हाजते-लफ़्ज़ो-बयाँ*
*तूने देखी भी निगाहे-नाज़की गोयाइयाँ ।*

'...जीवनातील (अति महत्त्वाच्या) तत्त्वाला (संदेशाला) तरी शब्दांत साकार होण्याची इच्छा कशी होणार? तिची अत्यंत बोलकी नजर तू पाहिलीच आहेस ना? (मग आणखी बोलणं ते काय शिल्लक उरतं?)'

*शोख़ियाँ हुस्ने-हयापरवरमें ये कब थीं 'फ़िराक़'*
*रंग लायीं रफ्ता रफ्ता इश्क़की रुसवाइयाँ ।*

'...अरे फिराक़, त्या शालीन सुंदरीकडं असले नखरे होतेच कुठं मुळी ?-पण (आमच्या) प्रेमप्रकरणाची हळूहळू बदनामी होत गेली अन् मामला रंगत गेला...'

**ग़ज़ल**

*न जाने अश्क़से आँखोमें क्यौं हैं आए हुए*
*गुज़र गया है ज़माना तुझे भुलाए हुए ।*

'...का, कुणास ठाऊक, एकदम असे अश्रू अचानकपणे डोळ्यांत का उभे राहिलेयूत... खरं म्हणजे, तुला विसरून गेल्याला आता किती काळ लोटलाय्...'

*जो मंज़िलें हैं तो बस रहरवाने-इश्क़की हैं*
*वो साँस उखडी हुवी, पाँव डगमगाए हुए ।*

'...आता यापुढं जी काही थोडी ध्येयमंदिरं शिल्लक आहेत, ती फक्त प्रेममार्गावरील वाटसरूसाठीच आहेत..., आता श्वास अडखळू लागलाय् (दमछाक झालीय्) अन् पायदेखील लटपटू लागले आहेत...'

*अब इसके बाद मुझे कुछ खबर नहीं है उनकी*
*ग़म-आशना हुए, अपने हुए, पराए हुए ।*

'त्यानंतर मला तिच्याबद्दल काही समजलंच नाही— इतका मी दुःखात बुडून गेलो होतो... आपले, परके, कुणाचीच काही बातमी नाहीय्...'

*ये इज़्तराबसा क्या है के मुद्दतें गुज़रीं*
*तुझे भुलाए हुए, तेरी याद आए हुए ।*

'...आता इतका काळ लोटल्यानंतर देखील असा अस्वस्थपणा कसा जाणवतोय्, कुणास ठाऊक? -खरं म्हणजे, तुला विसरून गेल्याला किंवा तुझी आठवण झाल्यालासुद्धा किती कालावधी उलटून गेलाय् ...'

**ग़ज़ल**

*मौत इक गीत गाती थी*
*ज़िन्दगी झूम झूम जाती थी ।*

'मृत्यू एक गीत गात होता अन् (त्या नादात) जीवन (भान हरपून) मजेत डोलत होतं...'

*रोते जाते थे तेरे हिज्रनसीब*
*रात फ़ुर्क़त की ढलती जाती थी ।*

'... ज्यांच्या नशिबात तुझा विरह होता (अर्थात तो मीच) ते रडत होते अन् विरहाची रात्र हळूहळू सरत चालली होती...'

*ज़िक्र था रंग-ओ-बू का, और दिलमें*
*तेरी तसवीर उतरती जाती थी ।*

'...खरं म्हणजे, सुंदर सुंदर रंग अन् सुगंध यांचा विचार मनात तरळत होता- अन् माझ्या हृदयात तुझी प्रतिमा साकार होत चालली होती...'

*ज़िन्दगीको वफ़ाकी राहोंमें*
*मौत खुद रौशनी दिखाती थी ।*

'...प्रेमाच्या वाटेवर जीवनाला खुद्द मृत्यूच (हाती दिवा घेऊन) प्रकाश दाखवीत होता...'

*सामने तेरे जैसी कोई बात*
*याद आ के भूल जाती थी ।*

'...तुझ्या समोर बसलो असताना जणू काय एखादी गोष्ट (म्हणजे माझं तुझ्यावर प्रेम आहे, ही गोष्ट) आठवून पुनःपुन्हा विसरून जात होती... (तुझ्या सौंदर्यानं किती बेभान झालो होतो मी!)...'

*वो तेरा ग़म हो या ग़मे-दुनिया*
*शमअ सी दिलमें झिलमिलाती थी ।*

'... कदाचित तुझ्याबद्दलचं दुःख असेल अथवा या जगातील दुसरं काही तरी दुःख असेल... हृदयात (तुझ्या प्रेमाचं निरांजन) एक ज्योती मिणमिणत होती...'

**ग़ज़ल**

*सरमें सौदाभी नहीं दिलमें तमन्नाभी नहीं*
*लेकिन इस तर्के-मुहब्बतका भरोसा भी नहीं ।*

'...मस्तकात काही उन्माद शिल्लक नाहीय्, की हृदयात काही इच्छा शिल्लक नाहीय्...खरं तर प्रेमप्रकरण केव्हांच संपून गेलंय्... पण तरीदेखील सांगता येत नाही केव्हां काय होईल ते....'

*ये भी सच है के मुहब्बतमें नहीं मैं मजबूर*
*ये भी सच है के तेरा हुस्न कुछ ऐसा भी नहीं ।*

'... आता हे खरं, की मी प्रेमात पडून असहाय बनलो नाही; पण हे देखील खरं, की तुझं सौंदर्य असं वेडावून टाकणारं नाहीय्...'

*मेहरबानीको मुहब्बत नहीं कहते ऐ दोस्त*
*आह! मुझसे तो तेरी रंजिशे-बेजा भी नहीं ।*

'...कृपावंत होऊन दाखविलेल्या दयेला प्रेम म्हणत नाहीत, ग, साजणी! (-खरं म्हणजे, तू दिलेलं दुःख हीच तुझी कृपा आहे अन् तरी देखील-) माझ्या जवळ तुझ्यामुळं झालेलं, कुठल्याही कारणानं झालेलं दुःख शिल्लक नाहीय्...'

*मुद्दतें गुज़रीं तेरी याद भी न आयी हमें*
*और हम भूल गये हो तुझे, ऐसा भी नहीं ।*

'... इतके दिवस झाले, तरी तुझी आठवण देखील झाली नाही... आणि तसं पाहिलं, तर मी काही तुला विसरून गेलोय, असंही नाहीय्...'

*मुँहसे हम अपने बुरा तो नहीं कहते के 'फ़िराक़'*
*है तेरा दोस्त मगर आदमी अच्छा भी नहीं ।*

'...आम्ही आपल्या तोंडानं उगाच वाईट बोलत नाही, रे, फ़िराक़ —ती तुझी मैत्रीण आहे आता- पण खरं सांगायचं तर तितकीशी चांगली पण नाहीय्... (चांगल्या स्वभावाची नाहीय् ती)...'

# 'जोश' मलिहाबादी

*काम है मेरा तग़य्युर, नाम है मेरा शबाब*
*मेरा नारा इन्क़िलाब-ओ-इन्क़िलाब-ओ इन्क़िलाब ।*

'...माझं काम आहे परिवर्तन (तग़य्युर) घडवून आणणं, मलाच तारुण्य (शबाब) म्हणतात अन् माझी घोषणा आहे क्रांती... त्रिवार क्रांती...!'

सहा फुटांच्यावर भरदार बांधा, अत्यंत आकर्षक, लालसर गौर वर्ण, विपुल केशसंभार आणि विशाल, भावपूर्ण डोळे असणारे शब्बीर हसन खाँ उर्फ 'जोश' मलिहाबादी जन्माने पठाण होते. दुर्दम्य उत्साहाचा पुतळा, तारुण्यसुलभ रगेल वृत्ती, परंतु मनाने अत्यंत हळवे असणारे 'जोश' मलिहाबादी हे एक विलक्षण गुंतागुंतीचे वादळी व्यक्तिमत्त्व होते.अत्यंत फटकळ, स्पष्टवक्तेपणा हा जोशसाहेबांचा स्वभाव-विशेष त्यांना अनेक वेळा नडला. हा बेगुमान, बेडर वृत्तीचा शायर स्वर्गवासी पंडित जवाहरलालजींना अत्यंत प्रिय होता. १९४७ साली स्वातंत्र्य मिळाल्यावर पंडितजींनी दिल्लीच्या लाल किल्ल्यात एक मुशायरा—कविसंमेलन आयोजित केलं. स्वातंत्र्य मिळण्यापूर्वी अनेक भारतीय ब्रिटिश फौजेत नोकरी करीत होते आणि

त्यांनी इंग्रजांच्या हुकुमावरून स्वातंत्र्यासाठी झगडणाऱ्या देशभक्तांवर अनन्वित अत्याचार केले होते. आता हीच मंडळी इंग्रज निघून गेल्यावर कॅप्टन, कर्नल वगैरे हुद्द्यांवर चढली होती.

जोशसाहेबांच्या मनात या विद्रोही मंडळींबाबत अतोनात राग होता. समोर मुशायऱ्याच्या श्रोतृगणांत हे सेनाधिकारी पाहताच जोशसाहेबांचे पित्त खवळले. पंडितजी, डॉ. राजेंद्रप्रसाद, डॉ. राधाकृष्णन्, डॉ. राज-गोपालाचारी, वगैरेंची भीड न बाळगता 'मातमे आज़ादी' (स्वातंत्र्याची शोककथा) या नावाची नज़्म त्यांनी पेश केली.

*शैताँ एक रातमें इन्सान बन गए*
*जितने नमक़ हराम थे कप्तान बन गए ।*

'...सगळे सैतान एका रात्रीत सज्जन बनले आहेत. जितके म्हणून कृतघ्न, नमकहराम होते, ते सारे कॅप्टन् बनून गेलेयत...'

उत्तर प्रदेशातील मलिहाबादच्या नवाब कुटुंबात 'जोश' साहेबांचा जन्म झाला. (५ डिसेंबर, १८९६) आजोबा महंमद अहमद खान 'अहमद' आणि वडील बशीर अहमद खान 'बशीर' नावाजलेले शायर होते. जोश वयाच्या नवव्या वर्षीच शेर रचू लागले. 'शेर कधी रचता येत नाही, तो स्वतःच येऊन तुमच्याकडून स्वतःला रचवून घेतो,' असे ते म्हणत. बाल्यावस्थेत कमालीचे हट्टी आणि हूड स्वभावाचे जोश युवावस्थेत पदार्पण करताना अत्यंत गंभीर आणि धार्मिक प्रवृत्तीचे बनले. ते शाकाहारी बनले अन् दाढी राखू लागले. दिवसांतून पाच वेळा नमाज पठन करीत. परंतु कॉलेजात असताना हाफ़िज़, उमर खय्याम यांच्या फारसी रचनांमुळे ते प्रभावित होऊन एकदम ते दुसऱ्या टोकाला गेले. दाढीला फाटा दिला. नमाज पढणे सोडून दिले. मांसाहार, मद्यप्राशन सुरू केले आणि 'ज़िन्दगी आहे, तोवर मौज करा, जीवनाचा आनंद लुटा' या उमर खय्यामच्या विचारसणीचे निःसीम भक्त बनले. त्यानंतर गटे, शौपेनहार, नीत्शे वगैरेंच्या तत्त्वज्ञानाचा सखोल अभ्यास करून नीत्शेच्या विचारप्रणालीने प्रभावित झाले. नित्शेच्या शक्ति-उपासनेचा जोशसाहेबांच्या जीवनावर खूपच प्रभाव होता. पारंपरिक नीतिमूल्ये, समानता, अहिंसा या केवळ बोलण्याच्या गोष्टी आहेत, ईश्वर वगैरे सर्व थोतांड आहे, त्यापेक्षा शारीरिक, सामाजिक, राजकीय शक्ती एकवटून महामानवाची निर्मिती व्हावी, ही नीत्शेची नात्सी पुरस्कृत विचारसरणी जोश यांचा आदर्श बनली. लेखन सुरू करताना 'बिस्मिल्ला' (पवित्र परमेश्वराचे स्मरण करून) या ऐवजी 'ब–नामे–कूव्वतो हयात' (जीवन व शक्ती यांचे स्मरण करून) असे लिहिण्यास त्यांनी सुरुवात केली.

या कालखंडातील त्यांची अस्मिता दर्शविणारी बेगुमान वृत्ती त्यांच्या रचनांमधून

प्रकट होते. एक दिवस जगाचा अंत होईल आणि त्या दिवशी परमेश्वर सर्व आत्म्यांच्या पापपुण्याची चौकशी करील, अशी इस्लामची धारणा आहे. या चौकशी-दरबाराला 'हश्र' अशी संज्ञा आहे. त्याबद्दल 'जोश' यांची कल्पना पहा —

*हश्रमें भी खुस्रवाना शानसे जाएंगे हम*
*और अग़र पुरसिश न होगी तो पलट आएंगे हम ।*
*अहले-दुनियाका असर क्या चीज़ है*
*नाज़ करते हम खुदासे ये बशर क्या चीज़ है?*
*नाज़ कर ऐ यार अपनी दिलवरीपर नाज़ कर*
*'जोश'सा मगरूर तेरा है गुलामे-कमतरीं ।*

'...या परमेश्वराच्या दरबारात देखील आम्ही मोठ्या इतमामानं बादशहा खुश्रूच्या थाटामाटात जाऊ अन् जर आमचं यथायोग्य स्वागत झालं नाही, आमची कुणी अगत्यानं विचारपूस केली नाही, तर आम्ही उलटपावली परत फिरू. (असला अपमान कदापि सहन करणार नाही!) अहो, या दुनियेचं काय घेऊन बसलात? खुद्द परमेश्वराशी देखील आम्ही इतक्या स्वाभिमानानं वागतो, तर माणसाला आम्ही काय किंमत देणार? अन् म्हणूनच म्हणतो की, अरे माणसा, जरा आपल्या पराक्रमाची, कर्तृत्वाची प्रतिष्ठा उराशी बाळग. स्वाभिमानानं वाग अन् तसा वागलास, तर 'जोश' सारखा मगरूर मनुष्यदेखील गुलामाप्रमाणे तुझा जन्मोजन्मीचा दास बनून जाईल.

तत्कालीन उत्तर प्रदेशाचे गव्हर्नर सर रॉजर बटलर यांच्याशी मलिहाबादच्या नवाब कुटुंबाचे स्नेहपूर्ण संबंध होते. आग्रा येथील सेंट पीटर्स कॉलेजातून (१९१४ - १८) पदवी संपादन केल्यानंतर बटलर साहेबांनी जोश यांना बोलावून घेतले आणि मॅजिस्ट्रेटच्या जागेसाठी अर्ज करण्यासाठी सांगितले. पण आपल्या देशाला गुलाम बनविणाऱ्यांची नोकरी कदापिही शक्य नाही, असं जोश यांनी ठणकावून सांगितले.

अनुभवी बटलरसाहेब हसून म्हणाले,

'बाळ, समोर तो युनियन जॅक फडकताना दिसतोय् ना, त्याच्या उंचीवरून जेव्हा हिंदी रक्ताचा पूर वाहेल, तेव्हाच तुझ्या देशाला स्वातंत्र्य मिळेल— उगाच वल्गना करू नकोस...'

पण यावर गप्प बसतील, तर जोशसाहेब कसले? ते ताडकन् उसळून म्हणाले,

'बटलरसाहेब, रक्ताचा पूरच काय— पण महापूर वाहतील अन् त्यांत असले शेकडो युनियन जॅक वाहत जातील... काय समजलात तुम्ही?'

अर्थात परिणाम व्हावयाचा तोच झाला. नोकरी मिळाली नाहीच, पण त्यांची

जहागीर देखील जप्त झाली. पण जोश कुठले गप्प बसणार? त्यांच्या लेखणीतून तेजस्वी देशभक्तिपर काव्ये स्फुरतच होती. 'शिकस्ते ज़िन्दाँ का ख्वाब' (ढासळणाऱ्या तुरुंगाचं स्वप्न अर्थात कोसळणाऱ्या ब्रिटिश साम्राज्याचं चित्र) या काव्याच्या लाखो प्रती छापून गुपचूप वाटण्यात आल्या. (१९२०-२१)

(१९२०) ॲनी बेझंट यांची 'होमरूल' चळवळ अणि तत्सम देशभक्तिपर चळवळ करणाऱ्या कोट्यवधी तरुणांना त्यापासून स्फूर्ती मिळाली. कविश्रेष्ठ कुसुमाग्रजांच्या 'गर्जा जयजयकार क्रांतीचा' या अनुपम रचनेचा तो पूर्वावतार होता, म्हणा ना.

पण केवळ काव्यलेखन करून चरितार्थ चालणार नव्हता. त्यावेळी हैद्राबादच्या उस्मानिया विद्यापीठात जगातील उत्तमोत्तम ग्रंथांचे उर्दू भाषेत भाषांतर करण्याची मोहीम सुरू होती. जोशसारख्या भाषाप्रभूला अशा ठिकाणी नोकरी मिळणे स्वाभाविकच होते. परंतु हैद्राबादच्या संस्थानी वातावरणात स्वाभिमान, राजकारण, देशप्रेम वगैरे गोष्टींचे वावडेच होते. उलट वरिष्ठांची हांजी हांजी करणे, लाचलुचपत वगैरे गोष्टीच महत्त्वाच्या. अशा वातावरणात जोश सुमारे दहा वर्षे कसे टिकून राहिले, हेच आश्चर्य. (१९२४-३४) खुद्द निजामाचे मात्र या बेछूट शायरावर नितांत प्रेम होते. त्या वेळी निजामाच्या वरिष्ठ अधिकाऱ्यांत ताडी-शिंदी पिण्याचे व्यसन बोकाळले होते. या घाणेरड्या व्यसनाचा जोशसाहेबांना अत्यंत तिटकारा होता. त्यांनी 'शिंदीनामा' नावाचं अतिउपहासगर्भ काव्य प्रसिद्ध केले. ते कित्येकांना झोंबले. त्यांनी निजामाचे कान फुंकले. परिणामी 'जोशसाहेबांनी माफी मागावी अथवा हैद्राबाद सोडून जावे' असे फर्मावण्यात आले. पण माफी मागतील, तर जोशसाहेब कसले? त्यांनी नोकरीवर लाथ मारली. त्यांचे निकटवर्ती नवाब आगा जानी यांनी परोपरीने सांगून पाहिले, पण व्यर्थ. ते शेवटी कळवळून म्हणाले,

'आजवर बालहट्ट, राजहट्ट अन् स्त्रीहट्ट जाणत होतो. पण आज चवथा 'शायर हट्ट' माहीत झालाय् ..'

पण हैद्राबाद सोडताना जोश गहिवरले-

*जाता है आसमाँ लिए कूचेसे यारके*
*आता है जी भरा दरो-दीवार देखकर ।*

'...नशीब दोस्तांच्या गल्लीतून बाहेर घेऊन चाललंय् ... घरदार पाहून मला मात्र भडभडून येतंय् ...'

तारुण्यातील देशभक्तिपर रचना अतिशय लोकप्रिय झाल्या आणि 'शायरे — इन्क़िलाब' (क्रांतीचा उद्‌गाता कवी) ही उपाधी त्यांना कायमचीच चिकटली. पण त्यामुळं जोश- साहेबांच्या शायरीवर फार मोठा अन्याय होतो. तारुण्याच्या रगेल

वृत्तीचे गुणगान करणारी आणि अति हळुवार भावनातरंग रेखाटणारी प्रतिभा हा त्यांच्या शायरीचा स्थायिभाव होता. म्हणूनच 'शायरे-शबाब' (तारुण्याचा उद्गाता कवी) हा किताब त्यांना शोभून दिसावा.

तारुण्याच्या रंगेल इश्क़ाचे वर्णन करताना ते म्हणतात :

*ये बग़ावत है जुनूँसे के रहे पासे-खिरद*
*ये है तौहीने-जवानी के खुदा याद रहे ।*

'...इश्क़ाच्या धुंदीत देखील जर सारासार विचार शिल्लक राहिला, तर त्या धुंदीशी तुम्ही प्रतारणा करताय् - तुम्हांला पूर्ण नशा चढलीच नाहीय... अन् ऐन तारुण्यात तुम्हाला परमेश्वराची आठवण झाली (नशीब, पाप-पुण्य, वगैरे) तर त्या तारुण्याचा अपमान होतोय् (थूः तुमच्या तारुण्यावर)...!'

निसर्गाच्या सान्निध्यात हा हळवा शायर भारावून जातो. त्याची शायराना कैफियत पहा :

*इतना मानूस हूँ फ़ितरतसे कली जब चटकी*
*झुकके मैंने ये कहा, मुझसे कुछ इर्शाद किया?*

'...मी निसर्गाशी इतका तादात्म्य पावलो आहे, की कळी उमलताना चिटचिटली, तेव्हा अदबीनं खाली वाकून म्हणालो, मला काही आज्ञा फर्मावलीस काय...'

*तुम भी आओ वर्ना कलियोंका चटकना बागमें*
*मेरे दिलके टूट जानेकी सदा हो जाएगा ।*

'...अन् मग ते प्रेयसीची आळवणी करतात. तू पण येना लवकर. (किती वाट पहायला लावतेस?) नाही तर या कळ्यांचं चिटचिटणं माझं हृदय फुटण्याचा आवाज बनून जाईल. ये ना लवकर...'

उमद्या, निर्व्याज मनाचा हा प्रतिभावंत शायर पंडित जवाहरलालजींचा आग्रह मोडून केवळ आपल्या सासरकडील नातेवाइकांच्या आग्रहाला बळी पडून पाकिस्तानात स्थलांतरित झाला आणि त्याच्या शायरीला ग्रहण लागले ते कायमचेच. त्यानंतर त्याची एक ओळ देखील कधी प्रकाशित झाली नाही.

जन्मभर भारतातील सहिष्णु वातावरणात वावरलेला, जात-पात, धर्म वगैरे सर्वसमावेशक समाजात रमणारा हा हळवा शायर आयुष्यात एकदाच चुकीच्या मार्गावर गेला आणि कायमचा दुःखी बनला. अन् हे दुःख आयुष्याच्या अखेरपर्यंत त्याचा पाठपुरावा करीत राहिले.

*क़दम इन्सानका राहे-दहरमें थर्राही जाता है*

*चले कितनाही कोई बचके ठोकर खा ही जाता है ।*

'...या जगात आयुष्याच्या वाटचालीत माणसाचे पाऊल केव्हां ना केव्हां अडखळतं अन् चुकीच्या मार्गावर पडतं. कुणीही असो, कितीही सांभाळून चालत, तरी (ही वाटचाल इतकी बिकट आहे, की) ठेच ही लागणारच केव्हांतरी...'

उत्कृष्ट उर्दू भाषा लिहिणाऱ्या या हळव्या शायराच्या रचनांतून शराबचा उल्लेख अनेक वेळा आढळतो. त्यामुळे त्यांचे हितशत्रू त्यांना 'शायरे-शराब' देखील म्हणत. पण एरव्ही त्यांचे शराबवरील शेरदेखील फार सुरेख आहेत.

*चराग़े-दैरो-हरम कबके बुझ गये ऐ 'जोश'*
*हनोज़ शमअ है रौशन शराबखानेकी ।*

'...देवळा-मशिदीतले दीप केव्हाच विझून गेलेत... आता मद्यशाळेतील मेणबत्तीच फक्त तेवत राहिलीय्... (जुनाट धर्मकल्पनांमधील प्राण केव्हाच निघून गेलाय्... परंतु नवविचारांची मधुशाला मात्र तुम्हांला प्रेमरूपी प्रकाशाचा संदेश देतेय्. चला तिकडं, सोडून द्या त्या बुरसटलेल्या कल्पना)...'

*एक शैपेभी जमने नहीं पाती है निगाह*
*ऐ क़ाफ़िला-ए-हयात, आहिश्ता गुज़र ।*

'... अन् मग आयुष्यात एकही गोष्ट डोळे भरून पाहता येत नाही- (काहीही मनाजोगतं होत नाही अन् पाहता-पाहता आयुष्य संपून जातं) माझ्या आयुष्यरूपी काफिल्या, जरा सावकाश प्रवास कर ना... (इतक्या लवकर अखेर होऊ नये)...'

असं म्हणणाऱ्या जोशच्या आयुष्याचा काफिला इस्लामाबादमध्ये आता कायमचा थांबला आहे...

२२ फेब्रुवारी, १९८२.

**शिकस्ते-ज़िन्दाँका ख्वाब (ढासळणाऱ्या तुरुंगाचे स्वप्न)**

*क्यौं हिंदका ज़िन्दाँ काँप रहा हैं गूँज रही हैं तक़बीरें*
*उकताए हैं शायद कुछ क़ैदी और तोड रहे हैं ज़ंजीरें ।*

'... हा भारत नावाचा तुरुंग आता थरथरू लागलाय् आणि घोषणांनी आकाश दुमदुमून गेलंय् ... कदाचित काही कैदी अगदी निकरावर आलेयत अन् साखळदंड तोडून टाकताहेत...'

*दीवारोंके नीचे आ आकर यूँ जमअ हुवे हैं ज़िन्दाँनी*

*सीनेमें तलातुम बिजलीका आँखोंमें झलकती शमशीरें ।*

'... ते कैदी अगदी तटाच्या भिंतीजवळ गोळा झाले आहेत... त्यांच्या (वीरश्रीनं भरलेल्या) छातीत विजेचे लोळ आहेत आणि नजरेत लखलखत्या समशेरी आहेत...'

*भूकोंकी नज़रमें बिजली है तोपोंके दहाने ठंडे हैं*
*तक़दीरके लबको जुम्बिश है दम तोड रही हैं तदबीरें ।*

'...भुकेलेल्यांच्या नजरेत विजा तळपत आहेत अन् तोफांची तोंडं बंद पडली आहेत... नियतीचे ओठ थरथरू लागलेय्त अन् योजना अधीर झाल्या आहेत...'

*आँखोंमें गदाकी सुर्खी है बेनूर है चेहरा सुलताँका*
*तखरीबने परचम खोला है सिजदेमें पडी हैं तामीरें ।*

'आजवर भीक मागणाऱ्यांचे डोळे आता (आवेशाने स्फुलिंगाप्रमाणे) लालभडक झाले आहेत, तर सुलतानाचा (सत्ताधाऱ्याचा) चेहरा रंगहीन झालाय्... सगळीकडं विध्वंसाच्या पताका फडकू लागल्या आहेत अन् निर्मिती दीनवाणी होऊन डोके टेकून बसलीय्...'

*क्या उनको खबर थी ज़ेरो-ज़बर रखते थे जो रूहे-मिल्लतको*
*उबलेंगे ज़मींसे मारे-सियह, बरसेंगी फलकसे शमशीरें ।*

'... जे सगळ्या (भारतीय) जमातीच्या इच्छा-आकांक्षा जबरदस्तीनं दडपून ठेवीत होते, त्यांना काय कल्पना असणार की, जमिनीतून कृष्णसर्प उपजतील, तर आकाशातून शतघ्नी कोसळतील...'

*क्या उनको खबर थी सीनोंसे जो खून चुराया करते थे*
*एक रोज इसी बेरंगीसे झलकेंगी हज़ारों तस्वीरें ।*

'...यांचं रक्तशोषण करणाऱ्यांना (इंग्रजांना) कशी कल्पना असणार की, एक दिवस या विवर्ण चेहऱ्यातून (स्वातंत्र्याची) अति रम्य चित्रं रंगवली जातील...'

*क्या उनको खबर थी होटोंपर जो कुफ़्ल लगाया करते थे*
*एक रोज़ इसी खामोशीसे टपकेंगी दहकती तक़रीरें ।*

'...कशी कल्पना येणार त्यांना (इंग्रजांना) की, ज्यांच्या ओठांवर सतत कुलूप लावलेले असे, त्याच (भारतीयांच्या) निःशब्द, ओठांतून धगधगती वक्तव्ये बाहेर पडतील...'

*सम्हलो के वो ज़िन्दाँ गूँज उठा, झपटो के वो कैदी छूट गये*

*उठ्ठो के वो बैठी दीवारें, दौडो के वो टूटी ज़ंजीरें ।*

'सांभाळा आता (तुमची खैर नाहीय्) तो (भारत नावाचा) तुरुंग आता गर्जू लागलाय् ... पकडा, पकडा, ते कैदी सुटू लागलेत... धावा धावा, त्या भिंती कोसळताहेत... पळा पळा त्या कैद्यांना जखडून ठेवणाऱ्या त्या साखळ्या तुटू लागल्याहेत...'

**रिश्वत**

भ्रष्टाचाराचा मनस्वी तिटकारा असलेल्या 'जोश' साहेबांनी लाचखोरीविरुद्ध अत्यंत उपहासगर्भ अशी तेवीस कडव्यांची लांबलचक नज़्म (गीत) लिहून त्या साऱ्या लाचखोरीचे खापर इंग्रज राज्यकर्त्यांच्या डोक्यावर फोडले. आज साठ वर्षांचा कालावधी उलटून गेल्यानंतर देखील स्वतंत्र झालेल्या भारतात परिस्थिती सुधारलेली दिसून येत नाही. या नज़्ममधील केवळ तीन बंद वानगीदाखल इथं उद्धृत केले आहेत.

*लोग हमसे रोज़ ये कहते हैं ये आदत छोडिए*
*ये तिजारत है खिलाफे-आदमीयत छोडिए*
*इससे बदतर लत नहीं है कोई ये लत छोडिए*
*रोज़ अखबारोंमें छपता है कि रिश्वत छोडिए*
*भूलकर भी जो कोई लेता है रिश्वत, चोर है*
*आज क़ौमी पागलोंका रात दिन ये शोर है ।*

'...लोक आम्हांला रोज कानीकपाळी ओरडून सांगत असतात, की सोडा ही सवय, म्हणून... हा भ्रष्टाचार आहे, मानवताविरोधी कृत्य आहे, म्हणून... याच्यापेक्षा घाणेरडी सवय असूच शकत नाही.... सोडा हा नाद... आणि वर्तमानपत्रात देखील रोज छापून येतंय् की, लाच स्वीकारणं बंद करा... जो कुणी लाच घेतो, तो चोर आहे... चालू द्या... या खुळचट देशभक्तांचा आरडाओरडा आजकाल असाच चालू असतो रात्रंदिवस... (त्या खुळचटांकडे लक्ष द्यायचं काही कारणच नाही...)...'

*किसको समझाएं इसे खो दें तो फिर पाएंगे क्या*
*हम अगर रिश्वत नहीं लेंगे तो फिर खाएंगे क्या*
*क़ैद भी कर दें तो हमको राहपर लाएंगे क्या*
*ये जुनूने-इश्क़के अन्दाज़ छूट जाएंगे क्या*
*मुल्कभर को क़ैद कर दें किस के बस की बात है*
*खैर से सब हैं कोई दो-चार-दस की बात है ।*

'...आता हे तरी कुणाकुणाला समजावून सांगायचं की, लाच घेतली नाही, तर मग मिळणार तरी काय... अन् मग खाणार तरी काय?... आता आम्हांला अगदी तुरुंगात-कैदेत टाकलं, तरी आमच्यांत काय फरक पडणार आहे?... आम्ही काय सुधारणार आहोत थोडेच?... आम्हांला कसली तुरुंगाची भीती दाखविता आहात?... अहो, प्रेमोन्मादाने वेडापिसा झालेल्यांची अवस्था जशी असते (कामातुराणां न भयं न लज्जा) तशीच अवस्था असते लाच खाणाऱ्यांची...

-आणि असं पहा की, लाच स्वीकारणारे (आमच्यासारखे) काय थोडे थोडके आहेत?... देशातील साऱ्याच नागरिकांना कैद करायचं म्हटलं, तर कधी शक्य आहे का?... उगीचच या दोन-चार किंवा पाच-दहा जणांनी खूप आरडाओरडा केला, की लाचलुचपत अन् भ्रष्टाचार अतोनात माजलाय् म्हणून तरी तिकडं लक्ष देण्याची काही आवश्यकताच नाहीय्... सगळं कसं अगदी व्यवस्थित चाललंय् सर्वांचं...'

*जब तलक रिश्वत न लें हम दाल गल सकती नहीं*
*नाव तनख्वाहोंके पानीमें तो चल सकती नहीं ।*

'...जोपर्यंत लाच स्वीकारून त्याचे पैसे घरात येत नाहीत, तोवर चूल पेटत नाही की डाळ शिजत नाही अहो, या वेतनरूपी पाण्याच्या किरकोळ ओहळात संसाराची नौका चालविणार तरी कशी?...'

*आप हैं फ़ज़्ले-खुदा-ए-पाक़ से कुर्सीनशीं*
*इन्तज़ामे-सल्तनत है आपके ज़ेरे-नगीं*
*आसमाँ है आपका खादिम तो लौंडी है ज़मीं*
*आप खुद रिश्वतके जिम्मेदार हैं फिदवी नहीं*
*बख्शते हैं आप दरिया काश्तियाँ खेते हैं हम*
*आप देते हैं मवाके रिश्वतें लेते हैं हम ।*

'...परमेश्वर कृपेनं आज तुम्ही खुर्चीत बसला आहात आणि सारी कर्तुमकर्तुम सत्ता तुमच्या स्वाधीन आहे... सारं आकाश (म्हणजेच स्वर्गस्थ देवता) हात जोडून तुमच्या सेवेला हजर आहेत अन् सारी धरित्री (म्हणजेच दुनियेतील सारी माणसं) तुमची मोलकरीण आहे, जणू... या भ्रष्टाचाराचे तर तुम्ही प्रतिष्ठित आश्रयदाते आणि आधारस्तंभ... लाचलुचपतीत तर आपला सिंहाचा वाटा आहे... तेव्हा तुम्हांला कमी लेखून कसं चालेल?... तुम्ही स्वत:च हा भ्रष्टाचाराचा प्रचण्ड प्रवाह निर्माण केलाय् अन् आम्ही क्षुद्र सेवक त्यात आपापल्या नौका चालवीत आहोत, इतकंच काय ते... तुम्ही आम्हांला वेगवेगळ्या संधी उपलब्ध करून दिल्या अन्

म्हणूनच तर केवळ आम्हांला वेळोवेळी लाच स्वीकारणं शक्य होतंय्...'

**बेचारगी (असहायता)**

*खामोशीका समाँ है और मैं हूँ*
*दयारे-खूफ्तगाँ है और मैं हूँ ।*

'...ही भयाण, नीरव शांतता आहे सभोवताली अन् मी आहे... सगळ्या झोपी गेलेल्यांचा (निर्जीव, स्मशानवत) देश आहे अन् मी देखील त्यातच आहे...'

*कभी खुदको भी इन्साँ काश समझे*
*ये सई-ए-रायगाँ है और मैं हूँ ।*

'...माणसानं निदान केव्हातरी स्वतःला तरी नीट समजून घ्यावं...व्यर्थ असेल माझी खटपट, पण मी निदान प्रामाणिकपणे प्रयत्न करतोय्...'

*कहूँ किससे के ये जमहूरियतमें*
*हुजूमे-खुस्रवाँ हैं और मैं हूँ ।*

'...आता काय सांगायचं की, आमच्या या प्रजासत्ताक राज्यात (स्वतःला मालक समजणाऱ्या) राजे-राजवाड्यांचेही गट आहेत अन् मी पण आहे...'

*कहाँ है हमज़ुबाँ अल्लाह जाने*
*फकत मेरी ज़ुबाँ है और मैं हूँ ।*

'...कुठं नाहीसे झालेयत माझे सहभाषक (-माझ्यासारखीच विचारसरणी असलेले देशबांधव का चूप बसले आहेत?) ...देव जाणे ! आता मी स्वतःशीच बोलत बसतो...'

*खामोशी है ज़मींसे आसमाँतक*
*किसीकी दास्ताँ है और मैं हूँ ।*

'...जमिनीपासून आकाशापर्यंत (भयाण) शांतता पसरलीय्... कुणाची तरी गोष्ट आहे... (स्वातंत्र्यवीरांच्या धडपडीची वीरगाथा आहे) अन् ऐकणारा फक्त मीच एकटा...'

*जहाँ इक जुर्म है यादे-बहाराँ*
*वो लाफानी खिज़ाँ है और मैं हूँ ।*

'...जेथे वसंतऋतूची (स्वातंत्र्याची) नुसती आठवण करणंसुद्धा गुन्हा ठरावा,

असा चिरंतन शिशिर ऋतू (पारतंत्र्य) आहे अन् मी त्यात खितपत पडलोय्...'

*तरसती है खरीदारोंको आँखें*
*जवाहरकी दुक़ाँ है और मैं हूँ ।*

'...कुणीतरी ग्राहक येईल, म्हणून नजर आसुसलेली आहे... (कुणीतरी कदर करणारा जाणकार येईल, म्हणून आशाळभूतपणे डोळे लावून बसलोय्...) रत्नभांडार (हिरे-मोत्यांसारखा अमूल्य असा माझा देश आहे) आहे अन् मी आहे...'

*नहीं आती अब आवाज़े-ज़रस भी*
*गुबारे-कारवाँ है और मैं हूँ ।*

'(...काफिला खूप दूर निघून गेलाय्...) जनावरांच्या गळ्यात असलेल्या घंटांचा आवाजदेखील ऐकू येत नाहीय्... फक्त त्यांच्या पावलांनी उडालेली धूळ बघत बसलोय्...'

*माअ़ोल-बंदगी ऐ 'जोश' तौबा*
*खुदा मेहरबाँ है और मैं हूँ ।*

'...माझ्या तपःश्चर्येचं फळ (स्वातंत्र्य) केव्हातरी पदरात पडावं...मी वाट पाहत बसलोय्... ईश्वर दयाळू आहे...'

**ग़ज़ल**

जगातील परिस्थिती आणि मानवाचे प्रयत्न यांतील विरोधाभास दाखवणारी ही जोश मलिहाबादींची अपूर्ण ग़ज़ल आहे. परंतु त्यातील शेर फारच सुंदर आहेत. म्हणून मुद्दाम या ठिकाणी उद्धृत केले आहेत.

*जहाँ संग-रेज़ोंपे गिरते हैं गाहक*
*वहाँ जिन्से-लाल-ओ-गुहर बेचता हूँ ।*

'...जेथे दगडा-वाळूच्या कणांवर लोक जीव टाकतात, तिथं माणिक-मोती विकण्याचा (निष्फळ) प्रयत्न करतोय्... (काय अपेक्षा करायची या गाजरपारखी लोकांकडून?)'

*जहाँ क़द्रदाँ हैं जमअ तल्खियोंके*
*वहाँ कन्दे-शहद-ओ-शकर बेचता हूँ ।*

'...जिथं कडवटपणा आवडणारी मंडळी जमली आहेत, तिथं मध-साखरेच्या गोळ्या विकण्याचा प्रयत्न करतोय्...'

*परस्तारियाँ हैं जहाँ ज़ुल्मतोंकी*

*वहाँ नूरे-शम्स-ओ-क़मर बेचता हूँ ।*

'...जिथं अंधकाराची पूजा बांधली जाते, तिथं सूर्य-चंद्राचा प्रकाशकिरण विकण्याचा यत्न करतोय्...'

*जहाँ दर्दे-दिलका मुखालिफ है आलम*
*वहाँ दर्दे-दिलका असर बेचता हूँ ।*

'...जिथं हृदयाच्या संवेदनशीलतेची हेटाळणी केली जाते, तिथं जाऊन भावनाशीलतेचं महात्म्य समजावून सांगण्याचा प्रयत्न करतोय्...'

*छुपाकर रदीफ-ओ-क़वाफ़ीके अन्दर*
*मैं दिल बेचता हूँ जिग़र बेचता हूँ ।*

'...या रदीफ-काफिया यांच्या आवरणात दडवून (माझ्या ग़ज़लेच्या काव्यपंक्तीत दडवून) मी आपलं हृदय विकतोय्... भावना विकतोय्... (सर्वस्व समर्पण करतोय्...)'

**ग़ज़ल**

*फिक्र ही ठहरी तो दिलको फिक्रे-खूबाँ क्यौं न हो*
*खाक़ होना हैं तो खाक़े-कू-ए-जानाँ क्यौं न हो ।*

'...चिंताच जर करायची असेल, तर मग चांगल्या-चांगल्या गोष्टींची चिंता का न करावी? अन् मातीच व्हायचं नशिबात असेल, तर प्रेयसीच्या गल्लीतील धूळ का होऊ नये? (-निदान तिचा कोमल पदस्पर्श तरी लाभेल...)'

*दहरमें ऐ ख्वाजा जब ठहरी असीरी नागुज़ीर*
*दिल असीरे-हल्का-ए-गेसूँ-ए-पेचाँ क्यौं न हो ।*

'...हे मार्गदर्शका (परमेश्वरा) ! या दुनियेत जर नशिबातील कैद चुकणारच नसेल, तर मग तिच्या कुरळ्या केसांत गुरफटून कैद होणं अधिक बरं नाही का?'

ज़ीस्त हैं जब मुस्तक़िल आवारागर्दीहीका नाम
अक्लवालो ! फिर तवाफे-कू-ए-जानाँ क्यौं न हो ।

'...कायम एकसारखं उडाणटप्पूपणानं फिरत राहणं हेच जर जीवन असेल, तर मग, सुजनहो ! तिच्या गल्लीतून फेऱ्या मारणं का नसावं?'

*याँ जब आवेज़िश ही ठहरी हैं तो ज़र्रे छोडकर*
*आदमी खुर्शीदसे दस्ते-गिरेबाँ क्यौं न हो ।*

'...इथं जर संघर्षच नशिबात असेल, तर मग (क्षुद्र) अणू-रेणू समवेत

झगडण्यापेक्षा सरळ सूर्याशीच दोन हात का न करावेत?’

*इक ना इक ज़ुल्मतसे जब वाबस्ता रहता है तो ‘जोश’*
*ज़िन्दगीभर साया-ए-ज़ुल्फे-परेशाँ क्यौं न हो ।*

‘... अन् या ना त्या (काळ्याकुट्ट) अंधाराशी संपर्क राहणारच असेल, तर मग आयुष्यभर तिच्या विस्कटलेल्या केसांच्या छायेशी संपर्क का नसावा ?’

## 'हफ़ीज़' जालंधरी

*मग़र सुनो तो शेखजी*
*अज़ीब शौ हैं आपभी*
*भला शबाब-ओ-आशिक़ी*
*अलग हुए भी हैं कभी ।*

'...अन् महाशय, मला तर वाटतंय्, की तुम्ही म्हणजे एक अजब प्राणी आहात, जणू. अहो, तारुण्य आणि प्रणयभावना या दोन गोष्टी कधी वेगवेगळ्या होऊ शकतील काय...?'

*चलो जी किस्सा मुख्तसर*
*तुम्हारा नुक्ता-ए-नज़र*
*दुरुस्त है तो हो मगर*
*अभी तो मैं जवान हूँ ।*

'...जाऊ द्या, थोडक्यात म्हणजे, तुमचा मुद्दा बरोबर असेल, तर असो बापडा (परंतु मी मात्र तसं वागणार नाहीय्; कारण) आता मी तारुण्यात पदार्पण केलंय् ना...'

उर्दू शायरीत प्रथमच नज़्म (गीत) हा प्रकार यशस्वीपणे रुळविणारे मुहम्मद हफ़ीज़ 'हफ़ीज़' जालंधरी कदाचित उर्दूमधील असे एकमेव शायर असतील, की ज्यांच्या रचनांमधून काव्यविषय आणि काव्यवृत्त यांचा घनिष्ठ संबंध आहे, याची कल्पना येते. वृत्तानुरूप उपमा आणि उत्प्रेक्षा रूपके

वगैरे उपयोगात आणताना त्यांनी उर्दू छंद वृत्तांऐवजी काही हिंदी काव्यात प्रचलित असणारे वृत्त-छंद देखील वापरले आहेत. पहिल्या शेराचा दुसऱ्या शेराशी निश्चित संबंध असावा अन् काही तरी विशिष्ट पार्श्वभूमी निर्माण केल्यानंतर दुसरा शेर त्याच्यावर चपखल बसावा. नंतर पहिल्या दोन शेरांनी निर्माण केलेल्या पार्श्वभूमीवर तिसरा शेर अधिक उठावदार वाटावा, असे घडत जाते अन् सलग चित्र निर्माण होताना आपण काहीतरी आगळी उर्दू रचना वाचीत आहोत, याचा प्रत्यय यावा, अशी ओघवती शायरी लिहिणारे मिर्ज़ा मुहम्मद 'हफ़ीज़' जालंधरी हे उर्दू वाङ्मयातील विलक्षण वेगळे व्यक्तिमत्त्व होते.

आपल्या खणखणीत झोतदार आवाजात, मधुर चालीवर आपल्या रचना पेश करणारे 'हफ़ीज़' जालंधरी हे मुशायऱ्यातील हुकमी पान होते. फाळणीनंतर पाकिस्तानात जाण्यापूर्वी सुमारे १९२० पासून १९४७ पर्यंत दोन तपांपेक्षाही अधिक काळ कराचीपासून कलकत्त्यापर्यंत अनेक लहानमोठे मुशायरे जिंकणारे 'हफ़ीज़' हे रसिकांचे अत्यंत लाडके शायर होते. त्यांच्या हितशत्रूंनी 'गलेबाजी अन् गायकी म्हणजे शायरी नव्हे' असाही कुत्सित प्रचार करून पाहिला; परंतु अस्सल दर्जेदार शायरी असल्या कोल्हेकुईला थोडीच भीक घालणार? काही दिवसांतच त्यांच्या शायरीचा दर्जा आपोआप रसिकमान्य झाला.

शायरी म्हणजे 'ग़ज़ल' असे समीकरण सर्वमान्य असणाऱ्या काळात 'हफ़ीज़' यांनी 'नज़्म' (गीत) हा प्रकार रुळवून त्याला केवळ रसिकमान्यताच नव्हे, तर प्रतिष्ठा प्राप्त करून दिली, ही सामान्य गोष्ट नव्हे. डॉ. महमंद 'इक़्बाल' यांच्यानंतर उर्दू शायरीला स्वप्नरंजनातून बाहेर काढून वास्तव आणि जीवनाच्या निकट आणणाऱ्या शायरांमध्ये 'अख़्तर' शीरानी आणि 'हफ़ीज़' जालंधरी ही दोनच नावे तत्काळ नजरेसमोर येतात. ग़ज़लेचे संकुचित क्षेत्र सोडून उर्दू शायरीचे क्षेत्र विस्तृत बनविणाऱ्या हफ़ीज़' यांचा 'छंद-वृत्त' यांचा गाढा व्यासंग होता. केवळ विषयालाच नव्हे, तर गायकीला देखील अनुरूप असे छंद योजण्यात त्यांचा हातखंडा होता.

पंडित हरिचंद 'अख़्तर' हे साहित्यात आदराने घेतले जाणारे एक नाव. पंडित हरिचंद आपल्या लिखाणात 'हफ़ीज़' यांनी उर्दू शायरीला दिलेल्या योगदानाबद्दल म्हणतात:

'यापूर्वीची आमची उर्दू शायरी पर्शियन भूमी, पर्शियन वातावरण अन् ऋतू, पर्शियन रीतिरिवाज अन् लोककथा यांच्याभोवतीच रुंजी घालीत होती. जगातील एक पंचमांश लोकसंख्या असलेल्या भारतीय उपखंडात यापूर्वी 'आशिक़' म्हणूवन घेण्याची योग्यता असलेला कुणी एकही कम्बख़्त जन्मला नव्हता काय? आणि जर यदाकदाचित कुणा भारतीयाला आशिक़ी सुचलीच असेल, तर मग त्याची प्रेयसी इतकी 'गयी गुज़री' (फालतू) होती की काय की कुणाही शायराला त्यांच्या गौरवार्थ

शायरी करण्याची बुद्धी होऊ नये?'

अर्थात कुणीही भारतीय 'कम्बख्त' आशिक़ीकडं वळलाच नाही, असे म्हणणे धाडसाचे ठरेल; परंतु पहिला 'भारतीय आशिक़' म्हणून हफ़ीज यांचीच नोंद करावी लागेल. त्यांचे शाहनामा-इस्लाम, नग़्मा-ए-ज़ार (दु:खिताचं गीत) 'सोज़ ओ साज़' (जाळणारं दु:ख अन् संगीत वाद्य) आणि 'तल्खाबा-ए-शीरीं (मधुर विष) हे काव्यसंग्रह आहेत. 'हत्फ पैकर' (सात शरीरे) नावाचा त्यांचा एक उत्तम कथासंग्रह आहे; परंतु शायर म्हणून त्यांची प्रतिमा इतकी मोठी आहे, की त्यांच्या गद्य वाङ्मयाची दखल घेण्यासाठी कुणी टीकाकार तिकडे वळलाच नाही.

'हफ़ीज़' यांनी स्वत:बद्दल नमूद करून ठेवलेली माहिती हीच अधिकृत माहिती मानावयास हवी. ते म्हणतात —

'जालंधर येथील एका जुन्या गरीब वस्तीत १४ जानेवारी, १९०० रोजी माझा जन्म झाला. आमचं मूळ घराणे राजपूत चौहानांचे. सुमारे दोनशे वर्षांपूर्वी माझ्या पूर्वजांनी इस्लामचा स्वीकार केला; परंतु तरी देखील माझे पूर्वज स्वत:ला सूर्यवंशी म्हणवून घेत. अगदी माझ्या वडिलांपर्यंत हा प्रकार चालला. मी मात्र मानव वंशातच जन्मलो, असा माझा दावा आहे.

'वयाच्या सहाव्या वर्षापर्यंत वस्तीतील जुन्या मशिदीतच माझ्या शिक्षणाची सोय लावण्यात आली होती. तोपर्यंत मी 'कुरान शरीफ' आत्मसात करून त्यातील बरेच 'सुरे' मुखोद्गत केले. पर्शियन शायर 'सादी' यांची 'करीमा' आणि 'मामकीमा' ही बालगीते तोंडपाठ म्हणू लागलो. साहजिकच कुशाग्र बुद्धीचा हफ़ीज़ म्हणून वस्तीत माझा लौकिक पसरला अन् मला मिशन स्कूलमध्ये घालण्यात आलं. मी दुसऱ्या इयत्तेत असताना तिथून पळ काढला. मग मला शासकीय स्कूलमध्ये दाखल करण्यात आले. तिथून मी चवथ्या इयत्तेत असताना पळालो. परंतु माझी पुन्हा मिशन स्कूलमध्ये रवानगी करण्यात आली. गणित या विषयाचे माझे हाडवैरच होते म्हणा ना. रोज गणिताच्या तासाला पळून जाणे अन् दुसऱ्या दिवशी भरपूर मार खाणे हा नित्यक्रम बनला होता. सुमारे चार वर्षे ही मारपीट अन् पळापळ अशी तांत्रिक लढत मी झुंजवीत होतो. परंतु रोज मार खाण्यापेक्षा पळ काढूनच या लढतीचा निर्णायक शेवट करावा, असा सुज्ञ विचार करून शाळेतून जो पळालो, तो पुन्हा शाळेचं तोंड म्हणून पाहिले नाही.

'अर्थात शिक्षणाअभावी माझे फार हाल झाले. रेल्वे स्टेशनावर हमाली केली. जुन्या कुलपांच्या किल्ल्या बनविणे, किरकोळ शिंपीकाम करणे, फिरता अत्तरविक्रेता, पोस्टात कुणाचे तार- मनिऑर्डर फॉर्म भरून देणे असले अनेक उद्योग केले. नवशिक्या ग़ज़लकारांना ग़ज़ला 'तयार' करून दिल्या; पण भरकटलेले आयुष्य वळणावर येईना.

'वयाच्या अकरा- बाराव्या वर्षांपर्यंत ड्रामा, थिएटर, कथा - कादंबऱ्या यांचा अतोनात नाद लागला. स्वत: रचना करू लागलो. वस्तीत राहणारे उस्ताद सर्फराज खाँ 'सर्फराज' यांच्याकडून दोन-चार ग़ज़ला तपासून घेतल्या; परंतु समाधान झाले नाही. मग कुणाच्यातरी सल्ल्यावरून हैदराबादला 'हज़रत 'गिरामी' यांच्याकडे ग़ज़ला पाठविल्या. त्यांनी उत्तर पाठविलें. मी फारसी रचना करतो. उर्दू रचना माझा प्रांत नव्हे; परंतु जे काही पाहिलें त्यावरून सांगतो, की 'हफ़ीज़ला उस्तादाची जरुरी नाही. स्वत:च्या रचना स्वत:च नीट तपासून पहाव्यात. सुधारणा होत जाईल.' आणि नंतर कुणाही उस्तादाची पायरी चढलो नाही. स्वत:चा व्यासंग वाढवीत गेलो.'

आपापल्या व्यासंगाबाबत सार्थ अभिमान बाळगणारे हफीज एके ठिकाणी म्हणतात—

*किया पाबन्दे-नै नालेको मैंने*
*ये तर्ज़े- खास है ईजाद मेरी ।*

'या दु:खाच्या आक्रोशाला मधुर बासरीची धून असावी, तसं स्वरूप दिलंय् मी. ही मधुर धून माझीच निर्मिती आहे.'

'दूरदर्शन'चे आक्रमण होण्यापूर्वी दोन तपांचा काळ म्हणजे १९४६ ते १९७० या प्रदीर्घ कालखंडात 'रेडिओ सिलोन'च्या कार्यक्रमांना अभूतपूर्व लोकप्रियता लाभली. त्यात दर आठवड्याला रसिकांच्या अत्यंत आवडीचा अन् आवर्जून ऐकला जाणारा हमेशा जवाँ गीतोंका (चिरतरुण गीतांचा) कार्यक्रम असे. या कार्यक्रमाचं 'शीर्षक संगीत' म्हणून लता मंगेशकर यांनी गायलेले 'हफ़ीज़' यांचे 'अभी तो मैं जवान हूँ !' हे गीत ऐकवलं जात असे. ऐंशी ओळींच्या या प्रदीर्घ काव्यात मद्यसेवन करू नका, स्त्रियांच्या फंदात पडू नका, ईश्वर भक्ती-तपस्या करा वगैरे उपदेश करणाऱ्या धर्मोपदेशकाचे न ऐकता यौवनसुलभ, अविचार करणाऱ्या तरुणाची फार सुरेख कैफ़ियत आहे. त्या काव्यातील या काही पंक्ती —

*हवा भी खुशगवार है गुलोंपे भी निखार है*
*तरन्नुमें हज़ार हैं बहार पुरबहार है*
*कहाँ चला है साक़िया?*
*इधर तो लौट, इधर तो आ*
*अरे, ये देखता है क्या? उठा सुबू, सुबू उठा*
*सुबू उठाके प्याला भर, प्याला भरके दे इधर*
*चमनकी सिम्त कर नज़र समाँ तो देख बेखबर*
*ये क्या गुमाँ है बदगुमाँ, समझ न मुझको नातवाँ*

*खयाले - ज़ुहद अभी कहाँ?*
*अभी तो मैं जवान हूँ ।*

‘किती सुखद शीतल हवा आहे. फुलं प्रसन्नपणे उमललीयुत. ओठांवर हजारो आनंदगीतं घोळताहेत. खरंच, किती सुरेख बहारदार ऋतू आहे.’

‘अग, मद्य देणाऱ्या पोरी, (मला टाळून पुढं) कुठं चाललीयुस? जरा माघारी परतून ये इकडं, अशी बघतेयुस काय अशी? उचल ती सुरई, भर तो प्याला अन् दे इकडं. जरा सुंदर उद्यानाकडं नजर टाक. किती वेडावून टाकणारी वेळ आहे जणू.’

‘अग, तुला कसला भ्रम होतोय्? मी काही नाजूक, दुर्बल तरुण नाहीय् अन् या सुंदर वेळी ‘तपस्या’ वगैरे भलत्याच गोष्टींचा विचार तरी कसला करायचा? अग, मी ऐन यौवनात आहे (जरा मौज करू या ना. मग वय झालं, की करता येईल तपस्या वगैरे; पण आता नको.)’

*इबादतोंका ज़िक्र है नजातकी भी फ़िक्र है*
*जुनून है सवाबका खयाल है अज़ाबका*
*मगर सुनो तो शेखजी*
*अजीब शै हैं आप भी*
*भला शबाब-ओ-आशिक़ी*
*अलग हुए भी हैं कभी*
*चलो जी किस्सा मुख्तसर*
*तुम्हारा नुक्ता-ए-नज़र*
*दुरुस्त है तो हो मगर*
*अभी तो मैं जवान हूँ !*

‘...आहे, भक्तीचाही विचार माझ्या मनात आहे. मोक्ष मिळवण्याचाही विचार माझ्या मनात आहेच. खूप पुण्य गोळा करण्याचा विचार देखील मला झपाटून टाकतोय् अन् मरणोत्तर पापाची शिक्षा मिळते, याची देखील कल्पना आहे, पण, महाशय, तुम्ही तरी एक विचित्रच माणूस दिसताय् मला. अहो, तारुण्य अन् प्रणयभावना कधी वेगवेगळे होऊ शकतात काय? थोडक्यात म्हणजे तुमचा मुद्दा बरोबरच असेल, तर असो बापडा; पण आता तरी मी यौवनात आहे...’

*ये इश्क़की कहानियाँ*
*ये रसभरी जवानियाँ*
*ये आस्मान, ये ज़मीं*
*नज़्ज़ारा हाए दिलनशीं*

*इन्हें हयाते - आफरीं*
*भला मैं छोड दूँ यहीं?*
*है मौत इस क़दर करीं मुझे न आयेगा यकीं*
*नहीं नहीं, अभी नहीं*
*अभी तो मैं जवान हूँ !*

'...या प्रणयाच्या धुंद करून टाकणाऱ्या गोष्टी अन् हे सळसळतं उन्मादक तारुण्य, हे अतिसुंदर आकाश अन् धरती, हा मोहून टाकणारा निसर्ग, या इतक्या सगळ्या सुंदर अन् उत्साहवर्धक गोष्टी काय इथंच सोडून द्यायच्या? (तुम्ही आपला सारखा उपदेश करताय् की, आयुष्य केव्हाही संपून मृत्यू येईल' म्हणून) मृत्यू इतका जवळ असेल, यावर माझा मुळीच विश्वास नाहीय्. (निदान आज तरी तुमचा हा सोवळा उपदेश मला भावत नाहीय्) मुळीच नको तसला विचार अहो, मी तरुण आहे ना...'

*नशिस्त ये जमीं रहे*
*यही हमाहमी रहे.*
*वो राग छेड मुतरिबा*
*तरब-फ़ज़ा अलम-रुबा*
*असर सदा-ए-साज़का*
*जिग़रमें आग दे लगा*
*हर एक लबपे हो सदा*
*न हाथ रोक साक़िया*
*पिलाए जा पिलाए जा*
*अभी तो मैं जवान हूँ !*

'...अशीच ही मैफल सतत जमलेली असावी. प्रिय मित्रांबरोबर आमोद-प्रमोद सुरू असावेत. अन्, गाणाऱ्या पोरी, रागदारीतली अशी काही तरी चीज गा की, त्यामुळं आनंदाचं वातावरण अधिक उल्हसित होईल, अन् दुःख पूर्णपणे विसरून जाईल, अन् तुझ्या त्या वाद्याचे नादतरंग माझ्या अंतरंगातील ऊर्मी उचंबळून आणतील. इथला प्रत्येक जण आनंदानं गाऊ लागेल. आता हात आवरू नकोस, ग, मद्य देणाऱ्या पोरी, प्याल्यावर प्याले पाजीत जा (अग, काही होणार नाही मला) आता मी ऐन यौवनात आहे ना...'

स्वातंत्र्यासाठी इंग्रजांविरुद्ध सशस्त्र क्रांती हा एकच मार्ग हफ़ीज़ला पसंत होता. सत्याग्रह, असहकार वगैर गोष्टींवर त्याचा विश्वास नव्हता. लढवय्या क्रांतिवीरांचं

त्याला अतोनात कौतुक होतं आणि केवळ पैशासाठी देशभक्तांचा विश्वासघात करणाऱ्या घरभेद्यांचा मनस्वी तिटकारा होता. साप, सुसर, ससाणा, सिंह, मेंढ्या वगैरे प्राण्यांची रूपके वापरून त्यानं 'फरेबे-आज़ादी' (स्वातंत्र्याचं फसवं स्वप्न) या शीर्षकाची सुंदर नज़्मा रचली.

*इन्साँभी कुछ शेर हैं*
*बाक़ी भेडोंकी आबादी है*
*भेडे सब पाबन्द हैं*
*लेकिन शेरोंको आज़ादी है ।*

'...माणसांत देखील काही निधड्या छातीचे सिंह (क्रांतिकारक) असतात. बाकी सगळ्या मेंढ्याच. मेंढ्यांना कोंडवाड्याचे सगळे नियम लागू असतात; परंतु सिंह मात्र स्वतंत्र असतात...'

*इन्सानोंमें साँप बहुत हैं*
*क़ातिल भी ज़हरीले भी*
*इनसे बचना मुश्क़िल है*
*आज़ाद भी हैं फुर्तिले भी ।*

'...अन् याच माणसांमध्ये किती तरी साप असतात. अगदी प्राणघातक अन् विषारी. त्यांच्यापासून जपणं किती अवघड असतं. त्यांना कुठलेच नीतिनियम नाहीत. कायदे नाहीत अन् सर्वत्र संचार करीत असतात चपळपणानं...'

*जब तक ऐसे जानवरोंका*
*डर दुनियापर ग़ालिब है*
*पहले मुझसे बात करे*
*जो आज़ादीके तालिब है ।*

'...अशा घातकी जनावरांचं भय जोपर्यंत या पृथ्वीला (म्हणजे माझ्या प्रियदेशाला) ग्रासून टाकतंय्, तोपर्यंत, 'स्वातंत्र्य-स्वातंत्र्य' म्हणून टाहो फोडणाऱ्यांनी प्रथम माझ्याशी बोलावं. (फार कठीण आहे या घरभेद्यांना बाजूला सारून स्वातंत्र्य मिळविणं.)...'

इतर शायरांच्या तुलनेत 'हफ़ीज़'ने ग़ज़ला फार मोठ्या संख्येने लिहिल्या नाहीत; परंतु त्याच्या ग़ज़ला अत्यंत हळुवार भावनांनी ओतप्रोत भरलेल्या अन् गायकीला अत्यंत योग्य अशाच आहेत. त्याच्या एका ग़ज़लेचे काही शेर :

*हम हीमें थी न कोई बात याद न तुमको आ सके*
*तुमने हमें भुला दिया हम न तुम्हें भुला सके ।*

'...माझ्यातच काही खास असं आकर्षण नव्हतं की, तुला माझी आठवण यावी. तू तर मला विसरून गेलीस; परंतु तुला विसरून जाणं मात्र मला कधीच शक्य झालं नाही...'

*तुम ही न सुन सके अगर किस्सा-ए-ग़म सुनेगा कौन*
*किसकी ज़बाँ खुलेगी फिर हम न अग़र सुना सके ।*

'...आता तूच ऐकणार नसलीस, तर मग (माझ्या) दुःखाची कहाणी सांगायची तरी कुणाला? अन् जर मी सांगितली नाही, तर सांगणार तरी कोण?'

*होशमें आ चुके थे हम जोशमें आ चुके थे हम*
*बज़्मका रंग देखकर सिर न मग़र उठा सके ।*

'...अगदी जोरात आलो होतो. पूर्ण आवेशात आलो होतो. परंतु मैफलीचा एकंदर रागरंग पाहिला अन् मग मान देखील वर करू शकलो नाही...'

*अहले-ज़बाँ तो हैं बहुत कोई नहीं है अहले-दिल*
*कौन तेरी तरह 'ह.फ़ीज़' दर्दके गीत गा सके ।*

'...(कोरड्या सहानुभूतीने) बोलणारे खूप आहेत. परंतु मनापासून प्रेम करणारे असे कुणीच नाहीयृत आणि म्हणूनच, 'हफ़ीज़', दुखावलेल्या भावना तुझ्याप्रमाणे गीतात गुंफू शकणारे असे कुणीच नाहीयृत...,

फाळणीनंतर हफ़ीज़ पाकिस्तानात गेले. परंतु १९४३ मध्ये इंग्रजांना बेगुमानपणे धुत्कारून लावणारे आणि 'खानबहादूर' हा किताब परत करणारे 'हफ़ीज़' जालंधरी आता संपले होते. पैशाच्या विवंचनेनें सतत गांजलेले आणि धर्मप्रणीत राजकारणाच्या दबावाखाली संकुचित आचार-विचारांच्या वर्तुळात गुरफटले अन् आक्रसून गेले होते. आपल्या काव्यरचनांना मर्यादा पडली, याची जाणीव त्यांना अतिशय क्लेशदायक झाली. त्याची व्यथा 'मेरा कलामे - बेहतरीन' (माझी सर्वोत्तम काव्यरचना) या रचनेत स्पष्टपणे डोकावताना दिसते —

*आजकल मेरे कलामे — बेहतरींकी है तलाश*
*आपबीती आपको अपनी सुना सकता मैं काश*
*इक तरफ फिक्रे- सुखन थी इक तरफ फिक्रे-मआश*
*इस तसादुममें हुआ था शीशा-ए-दिल पाश पाश*
*अर्शपर गूँज़ी थी उस दम एक आवाज़े-हज़ी*
*थी ये आवाज़े-हज़ीं*
*मेरा क़लामे-बेहतरीं ।*

'...आजकाल माझ्या सर्वोत्तम काव्यरचनांचा शोध घेणं चालू आहे. अन् त्या उद्योगात माझी किती दैना झाली, हे जर तुम्हांला (उघडपणे) सांगू शकलो असतो तर... एक तर काव्यरचना उत्तम दर्जाची होत नाही, म्हणून चिंता, अन् दुसरीकडं पैशाची फिकीर... या ओढाताणीत हृदयाचा नाजूक आरसा केव्हाच फुटून चक्काचूर होऊन गेलाय् अन् एक आर्त वाणी मात्र आकाशात निनादतेय्... माझी सर्वोत्तम काव्यरचना... माझी सर्वोत्तम काव्यरचना...'

*शेरका दामन गज़ोंसे नापते थे बेशऊर*
*फिर सियाही बनके ढलता था मेरी आँखोंका नूर*
*बादे-अज़ाँ होती थी मेरी हाजिरी उनके हुजूर*
*सर्द मेहरी देखती थी गर्मी-ए-चश्मे-गयूर ।*

'...ही आचरट माणसं फूटपट्ट्या लावून माझ्या शेरांची लांबीरुंदी मोजत होती अन् माझ्या डोळ्यांसमोर अंधारी येत होती. नंतर मी त्यांच्या सेवेत हजर व्हायचं अन् आपली स्वाभिमानी नजर खाली वळवून उदासपणे चाललेला प्रकार सहन करायचा...'

*अब चिराग़ अपना तहे-दामन जला लेता हूँ मैं*
*जब भी तनहाई मिले महफिल जमा लेता हूँ मैं*
*नग़मा-ए-दिल दिल ही दिलमें गुनगुना लेता हूँ मैं*
*दिल ही दिलमें रक़्स कर लेता हूँ गा लेता हूँ मैं*
*ये कलामे-बेहतरीं अब लबतक आता ही नहीं*

*मेरा क़लामे-बेहतरीं ।*

'...आता आपल्या विचारांचा दीप मी आपल्या वस्त्राआड प्रज्वलित करतो (माझे विचार कुठंही प्रकट करीत नाही) अन् एकांत मिळाला, की स्वतःच्या विचारांची—भावनांची मैफल जमवून एकटाच बसतो. हृदयाचं गीत मनातल्या मनात गुणगुणतो. काय नृत्यगान वगैरे करायचं, ते फक्त मनातल्या मनात... आता माझ्या ओठांजवळ देखील येत नाही माझी सर्वोत्तम काव्यरचना (ती उघडपणे गाऊन दाखविणं शक्य नाहीय्.)...'

हफ़ीज़ जालंधरींच्या सर्वोत्तम काव्याचा शोध पाकिस्तानातील शासकीय अधिकाऱ्यांना लागला, की नाही, याचा अधिकृत अहवाल उपलब्ध नाही परंतु १९९३ साली १४ ऑगस्ट या पाक स्वातंत्र्यदिनानिमित्त 'हफ़ीज़' जालंधरी यांना 'कौमी शायर' (राष्ट्रकवी) हा किताब आणि काही वर्षासन देण्याचा शासकीय ठराव झाला. उभे आयुष्य दारिद्र्यात पिचत काढलेल्या हफ़ीज़ साहेबांच्या जीवनातील ही शेवटची दोन वर्षं

कांहीशी सुखाची गेली असावीत.

वृद्धापकालामुळे १९९५ मध्ये इहलोकीची यात्रा संपली खरी, परंतु वैचारिक स्वातंत्र्य गमावल्याचे अतीव दुःख भोगीतच या प्रतिभावान शायराचा दुःखद अंत झाला. स्वतःच्या हाताने स्वतःच्या प्रतिभेचा गळा घोटल्याची जाणीव त्याला शेवटपर्यंत जाळीत राहिली.

स्वतःच्या घायाळ स्मितहास्याला हफ़ीज़ म्हणतात —

*हाँ मेरे मजरुह तबस्सुम*
*खुश्क लबोंतक आता जा*
*फूलकी हस्तो-बूद यही है*
*खिलता जा मुरझाता जा ।*

'...अरे माझ्या घायाळ स्मितहास्या, निदान माझ्या शुष्क ओठांपर्यंत तरी येऊन जा. अरे, फुलांचं जीवन-मरण देखील असंच असतं. उमलायचं (हसायचं) अन् मग कोमेजून जायचं...'

कदाचित स्वतःच्या आयुष्याबद्दल तर 'हफ़ीज़' हे बोलले नसतील?

# 'मजाज़' लखनवी

'...फेब्रुवारी १९४८ मधील एक काळोखी रात्र. अकरा- साडेअकराचा सुमार. दिल्लीतील बेसुमार थंडी अन् फाळणीनंतरचे तंग वातावरण. सगळंच कसं अतिशय अस्वस्थ करणारं... बंगश पुलाजवळच्या नवनिर्मित वसाहतीत निर्वासितांची तात्पुरती सोय करण्यात आली होती. शक्यतो कुणाला कळू न देता गुपचूप एका गाळ्याचा ताबा घ्यायचा होता. आम्ही अगदी आवाज न करता सामान भरलेली हातगाडी ढकलत चाललो होतो...' दिल्लीतून प्रसिद्ध होणाऱ्या 'शाहराह' या नियतकालिकातील 'मरहले' (प्रवासातील टप्पे) या सदरातील एक उतारा.

फाळणीनंतर प्रकाश पंडित आणि 'साहिर' लुधियानवी हे दोघे उर्दू साहित्यिक लाहोरहून दिल्लीला आले आणि त्यांनी 'शाहराह' (राजपथ) नावाचे नियतकालिक सुरू केले. त्यात प्रकाश पंडित यांनी नमूद केलेला स्वत:चा अनुभव —

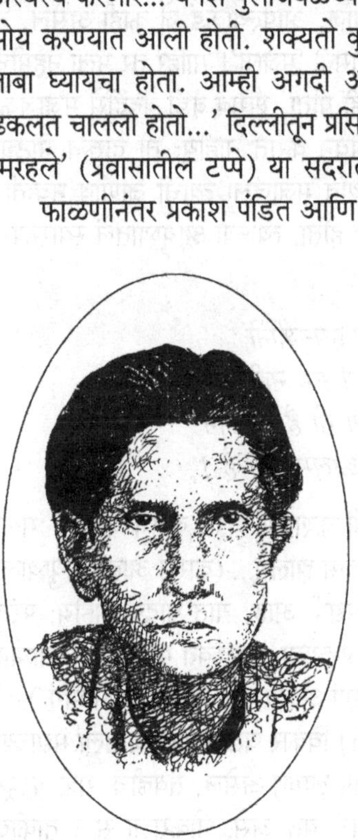

'मी सामानाच्या गाडीजवळ राखण करीत उभा होतो अन् 'साहिर' एक-एक डाग उचलून मकानात नेऊन ठेवीत होता. इतक्यात कोठून तरी मानवी हाडांचा एक संपूर्ण सापळा शेरवानी परिधान करून कसातरी झेलपटत माझ्यासमोर येऊन उभा राहिला. दोन पावलं पुढं, तर एक पाऊल मागे, अशी झोकांड्या देत चालणारी ही व्यक्ती पाहून मी काय समजायचं, ते समजलो. ही व्यक्ती झोकांड्या देत हातानं

हवेत वेगवेगळ्या रेषा चितारीत एक वाक्य फिरून फिरून उच्चारीत होती, 'अख्तर' शीरानी मर गया ! हाय 'अख्तर, तू उर्दूका बडा शायर था... बहुत बडा...' हे संकट कसं टाळावं, याचा विचार करीत असतानाच कुठून तरी बलदंड शरीराचे 'जोश' मलिहाबादी एखाद्या नाट्यपूर्ण प्रवेशाप्रमाणे प्रकट झाले अन् त्या व्यक्तीचे दंड पकडून त्याला जागच्या जागी खिळवून ठेवीत उद्‌गारले,

*'पण्डत, इसको संभालो ! ये 'मजाज़' है !'*

'खरं तर, त्या गावाबाहेरच्या मोहल्ल्यात अशा अवेळी आम्ही स्वत:लाच सांभाळायची निकड असताना आम्ही 'मजाज़'चं नाव ऐकताच सर्व काही विसरून गेलो अन् त्याची सरबराई करण्यात मग्न होऊन गेलो. त्यानंतर दोन-चार महिने 'मजाज़' आमच्याबरोबरच राहिला. त्याचे अनेक अवतार जवळून पाहिले. कधी मौनीबाबा, तर कधी अचावचा बोलणारा. कधी शुद्धीत, तर कधी बेशुद्धीत. स्वत:च्या वैफल्यग्रस्त जीवनाची मनसोक्त टवाळी करीत आजूबाजूच्यांना हसविणारा चुटकुलेबाज (विनोदी किस्से सांगणारा) मजाज़, आपल्याकडं जे काही असेल, ते सढळ हातानं देऊन टाकणारा 'मजाज़'अन् शराबी 'मजाज़'! साहिर तर मला नेहमीच म्हणते असे, 'पण्डत, 'मजाज़' शराबको नहीं पीता, शराब बडी बेदर्दीसे मजाज़को पीती जा रही है । (पंडितजी, मजाज़ मद्यसेवन करीत नाहीय्; ती दारूच मोठ्या निर्दयपणानं मजाज़चं शोषण करतेय्.)' अर्थात मजाज़ला त्याची जाणीव नव्हती, असं नाही. तो जाणूनबजून उताराला लागला होता. त्याच्या आयुष्यातलं स्वारस्यच नाहीसं झालं होतं.

*मेरी बरबादियोंका हमनशींनो*
*तुम्हें क्या खुद मुझे भी ग़म नहीं है !*
*'मजाज़' इक बादाकश तो है यकीनन*
*जो हम सुनते थे वो आलम नहीं है !*

'...माझ्या उद्‌ध्वस्त आयुष्याबद्दल तुम्ही कशाला वाईट वाटून घेताय्? मला स्वत:लादेखील त्याचं दु:ख आता जाणवत नाहीसं झालंय्... (कारण आता आयुष्याला काहीच अर्थ उरला नाहीय्.) 'मजाज़' एक मद्यपी आहे, यात वादच नाहीय्; परंतु आपण जे ऐकतो, त्याचं (की तो एक उथळ मनोवृत्तीचा, कमकुवत मनाचा, व्यसनाधीन दारुड्या आहे), तसं नाहीय्. (खूप गंभीर कारणं आहेत त्याच्या मद्यप्राशनामागं.)...'

'युवावस्थेतच निद्रानाशाचा (Insomnia) विकार जडलेल्या मजाज़ला मद्याच्या कैफात असताना जी काही तास-दोन तास झोप लागत असेल, तेवढीच. रात्री भरपूर मद्यसेवन करून स्वारी दीड-दोन वाजता घरी येत असे. नोकराला सक्त ताकीद

होती, की आल्याबरोबर त्याला दोन घास खाऊ घालून बिछान्यात झोपवणे; परंतु घरात शिरल्याक्षणी हा माझ्या खोलीचा दरवाजा ठोठावून आरडाओरडा करी, 'पंडत, हद हो गयी, यार, अभीसे सो गए हो?' (पंडित, अरे, हद्द झाली, मित्रा, इतक्या लवकर झोपलास?) बराच वेळ खटपट करून मी उठत नाही म्हटल्यावर हा तास-दोन तास झोपला, तर झोपला. पुन्हा पहाटे साडेचार-पाचला याचा दार ठोठावण्याचा कार्यक्रम सुरू होई. 'पंडत, अरे, हद हो गयी, यार, अभीतक सो रहे हो?' मद्यप्राशनाला  माझा विरोध टाळण्यासाठी तो मी उठण्यापूर्वीच बाहेर पडे आणि मी झोपल्यानंतर खूप उशिरा घरी येत असे. कधी आठ-पंधरा दिवस त्याचा पत्ताच नसे. काय करतो, कुठे जातो, कुठे जेवतो, कुणालाच ठाऊक नसे. शहरातील उच्चभ्रू प्रतिष्ठित मंडळी आपल्या मित्रमंडळींना शेरोशायरी ऐकवून मनोरंजन करण्यासाठी त्याला पकडून नेत. दोन प्याले पोटात रिचवले, की उत्तमोत्तम शेरोशायरी ऐकावयास मिळे; पण आणखी दोन–चार प्याले पोटात जाऊन मजाज़चा तोल जाऊ लागला, की हीच प्रतिष्ठित यजमान मंडळी त्याला ड्रायव्हरकरवी दूरच्या मोहल्ल्यात नेऊन सोडून देत. झिंगलेला बेहोश मजाज़ अनोळखी मोहल्ल्यात थंडी-वाऱ्यात कुठल्या तरी रस्त्याच्या कडेला पडलेला असे. यावर निर्वाणीचा उपाय म्हणून आम्ही त्याला दिल्लीतून उचलून त्याच्या घरी लखनौला नेऊन पोहोचवले; परंतु परिस्थिती दिवसेंदिवस बिघडतच गेली.'

असरार-उल-हक़ 'मजाज़' लखनवी याचा जन्म अयोध्येतील 'रदौली' या प्रसिद्ध वस्तीत झाला. २ फेब्रुवारी, १९११. त्याचे वडील सिराज - उल - हक़ एक सधन जमीनदार आणि सरकारी अंमलदार होते. मजाज़चे शिक्षण प्रथम लखनौला अमीनाबाद हायस्कूलमध्ये आणि नंतर आग्रा येथील सेन्ट जोन्स कॉलेजमध्ये झाले. आग्र्यात असताना जनाब शौकत अली 'फानी' बदायुनी, मुईन अहसन 'जज़्बी' वगैरे थोर शायरांचा परिचय होऊन मजाज़ शायरीकडे वळला. अर्थात या सुरुवातीच्या पाच-सहा वर्षांतील (१९३०-१९३६) रचना पारंपरिक थाटाच्या (रिवायती) आणि इश्क़िया रंगाच्या आहेत.

*हुस्न को बेहिज़ाब होना था*
*शौक़ को कामयाब होना था ।*

'...त्या लावण्यवतीला अगदी याच वेळी चेहऱ्यावरील बुरखा दूर करण्याची इच्छा व्हावी, याचाच अर्थ माझी उत्कट इच्छा पूर्ण व्हावी, असा होता. (कारण नेमक्या याच वेळी तिचा चेहरा दिसावा, अशी मला मनापासून इच्छा झाली होती.)...'

*कुछ तुम्हारी निगाह क़ाफ़िर थी*

*कुछ मुझे भी खराब होना था।*

'...अन् तुझी उन्मादक नजर अगदी परमेश्वराचं अस्तित्वदेखील विसरायला लावणारी होती... अन् तसं मलाही थोडं बिघडायचं होतं म्हणेनास. (परमेश्वराला विसरून तुझी प्रेमपूजा करू लागलो होतो)...'

*रात तारोंका टूटना भी 'मज़ाज'*
*बाइसे-इज्तराब होना था।*

'...अन् आता (प्रेमात पडल्यामुळं) मन इतकं हळवं बनलंय्, की रात्री तारे तुटताना दिसले, तरी मन केवढं तरी अस्वस्थ होऊन जातं...'

प्रणयाराधन करताना थोडे धारिष्ट करून दुपट्ट्याला स्पर्श केल्यामुळे रागावलेल्या प्रेयसीला 'मजाज़' म्हणतो —

*क्या हुवा मैने अग़र हाथ बढाना चाहा*
*आपने खुद भी तो दामन न बचाना चाहा।*

'...अग, मी थोड्या धारिष्ट्यानं हात पुढं केला, तर काय मोठंसं बिघडलं? तू तरी कुठं स्वत:ची वस्त्रे सावरायचा प्रयत्न केला होतास? (खरं म्हणजे, मी थोडा स्वैरपणा करावा, अशीच तुझी आंतरिक इच्छा असणार.)...'

*यूँ तो अफसाना- ए- उल्फत था अजलसे रंगी*
*हमने कुछ और भी रंगीन बनाना चाहा।*

'...अनादी कालापासून हा प्रणयाचा किस्सा असाच रंगतदार होत आलाय्. मी त्यात आपल्या परीनं आणखी रंग भरायचा प्रयत्न केला, इतकंच काय ते. (रागावतेस काय अशी? जरा मला समजून घे ना)...'

बी.ए. करण्यासाठी मजाज़ अलिगढ विश्वविद्यालयात येऊन दाखल झाला; परंतु त्यापूर्वीच आग्रा-दिल्ली-अलिगढ येथील मुशायऱ्यांद्वारा त्याची ख्याती देशभर पसरली होती. कशाचीच ददात नसलेला, सौष्ठवयुक्त बांध्याचा, गौरवर्णी, नाकीडोळी नीटस असलेला मजाज़ विद्यापीठीय युवतींचा हीरो बनला होता; परंतु अत्यंत मर्यादशील अन् शालीन वृत्तीचा सुस्वभावी मजाज़ काहीसा लाजाळू होता. कुणाही युवतीकडं तो कधी मान वर करून पाहीना. त्यामुळं शायरीतील त्याची मेहबूबा कोण असावी, हा फार मोठा कुतूहलाचा विषय होता.

याच काळातील 'नन्ही पुजारन' (चिमुकली पुजारीण) या नावाची त्याची एक काहीशी आगळी अन् सुरेख रचना आहे.

*इक नन्ही मुन्नीसी पुजारन*
*पतली बाहें, पतली गर्दन ।*
*भोर भए मन्दिर आयी है*
*आयी नहीं, माँ लायी है ।*

'...एक चिमुरडी पुजारीण, इवले इवलेसे हात अन् नाजूक वेळावणारी मान, आज पहाटेसच मंदिरात आलीय् ! आलीय् कसली म्हणा, आई घेऊन आलीय् तिला...'

*वक़्तके पहले जाग उठी है*
*नींद अभी आँखोंमें भरी है ।*
*कैसी सुंदर है क्या कहिए*
*नन्हीसी इक सीता कहिए ।*

'...नेहमीपेक्षा लवकर उठल्यामुळं डोळ्यातली झोप अजून पुरती उडली नाहीय्... किती लोभसवाणी दिसतेय् ती, म्हणून सांगू? एक चिमुकली सीताच आहे म्हणा ना!...'

*दिल में लेकिन ध्यान नहीं है*
*पूजा का कुछ ग्यान नहीं है ।*
*कैसी भोली और सीधी है*
*मन्दिर का छत देख रही है ।*

'...या भाबड्या पोरीच्या मनात तर ईश्वराकडे काहीच मागायचं नाहीय्. पूजा कशी करायची अन् कशाला करायची, याचं देखील तिला ज्ञान नाहीय्. किती भोळी अन् निरागस... मंदिराचं छत आणि त्यावरचं नक्षीकाम (हत्ती-घोडे, यक्ष-किन्नर, देव-देवता, अप्सरा, वेलबुट्टी वगैरे) न्याहाळण्यात रमून गेलीय्...'

*हँसना रोना उसका मज़हब*
*उसको पूजा से क्या मतलब*
*खुद तो आयी है मंदिर में*
*मन उसका है गुडियाघरमें ।*

'...खरं म्हटलं, तर हसणं (खेळणं) रडणं हाच तिचा धर्म आहे. तिला कशाला हवंय् ते पूजेचं अवडंबर? बिचारी आलीय् खरी मंदिरात; पण तिचं मन मात्र गुंतलेलं असणार त्या बाहुला-बाहुलीच्या घरकुलात...'

इंग्रजी अमदानीत जमीनदाराच्या कुटुंबात जन्म होऊनदेखील मजाज़ने सामान्य जीवन जगण्याचा प्रयत्न केला. तरक्कीपसंद साहित्यिकांची संघटना अद्याप अस्तित्वात आली नव्हती, तरी मजाज़च्या रचनांमधून तरक्कीपसंद शायरी स्वाभाविकत: डोकावू लागली होती, याचं आश्चर्य वाटल्यावाचून राहत नाही. रिवायती (पारंपरिक-शृंगारिक) आणि तरक्कीपसंद (सुधारणावादी) असे दोन्ही प्रवाह त्याच्या शायरीत अतिमोहकपणे एकमेकांत मिसळून गेलेले आढळतात.

*ये मजबूरीसी मजबूरी,*
*ये लाचारीसी लाचारी*
*के उसके गीत भी,*
*जी खोलकर मैं गा नहीं सकता ।*

'...किती अगतिकता, किती असहायता असावी, की तिची प्रेमगीतं मी मोकळ्या मनानं गाऊदेखील शकत नाही...'

*हविसकारी है,*
*जुर्मे-खुदकशी मेरी शरिअतमें*
*ये हद्दे आखरी है,*
*मैं यहाँतक जा नहीं सकता ।*

'...वैषयिकता तर माझ्या वैयक्तिक धर्मशास्त्रानुसार आत्महत्या करण्याइतकाच गंभीर गुन्हा आहे; पण ती अगदी अखेरची मर्यादा. तेथपर्यंत जाऊ शकत नाही मी...'

*हदें वो खैंच रक्खी हैं,*
*हरम के पासबानोंने*
*के बिन मुजरिम बने,*
*पैग़ामभी पहुँचा नहीं सकता ।*

'...अन् या मशिदीच्या रखवालदारांनी (मुल्ला-मौलवींनी) अशा काही मर्यादा घालून ठेवल्या आहेत, की पापाचरण केल्याखेरीज (गुपचूप लबाडीनं माझ्या प्रेमाचा) संदेश मी तिच्यापर्यंत पोहोचवूच शकत नाहीय्. (स्त्री-पुरुषांतील स्नेहसंबंधांना या कर्मठ मंडळींनी केवढी कडक आचारबंधनं घालून ठेवलीय्त)...'

भारतीय समाजाच्या मागासलेपणाबद्दल मजाज़ला अतीव दु:ख होते. बुरसटलेल्या संकुचित धर्मकल्पना कालबाह्य झाल्या आहेत, याची त्याला जाणीव झाली होती,

१९३९ च्या जमान्यातील 'ख्वाबे-सहर' (सुप्रभातीचं स्वप्न) या रचनेत धर्मनिरपेक्ष मानवतावाद आणि दलितांबद्दल कणव स्पष्ट दिसते. त्या कर्मठ जमान्यात इतका पुरोगामी विचार करणारा मजाज़ एक असामान्य विचारवंत होता, यात शंका नाही.

*मेहर सदियोंसे,*
*चमकता ही रहा अफलाक़पर*
*रात ही तारी रही,*
*इन्सानके इदराक पर*
*अक़्लके मैदानमें,*
*ज़ुल्मतका डेरा ही रहा*
*दिलमें तारीकी,*
*दिमाग़ोंमें अंधेरा ही रहा ।*

'...हजारो वर्षे सूर्य आकाशात तळपत राहिला; परंतु मानवाच्या बुद्धीवर मात्र रात्रीच्या घनदाट काळोखाचंच साम्राज्य होतं. बुद्धीच्या क्षेत्रात तर काळोख डेरा टाकून ठिय्या मारून बसला होता अन् हृदयातील भावनांमध्ये सर्वत्र अंधार... विचारांमध्येदेखील अंधार...'

*आसमानों से फरिश्ते भी,*
*उतरते ही रहे*
*नेक बंदे भी खुदा का*
*काम करते ही रहे ।*
*मस्जिदों में मौलवी,*
*खुत्बे सुनाते ही रहे ।*
*मन्दिरों में बिरहमन,*
*अश्लोक गाते ही रहे ।*

'...वेगवेगळ्या शतकांत देवदूत (परमेश्वराचा संदेश घेऊन) आकाशातून धरतीवर उतरतच राहिले. अन् श्रद्धाळू भक्तगण ईश्वरानं नेमून दिलेलं कार्य करीतच राहिले. मशिदीत मौलवी प्रवचनं देतच राहिले अन् तिकडं ब्राह्मण मंदिरांतून मंत्रपठन करीतच राहिले. या सगळ्या खटाटोपाचा सामान्य माणसाला काय उपयोग होता?...'

*अहले-बातिन इल्म से,*
*सीनों को गर्माते रहे*
*जिहल के तारीक साये,*
*हाथ फैलाते रहे ।*

'...(तथाकथित) ब्रह्मज्ञानी आपल्या विद्वत्तेने जनतेवर पगडा बसवीतच राहिले अन् अज्ञानाच्या-अंधश्रद्धेच्या सावल्या फैलावतच गेल्या...'

*ये मुसलसल आफतें,*
*ये यूरिशें, ये क़त्ले-आम*
*आदमी कबतक सहें?*
*औहामे-बातिल का गुलाम*
*कुछ नहीं तो कमसे कम,*
*ख्वाबे-सहर देखा तो है*
*जिस तरफ देखा न था,*
*अबतक उधर देखा तो है ।*

'...परंतु ही सतत कोसळणारी संकटं, विनाकारण एकमेकांवर केलेली आक्रमणं अन् सर्रास केलेल्या निष्पाप लोकांच्या कत्तली... मानव किती काळ या भ्रामक समजुतींना कवटाळून बसणार आहे? असो; काहीच नाही, तरी निदान सुप्रभात येण्याचं स्वप्न तरी पाहिलंय् आम्ही... ज्या दिशेला वळून कधी पाहिलंच नव्हतं तिकडे आज दृष्टिक्षेप तरी केला आहे. (नवविचार आता आमच्या मनात डोकावू लागले आहेत...)...'

याच कालखंडातील (१९३७) 'आवारा' ही मजाज़ची रचना अत्यंत गाजली. देश लुटणारे भांडवलशहा आणि अत्याचारी इंग्रज राज्यकर्ते यांच्या जुलुमाने व्यथित झालेल्या देशभक्त मजाज़चे मनोगत या गीतात आढळते.

*शहर की रात,*
*और मैं नाशादो-नाकारा फिरूँ*
*जगमगाती जागती सडकों पे,*
*आवारा फिरूँ?*
*ग़ैर की बस्ती है,*
*कबतक दर-ब-दर मारा फिरूँ?*
*ऐ ग़मे-दिल क्या करूँ,*
*ऐ वहशते-दिल क्या करूँ?*

'...शहरात रात्र पडत चाललीय् अन् मी असा उदासवाणा बेकार हिंडतोय्... सर्वत्र सजवलेले रोशनाई केलेले सुंदर गजबजलेले रस्ते अन् मी मात्र त्यातून भणंगपणे भटकतोय्... परक्या, अनोळखी वस्तीत असं दारोदार दीनवाणेपणानं कुठवर भटकत राहू मी? हे मनातलं दुःख अन् हा भावनांचा उन्माद... काय करावं आता?...'

*जी में आता है, के*
*अब ये अहदे-वफा भी तोड दूँ*
*उनको पा सकता हूँ मैं,*
*ये आसरा भी तोड दूँ*
*हाँ, मुनासिब है,*
*ये ज़ंजीरे-हवा भी तोड दूँ*
*ऐ-ग़मे-दिल क्या करूँ?*

'...आता राहून राहून मनात येतंय् की ही परस्परांच्या प्रेमाच्या निष्ठेला जागण्याची आणभाक आता तोडून टाकावी... (काहीच अर्थ उरला नाहीय् त्याला !) प्रेम सफल होऊन ती आपली होईल, ही कल्पनादेखील सोडून द्यावी... अन् हेच योग्य आहे, की या हवेतल्या कल्पना हवेतच सोडून द्याव्यात. (व्यर्थ आशेला लागण्यात काही शहाणपण नाही...) हे मनातलं दारुण दुःख अन् हा भावनांचा उसळणारा कल्लोळ... काय करायचं आता?...'

*मुफलिसी और ये मज़ाहिर,*
*हैं नज़र के सामने*
*सैंकडों सुल्ताने-जाबिर,*
*हैं नज़र के सामने*
*सैंकडों चंगेज़ो-नादिर,*
*हैं नज़र के सामने*
*ऐ ग़मे-दिल क्या करूँ?*

'...हे सभोवतालचं दारिद्र्य, कंगालपणाचं दृश्य अन् हे नजरेसमोर वावरणारे शेकडो जुलमी सुलतान (भांडवलशहा) विनाकारण निरपराध लोकांच्या कत्तली करणारे शेकडो चंगीजखान अन् नादिरशहा (पाहवत नाहीय् हे सगळं) हे मनातलं दुःख अन् हा भावनांचा उसळणारा डोंब... काय करायचं आता?...'

त्या काळात आकाशवाणीतर्फे कार्यक्रमपत्रिका म्हणून 'आवाज़' नावाचे (Listener) पाक्षिक दिल्ली येथून प्रसिद्ध करण्यात येत असे. बी.ए. झाल्यानंतर मजाज़ या पाक्षिकाचा संपादक म्हणून दिल्लीत आला आणि हेच त्याचे दुर्दैवी पाऊल ठरले. शालीन, मर्यादशील अन् कुणाही परस्त्रीकडं मान वर करून न पाहणारा मजाज़ एका अत्यंत धनाढ्य व उच्च कुलातील एकुलत्या एका मुलीच्या प्रेमात पडला. मजाज़च्या दुर्दैवानं ही युवती विवाहित होती. याचा परिणाम काय होणार, हे सांगण्यास कुणा पंडिताची आवश्यकता नव्हती. नोकरीचा राजीनामा देऊन मजाज़नं दिल्ली सोडली

आणि लखनौच्या लॉ कॉलेजमध्ये एलुएलू. बी. च्या वर्गात प्रवेश केला आणि सरदार जाफरींच्याबरोबर 'सिब्ते-सहन' नावाची पत्रिका त्यानं काढली. स्वतःचे दुःख विसरण्यासाठी त्याने मद्यसेवन सुरू केले. हेच त्याचे दुसरे आणि अत्यंत दुर्दैवी पाऊल ठरलं.

धाकटी बहीण 'हमीदा सालिम' हिच्या सांगण्यानुसार घरच्यांनी मजाज़च्या दुःखावर उपाय म्हणून त्याचे लग्न जमवण्याचा घाट घातला. मजाज़देखील सारासार विचार करून स्वतःला सावरीत तयार झाला; परंतु मुलीच्या उच्चपदस्थ बापाने उपग्रंथपाल अशी सामान्य नोकरी करणाऱ्या मजाज़ला मुलगी देण्याचं साफ नाकारले. भावनांच्या आहारी जाऊन अनेकवार ठेचा लागल्या त्यातून सावरून पूर्ण विचाराअंती टाकलेल्या पावली परत ठेच लागली अन् मजाज़ पुन्हा सावरू शकला नाही. त्याचे मद्यसेवन बेसुमार वाढले.

मजाज़ आपलं वैयक्तिक दुःख कधीच बोलून दाखवीत नसे. मौन स्वीकारून स्मितहास्य करीत असे. कधी-कधी त्यात किंचित कटुता असल्यास भास होई, इतकेच; परंतु आजू-बाजूच्यांना हसवून तो त्यावर पडदा टाकीत असे.

या वरवरच्या थट्टेखोर बुरख्याआड मजाज़च्या हृद्यात मात्र अतीव दुःख दडलेले होते. त्यातच निद्रानाश आणि त्याचे मद्यसेवनही बेसुमार वाढत गेले. विलक्षण चटका लावून जाणाऱ्या शायरीमुळे मजाज़ला कुठेही पकडून, चार-दोन प्याले पाजून आपल्या मित्रमंडळींच्या मैफलीची रंगत वाढविणारे महाभागदेखील जागोजागी होतेच. एक दिवस असाच मजाज़ला पकडून लखनौच्या मद्यालयाच्या गच्चीवर मैफल रंगविण्यात आली. रात्र वाढत गेली, तसतसे एक-एक जण काढता पाय घेऊ लागले. शेवटी मजाज़ एकटाच बेहोश अवस्थेत रात्रभर त्या गच्चीत थंडीवाऱ्यात पडून होता. सकाळी बेशुद्ध मजाज़ला बलराम हॉस्पिटलमध्ये पोहोचविण्यात आले; परंतु फार उशीर झाला होता. अति तीव्र थंडीने मस्तकातील रक्तवाहिन्या फुटल्या अन् हा उमदा शायर वयाच्या केवळ चव्वेचाळिसाव्या वर्षी इहलोक सोडून गेला. तो दिवस होता ६ डिसेंबर, १९५५.

# फ़ैज़ अहमद 'फ़ैज़'

*रात यूँ दिलमें तेरी खोयी हुवी याद आयी*
*जैसे वीरानेमें चुपकेसे बहार आ जाए ।*
*जैसे सहराओंमें हौलेसे चले बादे-नसीम*
*जैसे बीमारको बेवजह क़रार आ जाए ।*

'...विसरून गेलेल्या तुझ्या आठवणीने रात्रीच्या वेळी मनात इतका नकळत प्रवेश केला, की एखाद्या उजाड माळरानावर जणू हलकेच वसंत–बहार फुलून यावी...'

'...एखाद्या रखरखीत वाळवंटात वाऱ्याची शीतल (सुखद) झुळूक यावी... एखाद्या रुग्णाला विनाकारण अचानक आराम पडून बरं वाटू लागावं...'

फ़ैज़साहेबांच्या शायरीने प्रभावित न झालेला उर्दू शायरीचा एक देखील रसिक आढळणार नाही. मध्यम बांधा, गौर वर्ण, नाकेला चेहरा, विशाल भावदर्शी डोळे, आणि नेहमीच अतिशय नीटनेटका पोशाख करणारे फ़ैज़ अहमद फ़ैज़ हे अतिलोभसवाणे व्यक्तिमत्त्व होते. अतिमृदुल भाषा, कोमल आणि तरल प्रवाही शब्दरचना हा त्यांचा अतिमोहक पैलू. 'तरसी हुई नाकाम निगाहें' -आसावलेले (पण) उदास, निष्फळ नेत्रकटाक्ष- 'आवाज़मे सोयी हुवी शीरीनियाँ -आवाजातील सुप्त गोडवा, असले अनेक शब्दप्रयोग याची साक्ष देतात. मुशायऱ्यात आवाज चढवून शेर म्हणताना फ़ैज़साहेबांना

कुणी कधीही ऐकले नाही. व्यक्तिगत खाजगी आयुष्यात देखील अत्यंत नर्म-मुलायम आवाजात भाषेची मिठास वाढविणाऱ्या सुरेख शब्दांची पखरण करणारे फ़ैज़ उर्दू भाषेतील अत्यंत उच्च दर्जाचे शायर होते.

मानवी समस्यांबाबत विलक्षण कळवळा असणारा हा विचारवंत शायर धर्मातीत मानवतावादाचा पुरस्कर्ता होता. धार्मिक अधिष्ठान असलेले राजकारण त्यांना मान्य नव्हते आणि म्हणूनच कदाचित स्वातंत्र्योत्तर काळातील अडतीस वर्षांपैकी सुमारे बावीस- पंचवीस वर्षे त्यांनी पाकिस्तानच्या शासनाविरुद्ध झगडत वेगवेगळ्या तुरुंगांत व्यतीत केली; परंतु आपल्या आदर्शांबाबत तडजोड केली नाही. अतिमधुर काव्यरचनांमधूनदेखील त्यांची खंत अन् राज्यकर्त्यांच्या जुलमी सत्तेपुढं मान न तुकविण्याचा त्यांचा मनोनिग्रह जागोजागी डोकावतो.

*दिलमें अब यूँ तेरे भूले हुए ग़म आते हैं*
*जैसे बिछडे हुए क़ाबेमें सनम आते हैं ।*

'...का, कुणास ठाऊक; परंतु आज तुझ्या विरहाचं दुःख पुन्हा पुन्हा उफाळून येतंय्... जणू मला सोडून गेलेली प्रेयसी (माझ्या निरंतर प्रार्थनेमुळेच) अचानक मशिदीत येऊन भेटावी (अन् ती तर परमेश्वराला मुळीच मानीत नाही.)...'

*कुछ हम ही को नहीं*
*एहसान उठानेका दिमाग़*
*वो तो जब आते हैं*
*माइल - ब - करम आते हैं ।*

'...खरं म्हणजे, मलाच अक्कल नाहीय् तिचे उपकार– तिचा कृपाप्रसाद – स्वीकारण्याची... ती जेव्हा येते तेव्हा केवळ कृपा करण्याच्या उद्देशानंच येते. (तरक्कीपसंद पद्धतीनं या शेराचा दुसरा अर्थ असा होईल : हे शासनाचे हस्तक इथं तुरुंगात येऊन मला नाना प्रलोभने दाखवितात; परंतु त्यांच्या कुठल्याही लोभ-प्रलोभनाला बळी पडायचं नाही, असा माझा निश्चय आहे... ते केवळ लाच देण्यासाठीच येतात, परंतु असली तडजोड मला मान्य नाहीय्)...'

*और कुछ देर न गुज़रे*
*शबे-फ़ुर्क़तसे कहो*
*दिल भी कम दुखता है*
*वो याद भी कम आते हैं*

'...अन् त्या विरहाच्या (दुःखद) रात्रीला कळवा की, लवकर ये, उशीर करू

नकोस, कारण आठवणीची तीव्रतादेखील आता कमी होत चाललीय् अन् मनातलं दुःखदेखील तितकंसं जाणवत नाहीय् आताशा. (दुसरा अर्थ असा : त्या जुलमी राज्यकर्त्यांना सांगा, म्हणावं, कशाला आता उशीर करताय्? लवकर बेड्या घाला अन् तुरुंगात पाठवा मला, म्हणजे देशाचा विरह घडेलच. आता सरावानं तुरुंगवासाचं दुःख तितकं जाणवत नाहीय् अन् शिक्षा भोगीत असलो, म्हणजे सतत तुमची आठवण राहीलच.)...'

फ़ैज़ अहमद 'फ़ैज़' यांच्या रचना म्हणजे 'तरक्कीपसंद' (सुधारणावादी) शायरीचा उत्कृष्ट नमुना आहे. पारंपरिक (रिवायती) ग़ज़लेचे सुकुमार सौंदर्य, भावनिक तरलता आणि हळवेपणा ही मूल्ये न बदलता संकेतांची अर्थवाही बदलून नवनवीन कल्पनांचा आविष्कार घडविण्याची 'फ़ैज़' यांची हातोटी विलक्षण मोहक आहे. त्यात रूढ पारंपरिकतेचा (रिवायती) दुराग्रह नाही किंवा जुने ते सर्व ठोकरून लावणारा 'नव्या'चा उद्धट हट्टाग्रह नाही. दोहोंतील सौंदर्याचा सुरेख समन्वय साधून या दोन्ही जुन्या-नव्यांचा मैफलीत 'फ़ैज़' आपले आगळे मोहकपण टिकवून धरीत. या असामान्य कौशल्यामुळे त्यांची शायरी इतक्या उच्च स्तरावर जाऊन पोहोचली, की त्यास्तराच्या जवळपास जाण्याचे भाग्यदेखील क्वचितच कुणाला लाभलं असेल.

स्वतःच्या व्यक्तिगत आयुष्यातील घटनांबाबत मात्र फ़ैज़ विलक्षण उदासीनता बाळगीत. स्वर्गवासी प्रकाश पंडित यांना लिहिलेल्या पत्रात ते म्हणतात-

'भाई, मुझे अपने हालाते - ज़िन्दगीमें कतई दिलचस्पी नहीं है, न मैं चाहता हूँ के आप उनपर अपने पढनेवालोंका वक्त जाया करें...'

'...बंधू, माझ्या आयुष्यातील घटनांबद्दल मला स्वतःलाच काडीइतका रस वाटत नाही, आणि अशी देखील इच्छा नाही ना की त्यापायी तुम्ही आपल्या वाचकांना अमूल्य वेळ दवडायला लावावं...'

'आता पाकिस्तानात असलेल्या सियालकोट इथं १९११ साली जन्म, तेथील मिशन स्कूल, नंतर लाहोरच्या शासकीय महाविद्यालयातून १९३३ आणि १९३४ साली अनुक्रमे इंग्रजी आणि अरबी भाषा घेऊन दोन वेळा एम्.ए.ची पदवी प्राप्त, १९३४ ते १९४० पर्यंत अमृतसर येथील महाविद्यालयात, त्यानंतरची दोन वर्षं लाहोरच्या हेली महाविद्यालयात प्राध्यापक, नंतर १९४७ पर्यंत ब्रिटिश सैन्यात कर्नलच्या हुद्द्यापर्यंत काम. काही काळ रेडिओ, त्यानंतर 'इमरोज़' आणि 'पाकिस्तान टाइम्स' या वृत्तपत्रांचे संपादक आणि १९५१ ते १९५५ या दरम्यान कुप्रसिद्ध 'रावळपिंडी कट' या खटल्यामुळे कारावास...

'नक़्शे-फरियादी, दस्ते-सबा, ज़िन्दा-नामा, दस्ते-तहे-संग, शीशोंका मसीहा आणि सरे-वादी-ए-सैना हे काव्यसंग्रह प्रकाशित. इतकी माहिती तुमच्या वाचकांना

पुरेशी आहे...'

'पाकिस्तानात 'टाइम्स' आणि 'इमरोज़' या व्यतिरिक्त आफ्रो-आशियाई लेखक संघाचं बैरूत इथून निघणारे नियतकालिक 'लोटस' याचेही फ़ैज़ साहेबांनी बैरूत येथें राहून संपादन केले. याच काळात कुमारी एलिस जॉर्ज या इंग्रज युवतीसमवेत फ़ैज़ साहेब विवाहबद्ध झाले (१९४१) आणि तिचे कुलसुम असे नामकरण केले. कुलसुमपासून फ़ैज़ साहेबांना सलीमा आणि मुनिहजा ही दोन कन्यारत्ने झाली.

१९६२ साली सोव्हिएत संघराज्याने फ़ैज साहेबांना 'लेनिन शांतता पुरस्काराने' गौरविले. आफ्रो-आशियाई लेखक संघाने देखील 'लोटस' हा बहुमानाचा पुरस्कार फ़ैज साहेबांना प्रदान करून त्यांच्या साहित्याचा गौरव केला.

कल्पनाविलास आणि काव्यात्मता (तग़ज़्ज़ुल) या दृष्टीने फ़ैज़ यांच्या रचना अतिमोहक आणि लोभसवाण्या आहेत. त्यांची शब्दरचना मृदु आणि अत्यंत समर्पक असते. त्या दृष्टीने त्यांच्या सर्व रचना अत्यंत अभ्यसनीय आहेत.

भगवान येशू ख्रिस्ताला मेलेल्याला जिवंत करण्याची अथवा केवळ हस्तस्पर्शाने दुःख बरं करण्याची अलौकिक शक्ती होती, असं मानले जाते. उर्दू भाषेत येशूला 'मसीहा' म्हणतात. फ़ैज़ अहमद फ़ैज यांनी 'शीशोंका मसीहा कोई नहीं' (फुटलेला आरसा कुणी दुरुस्ती करू शकत नाही) या शीर्षकाची अतिसुंदर नज़्म रचली. प्रेमात पडून भंगलेल्या हृदयाला तडकलेल्या—फुटलेल्या आरशाची उपमा देतात.

*तुम नाहक टुकडे चुन चुनकर*
*दामनमें छुपाए बैठे हो*
*शीशोंका मसीहा कोई नहीं*
*क्या आस लगाए बैठे हो?*

'...तू उगाचच ते (फुटलेल्या आरशाचे) तुकडे पदरात गोळा करून ठेवलेतया जगात दुभंगलेला आरसा (प्रेमात फुटलेलं हृदय) जोडणारा कुणी मसीहा अस्तित्वातच नाहीयू. उगाच आशा बाळगण्यात काय अर्थ आहे? (आणखी अपेक्षाभंगाचं दुःखच वाट्याला येणार)...'

*शायद के इन्हीं टुकडोमें कहीं*
*वो साग़रे - दिल है जिसमें कभी*
*सद नाज़से उतरा करती थी*
*सहबा-ए-ग़मे-जानाँकी परी।*

'...अन् कदाचित याच फुटक्या तुकड्यांमध्ये त्या हृदयाच्या सुंदर प्याल्याचे

फुटलेले तुकडे असतील... प्रेयसीच्या विरह-दुःखरूपी मदिरेची सौंदर्यदेवता शेकडो विभ्रम करीत याच हृदयाच्या प्याल्यात नर्तन करीत अवतरत होती...'

*फिर दुनियावालोंने तुमसे*
*वो साग़र लेकर फोड दिया*
*जो मय थी बहा दी मिट्टीमें*
*मेहमानका शहपर तोड दिया ।*

'...अन् मग या दुनियेतल्या निष्ठुर लोकांनी तुझा तो प्याला हिसकावून घेतला अन् फोडून टाकला. त्यातील (विरह–दुःखाची) मदिरा इतस्ततः भिरकावून दिली. तुझ्या आकांक्षांचे पंखच कापून टाकले...'

*यादोंके गरेबानोंके रफूपर*
*दिलकी बसर कब होती है*
*इक़ बखिया उधेडा एक सिया*
*यूँ उम्र बसर कब होती है ।*

'...आठवणींची ठिगळं रफू करून कुठं मनःशांती मिळते काय?... एक फाटकं वस्त्र झिडकारून दुसरं शिवलं, अशा रीतीनं कुठं आयुष्य सावरता येतं काय?'

*कब लूट-झपटसे हस्तीकी*
*दूकानें खाली होती हैं*
*याँ पर्बत पर्बत हीरे हैं*
*याँ सागर सागर मोती हैं ।*

'...परंतु या लोकांच्या लूटमारीनं आयुष्याचं भांडार रितं थोडंच होणार आहे? इथं हिरे-माणकांच्या पर्वतप्राय राशी लागल्या आहेत. अन् मोत्यांचे अथांग सागर भरभरून राहिलेयत्. (आयुष्यात अमर्याद सौंदर्य आहे. कुणी त्यात काही बिघाड करू शकत नाही.)...'

*कुछ लोग हैं जो इस दौलतपर*
*पर्दे लटकाते फिरते हैं*
*हर पर्बतको हर सागरको*
*नीलाम चढाते फिरते हैं ।*

'...परंतु अशीही भिकार माणसं याच जगात आहेत, की या अपरंपार संपत्तीवर पडदा टाकून लपवून ठेवण्याचा यत्न करतात. अन् मग त्या रत्नराशींचा लिलाव मांडतात...'

'नक़्शे-फरियादी' या आपल्या काव्यसंग्रहाची भूमिका विशद करताना 'फ़ैज़' म्हणतात -

'...भावनांची तीव्रता नसेल, तर शेर लिहूच नयेत. शेर रचणं एरव्ही चूक नसेल कदाचित, पण काही तीव्र अनुभूती नसताना उगाचच यंत्रवत शेर रचणं काही फार मोठी अकलेची किंवा पांडित्याची गोष्ट नव्हे...'

महाकवी 'ग़ालिब' याने देखील आपला शिष्य 'शेफ्ता' याला लिहिलेल्या एका पत्रात म्हटलंय्,

'जबसे मेरे सीनेका नासूर बन्द हो गया है, मैनें शेर कहना छोड दिया है...'

'भळभळ वाहणारी हृदयाची जखम (बरी होऊन) बंद झाल्यापासून (भावनांची तीव्रता कमी झाल्यापासून) शेर रचणं सोडून दिलं आहे...'

स्वतःच्या रचनांबाबत 'फ़ैज़' म्हणतात—

'१९२८-२९ पासून १९३४-३५ पर्यंतच्या विद्यार्थिदशेतील रचनांबद्दल एकच एक असं कारण सांगता येणार नाही. मित्रपरिवारातील शेरोशायरीची चर्चा, आजूबाजूचे वातावरण, तारुण्यसुलभ भावना अन् बरंचसं असंच काहीतरी. या पुष्कळशा रचना 'नक़्शे-फरियादी' या संग्रहात जमा आहेत. मागे वळून पाहताना त्यात काही आत्मानुभूती, तर काही वस्तुनिष्ठता असे दोन प्रवाह मला स्वतःलाच जाणवतात. त्यानंतर विलक्षण विश्वव्यापी मंदीमुळे आर्थिक विवंचना सुरू झाली,. कुलीन घरातल्या लेकी-सुना उपासमारीमुळे बाजारात येऊन बसलेल्या पाहिल्या. प्रेमाच्या सर्व कोमल कल्पना जळून खाक झाल्या. येथपर्यंतच्या शायरीवर 'अख्तर' शीरानी, 'हसरत' मोहानी, 'जोश', 'हफ़ीज़' जालंधरी यांचा प्रभाव होता. त्यानंतर अमृतसर कॉलेजात असताना महमदुज़्ज़फ़र आणि त्यांची पत्नी रशीदजहाँ यांचा सहवास लाभला आणि माझी शायरी पुन्हा सुरू झाली; पण एका नव्या उन्मेषातच- 'तरक्कीपसंद शायरी.' जात, पात, धर्म वगैरे गोष्टींच्या पलीकडे जाऊन मानवता अन् सहिष्णुतेचा साक्षात्कार झाला. अनेक नवीन दालने उघडली गेलीयत्, असे वाटू लागले. नंतरची तेरा-चौदा वर्षे पत्रकारिता, ट्रेड युनियन वगैरे उचापती, कारावास, अशा घटनांत गेली. याच कालखंडात 'दस्ते-सबा', 'ज़िन्दानामा' हे काव्यसंग्रह प्रकाशित झाले. प्रेमात पडण्यासारखीच तुरुंगवास ही अनुभव घेण्याची गोष्ट आहे. त्या एकांतवासात भावना अतिशय तीव्र होत जातात अन् पुन्हा एकदा तारुण्यसुलभ मनस्वी वृत्ती सळसळू लागते. जवळच्या सर्व गोष्टी अंतरतात, पण अनादि-अनंत मात्र जवळ आल्यासारखे वाटू लागतात. या बंदिस्त जीवनात देखील कधी आत्यंतिक उत्कटता उचंबळून येते, तर कधी वैताग उफाळून येतो. याचीच दोन प्रतीके म्हणजे 'दस्ते-सबा' आणि 'ज़िन्दानामा' हे काव्यसंग्रह. त्यानंतर मात्र अनेक चक्रावून टाकणाऱ्या समस्यांना तोंड द्यावे लागले. पुन्हा मार्शल लॉ आणि

पुन्हा तुरुंगवास वाट्याला आला. पुन्हा एकदा नवनवीन कल्पनांची, नवीन भावनिक उन्मेषांची दालने खुली झाली. वृत्तीचा संकोच संपला. खुल्या कवाडांतून अज्ञाताचा शोध घेण्याची अनिवार इच्छा बळावत गेली. या नीरव प्रतीक्षा— काळातील काही अपूर्ण रचना 'शाम', 'कब ठहरेगा दर्द ऐ दिल, कब रात बसर होगी,' वगैरे संग्रहांत जमा आहेत...

'...माझ्या जीवनातील कालखंड, त्यात माझ्यावर प्रभाव पाडणारे वातावरण अन् सामाजिक समस्या यांतून उद्‌भवणारी माझी बौद्धिक अन् मानसिक प्रतिक्रिया हेच माझे भांडवल...'

'फ़ैज़'ना आयुष्यात त्यांच्या नशिबाने मात्र कधीच साथ दिली नाही. अलीकडच्या काळातील हा सर्वोत्तम ग़ज़लकार शायर. पाकिस्तानच्या राज्यकर्त्यांशी त्यांचे कधीच जमले नाही.

विलक्षण प्रतिभा, असामान्य बुद्धिमत्ता असलेल्या स्वतंत्र प्रज्ञेच्या 'फ़ैज़' ना कारावास अन् सक्तमजुरी कधी नमवू शकली नाही. स्वातंत्र्योत्तर काळातील सदतीस वर्षांपैकी वीस-पंचवीस वर्षे कारावासात जाऊनदेखील 'फ़ैज़'नी हुकुमशाहीपुढे मान तुकवली नाही. आपले आदर्श आणि विचारप्रणालीची प्राणपणाने जपणूक केली. दडपशाहीबद्दल ते म्हणतात —

*मताए-लौह-ओ-क़लम छिन गयी तो क्या*
*के खूने-दिलमें डुबो ली हैं उँगलियाँ मैंने ।*
*ज़बाँ पे मुहर लगी है तो क्या, के रख दी है*
*हर एक हल्क़ा-ए-ज़ंजीरमें ज़बाँ मैंने ।*

'...माझी लेखणी अन् कागद हिरावून घेतले, म्हणून काय दुःख करावं मोठंसं? अहो, मी तर हृदयातील रक्तात माझी बोटं बुडवून लेखन करतोय...

'...माझं तोंड दाबून बंद केलं, म्हणून काय झालं?

...मला जखडून ठेवणाऱ्या साखळदंडांच्या प्रत्येक कडीमध्ये मी (तुमचे सारे अत्याचार जगाला ओरडून सांगणारी) जीभ ठेवून दिली आहे...'

स्वातंत्र्यप्राप्तीनंतरच्या अडतीस वर्षांपैकी जवळजवळ पंचवीस वर्षं तुरुंगवासात गेली. काही परदेशवासात गेली. आयुष्यात शेवटच्या वर्षा दोन वर्षांत स्वतःचा देश सोडून परदेशात निर्वासित म्हणून आयुष्य कंठावे लागलं आणि लाहोर येथे दि. २० नोव्हेंबर, १९८४ मध्ये हा अतिथोर, हळवा परंतु विचारवंत शायर परलोकवासी झाला आणि उर्दू शायरीच्या अस्मानातील एक देदीप्यमान तारा निखळून पडला.

## ग़ज़ल

*तुम्हारी यादके जब जख्म भरने लगते हैं*
*किसी बहाने तुम्हें याद करने लगते हैं ।*

'(जसजसा काळ लोटतो, तसतशा मनाच्या जखमा भरून येतात... पण प्रेमिकाला त्या दुःखाची चटक लागलेली असते अन् पुन्हा तसंच तीव्र दुःख व्हावं असं वाटू लागतं) ...तुझ्या आठवणींच्या (मनाला झालेल्या) जखमा जसजशा भरून येऊ लागतात, तेव्हा काहीतरी निमित्त काढून पुन्हा तुझी आठवण काढू लागतो... (त्याशिवाय चैनच पडत नाही...)'

*हदीसे-यारके उनवाँ निखरने लगते हैं*
*तो हर हरीममें गेसूँ सँवरने लगते हैं ।*

'...जेव्हा तिच्या सौंदर्याची चर्चा होऊ लागते, तेव्हा चांगल्या-चांगल्या घरांतील स्त्रिया (मत्सर वाटून) आपले केस (वेषभूषा) ठाकठीक करू लागतात...'

*हर अजनबी हमें महरम दिखाई देता हे*
*जो अब भी तेरी गलीसे गुज़रने लगते हैं ।*

'... आजदेखील तिच्या गल्लीतून जाऊ लागलो, की प्रत्येक अनोळखी माणूस अगदी परिचित असल्यागत वाटू लागतो...'

*सबासे करते हैं गुर्बतनसीब ज़िक्रे-वतन*
*तो चश्मे-सुबहमें आसूँ उभरने लगते हैं ।*

'...नशिबाच्या फेऱ्यात सापडून परागंदा झालेले (परदेशात गेलेले निर्वासित) जीव जेव्हा (अगदी कळवळून) सकाळी वाहणाऱ्या सुगंधी पवनाला विचारू लागतात, कसं चाललंय्, रे, माझ्या देशाचं? -तेव्हा सकाळच्या डोळ्यांत देखील अश्रू उभे राहतात. (सकाळ देखील रडवेली होते...)'

*वो जब भी करते हैं इस नुत्क़-ओ-लब क़ी बखियाग़री*
*फ़ज़ामें और भी नग़्मे बिखरने लगते हैं ।*

'...तिची वाणी अन् ओठांची मोहून टाकणारी हालचाल सुरू झाली, की आसमंत अधिकच संगीतमय वाटू लागतो...'

*दरे-क़फ़सपे अंधेरेकी मुहर लगती है*
*तो 'फ़ैज़' दिलमें सितारे उतरने लगते हैं ।*

'...माझ्या तुरुंगाच्या कोठडीचं दार बंद होऊन त्यावर सील लागलं, की (तिच्या आठवणींचे अति तेजस्वी, सुंदर सुंदर) तारे हृदयात प्रकाशमान होऊ लागतात...'

**ग़ज़ल**

*दोनों जहान, तेरी मुहब्बतमें हारके*
*वो जा रहा है कोई शबे-ग़म गुज़ारके ।*

'...इहलोक आणि परलोक या दोन्हींची दौलत तुझ्या प्रेमावर उधळून टाकून तो पहा कुणीतरी (म्हणजे मीच) सर्व रात्र दुःखात व्यतीत करून (हळूहळू पावलं उचलीत) निघालाय् ...'

*वीराँ है मयकदा खुम-ओ-साग़र उदास है*
*तुम क्या गए के रूठ गए दिन बहारके ।*

'...मधुशाला ओस पडलीय्... सुरई अन् चषक दीनवाणे होऊन बसलेयूत... तू निघून गेलीस काय अन् वसंतऋतूचे (आल्हाददायक) दिवस देखील रुसून निघून गेलेयूत...'

*इक फ़ुर्सते-गुनाह मिली वो भी चंद रोज़*
*देखे हैं हमने हौसले परवरदिग़ारके ।*

'...चुका करायच्या (पापकर्मे करायची) म्हटल्या— तरी आयुष्य इतकं तोकडं, फक्त काही दिवसांचंच... त्या परमेश्वराचा कंजूषपणा देखील आम्ही खूप ओळखून आहोत...'

*दुनियाने तेरी यादसे बेग़ाना कर दिया*
*तुझसे भी दिलफरेब हैं ग़म रोज़ग़ारके ।*

'...तुझी आठवण देखील येऊ नये, इतकं या (निष्ठुर) जगानं मला तुझ्या आठवणीपासून वंचित केलंय्.(खरंच) ही पोटापाण्याची दुःखं तुझी आठवण देखील विसरायला लावतात...'

*भूलेसे मुस्कुरा तो दिए थे वो आज 'फ़ैज़'*
*मत पूछ वलवले दिले-नाक़र्दकारके ।*

'...आज चुकून (का होईना पण) ती हसली... अन् (प्रेमात) अगदीच अननुभवी असं माझं (बिचारं) हृदय असं काही वळवळ करू लागलं की विचारू नका...'

*शामे - फ़िराक़ अब न पूछ, आयी और आके टल गयी*
*दिल था के फिर बहल गया, जाँ थी के फिर संभल गयी ।*

'... ती विरहाची सायंकाळ— कशी गेली विचारूच नका... आली अन् गेली, सरली कशीतरी इतकंच... अन् माझं हे (खुळं) हृदय कसंबसं शांत झालं...(व्याकूळ) प्राण पुन्हा स्वस्थ झाले.'

*बज़्मे - खयालमें तेरे हुस्नकी शमअ जल गयी*
*दर्दका चाँद बुझ गया, हिज्रकी रात टल गयी ।*

'... विचारांच्या मैफलीत तुझ्या सौंदर्याची दीपज्योती प्रज्वलित झाली (तुझ्या अप्रतिम सौंदर्याची आठवण झाली) अन् (पिवळसर दिसणारा) दुःखाचा चंद्रमा मावळला... विरहाची रात्र सरली (सतत तुझ्या चिंतनामुळं तू माझ्याजवळच आहेस, असं वाटू लागलं अन् विरह संपला)...'

*जब तुझे याद कर लिया, सुबह महक महक उठी*
*जब तेरा ग़म जगा लिया रात मचल मचल गयी ।*

'... तुझी आठवण झाली अन् सकाळ एकदम प्रसन्न सुगंधित भासू लागली... अन् तुझ्याविषयीचं दुःखं जेव्हा उफाळून आलं, तेव्हा रात्र अगदी ढवळून निघाली... (गलबलून आलं...)'

*दिलसे तो हर मुआमला करके चले थे साफ हम*
*कहनेको उनके सामने बात बदल बदल गयी ।*

'...हृदयातील प्रत्येक गोष्ट (तिच्याविषयीची प्रीती, दुःख, आकर्षण वगैरे) अगदी साफ निपटून टाकली होती (त्याबाबतीत आता पुन्हा विचार करायचा नाही असा निश्चय केला होता पण) तिच्याशी बोलताना पुन्हा सारंच काही बदलून गेलं...' (पुन्हा तिच्या प्रेमात पडलो...)....'

*आखिरे-शबके हमसफर 'फ़ैज़' न जाने क्या हुए*
*रह गयी किस जगह सबा, सुबह किधर निकल गयी ।*

'...रात्रीच्या शेवटच्या प्रहरापर्यंत सोबत करणारे सहप्रवासी (दोस्त) कुठं निघून गेले आहेत, कुणास ठाऊक?... पहाटेचा सुगंधी पवन कुठं थांबून राहिला आहे... अन् सकाळ तरी कुठं हरवून गेलीय्? (ही दुःखद रात्र संपणार तरी केव्हा?)'

**ग़ज़ल**

ही ग़ज़ल तरक्कीपसंद (सुधारणावादी) ग़ज़लेचा उत्कृष्ट नमुना आहे– वरपांगी रिवायती (पारंपरिक शृंगार-प्रधान) वाटणारी ही ग़ज़ल खोलवर दुसरा देशभक्तीपर अर्थ सांगून जाते देशभक्त हा प्रेमिक स्वातंत्र्यदेवता ही प्रेयसी आणि सत्ताधारी हुकूमशहा हा खलनायक असे रूपक अन् त्याच बरोबर भारत पाकिस्तानला मध्यरात्री स्वातंत्र्य मिळाले हे ध्यानात घेऊन दुसरा अर्थ पहावा.

*तुम आये हो न शबे-इंतज़ार गुज़री है*
*तलाशमें है सहर बार बार गुज़री है ।*

'...तू आलीच नाहीस अन् ज्या रात्री मी तुझी वाट पहावी, ती रात्र देखील आली नाही... फक्त सकाळ येते अन् त्या रात्रीचा शोध घेत घेत निघून जाते... पण ती रात्र आलीच नाही...'

दुसरा अर्थ : स्वातंत्र्य आलंच नाही अन् ज्या रात्री त्याची वाट बघायची, ती रात्र देखील कधी आली नाही... फक्त सकाळ उगवते अन् जाते... कुठं आहे ते स्वातंत्र्य?

*जुनूँमें जितनी भी गुज़री बक़ार गुज़री है*
*अगरचे दिलपे खराबी हज़ार गुज़री है ।*

'...हृदयावर हजारो आपत्ती कोसळल्या, पण त्यांतल्या जितक्या (तुझ्या) प्रीतीच्या उन्मादापायी ओढवून घेतल्या, त्याच खऱ्या योग्यतेच्या होत्या...'

दुसरा अर्थ : हृदयावर अनेक आपत्ती कोसळल्या, पण स्वातंत्र्य मिळविण्याच्या उन्मादात जेवढी दुःखं ओढवून घेतली, तीच खरी अनमोल दुःखं आहेत...'

*वो बात सारे फ़सानेमें जिसका ज़िक्र न था*
*वो बात उनको बहुत नागवार गुज़री है ।*

'...ज्या गोष्टीचा मी सर्व कहाणीत कुठं उल्लेख केला नव्हता, तीच गोष्ट (तिच्यावरचे प्रेम) तिला अगदी नापसंत होती...'

दुसरा अर्थ : माझ्या सर्व भाषणात मी ज्या गोष्टीचा उल्लेख देखील केला नव्हता (राज्यकर्त्यांनी केलेला जुलूम किंवा त्यांची खोटी स्तुती), तीच गोष्ट त्यांना (या जुलमी राज्यकर्त्यांना) अगदी नापसंत आहे (अन् म्हणूनच त्यांनी मला तुरुंगात डांबलं आहे...)

*न गुल खिले हैं न उनसे मिले, न मय पी है*
*अजीब रंगमें अबकी बहार गुज़री है ।*

'...फुलं उमलली नाहीत, ती भेटलीच नाही अन् मौज-मजा म्हणून मद्य देखील प्यायलो नाही... यंदाचा वसंतऋतू अगदी विचित्रच साजरा झाला...'

दुसरा अर्थ : कुठं सुखासमाधानाचं चिन्ह दिसत नाही...स्वातंत्र्य तर आलंच नाही अन् स्वातंत्र्याच्या खटपटीच्या धुंद उन्मादाचा कैफ देखील उपभोगता आला नाही... असलं कसलं हे विचित्र स्वातंत्र्य?

*चमनपे ग़ारते-गुलचीं से जाने क्या गुज़री*
*क़फ़ससे आज सबा बेक़रार गुज़री है ।*

'... माळ्याच्या लुटमारीमुळं (माझ्या प्रिय) बागेवर काय परिस्थिती ओढवली असेल? (-मी कैदेत पडलो अन्) माझ्या पिंजऱ्यातून वाहणारी सकाळची प्रात:वायूची सुगंधी झुळूक अगदी तडफडत तडफडत गेली... काय झालं असेल माझ्या प्रिय बागेचं?'

दुसरा अर्थ : या जुलमी राज्यकर्त्यांच्या भ्रष्टाचारामुळं माझ्या प्रिय देशावर काय अनवस्था ओढवली असेल? —मला इथं तुरुंगात वाऱ्यावर अगदी उडत-उडत येणाऱ्या त्रोटक बातम्या कानी पडताहेत... काय दुरवस्था झाली असेल माझ्या देशाची? (-अन् मी असा खितपत पडलोय् या जुलमी राज्यकर्त्यांच्या कैदेत...)

**ग़ज़ल**

*गुलोंमें रंग भरे, बादे-नौबहार चले*
*चले भी आओ, के गुलशनका कारोबार चले ।*

'...फुलांत आणखी रंग जमून यावा अन् प्रसन्न सुगंधी नववसंताच्या पवनाची (सुखद) झुळूक यावी... अन् अशा वेळी तू देखील यावंस, म्हणजे मग उद्यानाची सर्व व्यवस्था कशी ठीक जुळून येईल...'

*क़फ़स उदास है, यारो ! सबासे कुछ तो कहो*
*कहीं तो बहरे-खुदा आज ज़िक्रे-यार चले ।*

'...किती उदास वातावरण आहे या तुरुंगात... मित्रांनो, निदान या सुगंधी पवनाच्या झुळकेशी तरी काही गप्पागोष्टी करा ना... निदान परमेश्वराकरिता म्हणून तरी का होईना, कुठंतरी तिच्याबद्दल (तिच्या अलौकिक लावण्याबद्दल) चर्चा सुरू असावी, म्हणजे तरी निदान मला बरे वाटेल...

*कभी तो सुबह तेरे कुंजे-लबसे हो आग़ाज़*
*कभी तो शब सरे-काकुलसे मुश्क़बार चले ।*

'... केव्हा तरी तुझ्या (लोभसवाण्या लाललाल) अधरांच्या कोपऱ्यांतून (उषेची) सकाळची सुरुवात व्हावी अन् तुझ्या (मोहक काळ्याभोर केशकलापाच्या अग्रा)पासून प्रसन्न सुगंधी रात्रीची सुरुवात व्हावी...'

*बडा है दर्दका रिश्ता ये दिल ग़रीब सही*
*तुम्हारे नामपे आएंगे ग़मगुसार चले ।*

'...माझे हृदय, गरीब बापडं हे खरंच, पण त्याचं दुःखाशी मात्र फार महान नातं जोडलं गेलं आहे (अन् ते थेट तुझ्याशी येऊन भिडतं)... तेव्हा सहानुभूती दाखविणारे (आप्तेष्ट, मित्र) तुझ्या नावामुळं स्वतःहोऊन चालत येतील...'

*जो हमपे गुज़री सो गुज़री मग़र शबे-हिज्राँ*
*हमारे अश्क़ तेरी आक़बत सँवार चले ।*

'...माझ्यावर जी काही संकटं कोसळली, माझं जे काही झालं असेल, ते असो, पण मी जे काही अश्रू ढाळले आहेत, त्यामुळं या विरहाच्या रात्रीची प्रतिष्ठा वाढलीय्...'

*मक़ाम 'फ़ैज़' राहमें कोई जचा ही नहीं*
*जो कू-ए यारसे निकले तो सू-ए-दार चले ।*

'...फ़ैज़, आयुष्याच्या वाटचालीत कुठलंही स्थळ पसंत पडलं नाही... प्रेयसीच्या गल्लीतून जो बाहेर पडलो, तो थेट फाशी देण्याच्या वधस्तंभावर येऊन पोहोचलो... (तुझा सहवास संपला म्हटल्यावर आयुष्याचा शेवट करून टाकावा, असं ठरविलं...)...'

**ग़ज़ल**

*राज़े-उल्फत छुपाके देख लिया*
*दिल बहुत कुछ जलाके देख लिया ।*

'...हे प्रेमाचं रहस्य दडवून ठेवलं (मी तिच्यावर प्रेम करतोय्-तिच्या प्रेमात पडलोय्, हे कुणालाच कळू दिलं नाही-अन्) हृदय मात्र आतल्या आत जळत राहिलं... फार फार यातना झाल्या...'

*और क्या देखनेको बाक़ी है*
*आपसे दिल लगाके देख लिया ।*

'...आता आणखी काय बघायचं (अनुभव घेण्याचं) शिल्लक राहिलंय्?- तुझ्यावर प्रेम करून किती दुःख होतं, ते देखील अनुभवलंय्...'

*आस उस दरसे टूटती ही नहीं*
*जाके देखा, न जाके देख लिया ।*

'...तिच्या दरवाज्यावरून चक्कर मारण्याचं आकर्षण काही केल्या कमी होत नाहीयू... जाऊन समाधान होत नाहीयू अन् न जाऊन देखील चैन पडत नाहीयू...'

*वो मेरे होके भी मेरे न हुए*
*उनको अपना बनाके देख लिया !*

'...(तिच्या-माझ्या) प्रेमाची खूण पटून देखील तिचं माझं प्रेम सफल झालं नाही... खूप प्रेम करून पाहिलं... (पण दुःखच वाट्याला आलं...)...'

*आज उनकी नज़रमें कुछ हमने*
*सबकी नज़रें बचाके देख लिया ।*

'...सर्वांची नजर चुकवून आज मी तिच्या नजरेत काही विशेष भावतरंग पाहिले आहेत... (ती माझ्यावर प्रेम करीत असावी असं त्या प्रेमार्द्र नजरेनं मला सांगितलं...)...'

*'फ़ैज' तक़मीले-ग़म भी हो न सकी*
*इश्क़को आज़माके देख लिया ।*

'...फैज़, अरे दुःखाची परिपूर्णताही गाठता आली नाही... प्रेमाची ताकद देखील अजमावून पाहिली... (त्यामुळे होणारं दुःख देखील जरा कमीच पडलं...)...'

# जाँ निसार 'अख़्तर'

*रौशनी देरसे आँखोंकी बुझी जाती है*
*ठीकसे कुछ भी दिखाई नहीं देता अब तो*
*एक चेहरा मेरे चेहरेपे झुका जाता है*
*कौन है ये भी सुझाई नहीं देता अब तो ।*

'...डोळ्यांसमोरचा प्रकाश हळूहळू मंदावत चाललाय् अन् काहीच नीटसं दिसेनासं झालंय्... कुणाचा तरी चेहरा माझ्याकडं अगदी वाकून पाहतोय् परंतु कोण असावं, हे मात्र आता ओळखू येईनासं झालंय्...'

जाँ निसार 'अख्तर' यांच्या 'आखरी लम्हा' (अखेरचा क्षण) या गाजलेल्या रचनेतील हा एक बंद. मृत्युशय्येवर पडलेल्या माणसाची ज्ञानेंद्रिये विकल होत जातात. दृष्टी अन् श्रवणशक्ती क्षीण होत जाते; परंतु विचारशक्ती मात्र शाबूत असते. स्नेही-सोबती येऊन भेटत असतात; परंतु कोण भेटतंय्, याचा मात्र उमज पडत नाही. याच अवस्थेचे 'जाँ निसार' यांनी शब्दांकित केलेले हे कल्पनाचित्र मनाला खोलवर स्पर्श करून जाते.

नितांत प्रेम करणाऱ्या पित्याने आपल्या उपवर मुलीला केलेला उपदेश 'तुम तो क़रीब आ जाओ' या रचनेत

विलक्षण बोलका होतो.

*क्या तुमको खबर इस दुनियाकी*
*क्या तुमको पता इस दुनियाका ।*
*मासूम दिलोंको दुख देना*
*शेवा है फ़कत इस दुनियाका ।*

'...तुला या (निष्ठुर) जगाची काहीच कल्पना नाहीये, ग (भाबड्या) पोरी, अन् अनुभव तर नाहीच नाही... निष्पाप भाबड्या जीवांचा छळ करणं हा या दुनियेचा आवडता छंद आहे...'

*चमनसे चन्द काँटेही मैं चुन सका लेकिन*
*बडी बात है जो तुम रंगे-गुल निखार*
*सको ।*
*ये दौरे-जहाँ काश तुमको रास आए*
*तुम इस ज़मींको कुछ और भी सँवार सको ।*
*अमल तुम्हारा यै तौफ़िक दे सके तुमको*
*के ज़िन्दगीका हर एक कर्ज़ तुम उतार सको ।*

'...मी तर या दुनियेच्या उद्यानात फक्त काटेच (दुःखच) गोळा करू शकलो; परंतु तुला या उद्यानतील फुलांचा रंग उजळून टाकता आला (जगात आनंद निर्माण करता आला), तर किती उत्तम होईल ! जीवनाच्या वाटचालीत तुला सुयश लाभो अन् तुझ्या हातून चार चांगल्या गोष्टी घडाव्यात, अशी अपेक्षा बाळगतो. ज्या समाजात आपण वावरतो, त्या समाजाचं जे काही आपण देणं लागतो, ते पूर्णपणे फिटून जावं, असंच तुझं वागणं असावं...परमेश्वर तुला तशी बुद्धी देवो !...'

*तुम्हें कल अपने शरीके-सफरको चुनना है*
*के जिससे तुमको मुहब्बत मिले, रिफ़ाकत भी ।*
*हज़ार एक हो, दो ज़हन हज़ार मुख्तलिफ होंगे*
*ये बात तल्ख़ है मग़र ऐन फितरत भी ।*
*बहुत हसीन है ज़हनी मफाहिमत लेकिन*
*बडी अज़ीम है आदर्शकी हिफ़ाजत भी ।*
*कोई इस वक्त नहीं है मेरे क़रीब*
*आ जाओ ! तुम तो क़रीब आ जाओ ।*

'...लवकरच तुला आपल्या जीवनाचा सहचर निवडायचाय् — जो तुझ्यावर

खूप प्रेम करील अन् खऱ्या अर्थानं तुझा मित्र देखील असेल... आपण दोघं अगदी एकरूप झालो आहोत, असं तुम्हांला वाटलं, तरी दोन डोकी नेहमीच वेगवेगळा विचार करतात, हे ध्यानात ठेव. हे कटू सत्य आहे (याचा कधी विसर पडू देऊ नकोस; अन्यथा उगाचच मतभेद वाढतील) एकविचारानं वागणं अन् मन जुळून येणं ही फार चांगली गोष्ट आहे; परंतु त्याहीपेक्षा आपापल्या आदर्शांची जपणूक करणं ही फार मोठी गोष्ट आहे. या वेळी इथं कुणीच नाहीये ! माझ्याजवळ येऊन बैस, म्हणजे मला खूप काही सांगता येईल मोकळेपणानं...'

जाँ निसार अख़्तर यांचे घराणे हे खैराबादच्या व्यासंगी पंडितांची परंपरा असलेले. १८५७ च्या स्वातंत्र्यसमराचा जाहीरनामा लिहिणारे फारसी पंडित मौलवी फ़ज़ल-हक़ यांना इंग्रजांनी आजन्म काळ्यापाण्याची शिक्षा देऊनही घराण्याची परंपरा खंडित झाली नाही. तर्कशास्त्राचे प्रकांडपंडित मौलाना अब्दुल हक़ खैराबादी याच घराण्यातले. जाँ निसार यांचे वडील 'मुज़तर' खैराबादी इंग्रजी अमदानीत ग्वाल्हेर येथे न्यायाधीश झाले. तिथेच जाँ निसार अख़्तर यांचा जन्म झाला (८ फेब्रुवारी, १९१४). वडील नावाजलेले शायर होते. कुशाग्र बुद्धीचे जाँ निसार बालवयातच काव्यरचना करू लागले. ग्वाल्हेर येथील शालेय शिक्षणानंतर जाँ निसार अलिगड विद्यापीठात दाखल झाले. तेथील सांस्कृतिक वातावरणात त्यांची शायरी फुलू लागली. पुढे ते विद्यापीठ नियतकालिकाचे संपादक बनले. या काळातील 'गर्ल्स कॉलजकी लॉरी', 'अब भी मेरे होटोंपर हैं बे-गाये हुए गीत' वगैरे रचना विद्यार्थीजगतात अतिशय लोकप्रिय झाल्या. १९३९ मध्ये प्रथम श्रेणीत एम्.ए.ची पदवी मिळविणारे जाँ निसार ग्वाल्हेरच्या व्हिक्टोरिया महाविद्यालयात लेक्चरर बनले; परंतु तिथे डॉ. शिवमंगल सिंह 'सुमन' या एकमेव विख्यात हिंदी कवीचा अपवाद वगळता साहित्यिक वातावरण असे नव्हतेच. जाँ निसार यांचे मन ग्वाल्हेरमध्ये रमेना. शेवटी १९४७ मध्ये भोपाळच्या हमीदिया शासकीय महाविद्यालयात नोकरी मिळताच जाँ निसार यांच्या लिखाणाला पुन्हा बहर आला. १९५० मध्ये प्रगतिशील साहित्यिकांच्या आंदोलनात (तरक्कीपसंद अदबी तहरीक़) सक्रीय भाग घेतल्याबद्दल शासनाने तंबी दिली आणि आंदोलनापासून अलिप्त राहण्यास सांगितले. आदर्शवादी विचारसरणीचे जाँ निसार यांनी ध्येयापासून विचलित होण्याऐवजी नोकरी सोडून देणेच पसंत केले.

सांपत्तिक स्थिती बेताचीच असताना हा निर्णय धाडसी होता. जाँ निसार यांची पत्नी सफिया हिची प्रकृती झपाट्याने ढासळत होती. सफिया ही प्रसिद्ध तरक्कीपसंद शायर 'मजाज़' लखनवी यांची धाकटी बहीण आणि स्वत: उत्तम दर्जाची आदर्शवादी साहित्यिक. राजीनामा देऊन केवळ द्रव्यार्जनासाठी जाँ निसार मुंबईला आले. दुर्दैवाने सिने-व्यवसायात त्यांचे बस्तान बसेना. पैशाच्या टंचाईने त्यांचे अतोनात हाल झाले. असामान्य धीराच्या सफियाने पत्रात कळवले, 'तुमने इस्तिफा दे दिया, अच्छा किया

। एक तवील ज़हनी कश्मकशका खात्मा यूँही मुमकिन था । मेरी तबीअतकी कमजोरी समझो या कुछ भी, मेरे लिए ये फैसला करना मुश्क़िल हो जाता । बहरहाल, तुमने अपने अज़्मका सुबूत दिया और सच जानो तो मैं तुम्हारी फौक़ियतकी एहसाससे सिर झुकानेपर तैय्यार हूँ ।' (तुम्ही राजीनामा दिलात, फार उत्तम केलंत ! एका प्रदीर्घ मानसिक संघर्षाचा शेवट करणं केवळ याच एका मार्गानं शक्य होतं. माझ्या स्वभावाला हा कमकुवतपणा असेल किंवा असंच काहीतरी; परंतु हा निर्णय घेणं मला तरी शक्य झालं नसतं. कसंही असो; तुम्ही मात्र आपला निश्चय सिद्धीला नेऊन दाखवला. त्यामुळं तुमच्या महानतेची जाणीव होऊन तुमच्यापुढं नतमस्तक व्हावं, असं वाटतं.)

नियती किती निष्ठुर असते, पाहा. पैशासाठी मुंबईत सतत वणवण करणाऱ्या जाँ निसार यांना पत्नीच्या ढासळणाऱ्या प्रकृतीची काळजी अन् मुलाबाळांची चिंता सतत पोखरून टाकीत असे. या अत्यंत क्लेशदायक परिस्थितीत त्यांना आलेली सफियाची धीर देणारी पत्रे हा एकच विरंगुळा होता. आपली अत्यंत हलाखीची परिस्थिती लपवून ठेवून आपल्या ढासळत्या प्रकृतीबद्दल अवाक्षर देखील न लिहिता सर्व आलबेल असल्याचे कळविणारी प्रेमळ सफिया एक आदर्श सहधर्मचारिणी होती.

एक दिवस सफिया अत्यवस्थ असल्याची तार येऊन थडकली. जाँ निसार यांच्यावर आभाळच कोसळले. लखनौला जाण्यासाठी भाड्यापुरते पैसे जमविण्यासाठी त्यांना दीड दिवस इकडून तिकडे हेलपाटे मारावे लागले. शेवटी लखनौ गाठले तेव्हा सफियाची कबरच त्यांची प्रतीक्षा करीत होती. (जानेवारी १९५३) या आघाताने मात्र दृढनिश्चयी जाँ निसार अख्तर हादरून गेले. ते बेसुमार मद्यप्रशान करू लागले. मळकट, फाटके कपडे घातलेले, अस्ताव्यस्त केस अन् तांबेरलेले डोळे, अंगठा तुटलेला अन् घासून घासून टाचा गळून पडलेल्या चपला घालून भणंगपणाने कुठेही भटकणारा हा असामान्य प्रतिभेचा शायर या एकाच आघातानं पुरता उन्मळून गेला होता. त्यांच्या वेदना त्या काळातील रचनांमधून वारंवार आढळतात —

*सुबहके दर्दको रातोंकी जलनको भूलें*
*किसके घर जाएं के उस वादाशिकन को भूलें ।*
*आजतक आग दबाए नहीं दबती दिलकी*
*किस तरह उस सनम-ए-संगेबदनको भूलें ।*

'...सकाळी उजाडल्यापासून सतत सतावणारे. हे दुःख अन् एकाकीपणानं जाळून टाकणाऱ्या या भयानक रात्री... काय करायचं आता? कुणाच्या घरी जावं? चार सहानुभूतीचे शब्द ऐकून (त्या जन्मभर सोबत करण्याचं) वचन मोडून निघून

गेलेल्या त्या माझ्या प्रियतमेला कसं विसरता येईल?...'

...कितीही प्रयत्न केला, तरी मनातलं दुःख आवरता येत नाहीय् (या जगात मला एकाकी सोडून गेलेल्या) निष्ठुर पाषाणहृदयी सुंदरीला विसरायचं तरी कसं?'

*हुस्नपर तासीरे-ग़म होती रही*
*इक शगुफ्ता फूल कुम्हलाता रहा ।*
*हम न आए फिर चमनमें लौटकर*
*मौसमे-गुल बार बार आता रहा ।*

'...(आयुष्यातील सर्वच) सौंदर्यावर दुःखाचा केवढा तरी प्रभाव पडत राहिला. एखादं सुंदर फूल जसं अकाली कोमेजून जावं...

...नंतर त्या उद्यानात मी परत कधी आलोच नाही. (कारण माझी प्रिया आतातेथे कधीच येणार नाही; परंतु ती येईल, या अपेक्षेनं) वसंत ऋतू मात्र फिरून फिरून येत राहिला...'

प्रियतमेच्या विरहाचे दुःख मद्याच्या कैफात बुडवून टाकण्याचा विफल प्रयत्न करणारे जाँ निसार म्हणतात,

*मयकशी अब मेरी आदतके सिवा कुछ भी नहीं*
*ये भी इक तल्ख हक़ीक़तके सिवा कुछ भी नहीं ।*

'...माझं अमर्याद मद्यप्राशन हा आता केवळ एक सवयीचा भाग बनून गेलाय् अन् ती सवय कशी लागली, हीसुद्धा एक अत्यंत कटू अन् विदारक हकीकत आहे...'

*थी कभी अपनी मुहब्बत भी हक़ीक़त 'अख्तर'*
*आज वो हर्फ़े-हिक़ायतके सिवा कुछ भी नहीं ।*

'...तसं आमचं प्रेमदेखील एक सुंदर सत्य घटनाच होती. आता मात्र ती चार दोन शब्दांची एक कहाणी बनून गेलीय्...'

सफियाच्या अकाली निधनामुळे जाँ निसार यांचे आयुष्य एखाद्या सुकाणू तुटलेल्या नौकेप्रमाणे भरटकत होते.

एक वर्षानंतर १९५४ च्या जानेवारीत जाँ निसार पुन्हा लखनौ येथे गेले आणि साफियाच्या कबरीजवळ बसून त्यांनी 'खामोश आवाज़' (अनाहत किंवा नीरव शब्द) नावाची अप्रतिम रचना केली. जाँ निसार यांच्या सर्वोत्तम रचनांपैकी समजली जाणारी खामोश आवाज़ ही पंचेचाळीस कडवी असलेली प्रदीर्घ नज़्म आहे. सफिया आपल्या कबरीतून जाँ निसार यांच्याबरोबर बोलत आहे, अशी कल्पना तीत आहे. तिचे नीरव

शब्द केवळ जाँ निसार यांनाच ऐकू आले असणार.

*कितने दिनमें आये हो साथी*
*मेरे सोते भाग जगाने ।*
*मुझसे अलग इस एक बरसमें*
*क्या क्या बीती तुमपे न जाने ।*
*चुप हो क्यों ? क्या सोच रहे हो*
*आओ सबकुछ आज भुला दो ।*
*आओ अपने प्यारसे साथी*
*फिरसे मुझे इक बार जिला दो ।*

किती दिवसांनी आलास, रे सजणा ! माझं निद्रित नशीब जागवायलाच आला आहेस जणू... माझ्यापासून दूर असताना काय काय म्हणून संकटं कोसळली असतील तुझ्यावर त्याची कल्पनाच करवत नाही. (किती दुःख झालं असेल तुला...)...

...पण, मित्रा, असा गप्प गप्प का ? कसल्या विचारात गुंतला आहेस? आता झालं गेलं सगळं विसरून जा अन् तुझ्या प्रेमाच्या शक्तीनं मला पुन्हा एक वेळ सचेतन कर...'

*बोलो साथी, कुछ तो बोलो,*
*कुछ तो दिलकी बात बताओ ।*
*तुमको हँसकर रुख़सत कर दूँ*
*सब कुछ मैने हँसके सहा है ।*
*तुमबिन मुझमें कुछ न रहेगा*
*यूँ भी अब क्या खाक़ रहा है ।*

'बोल, ना प्रियकरा, काही तरी बोल. अगदी मनातलं हितगूज सांग (कशाला उगाच त्या गतगोष्टींचं दुःख उगाळत बसतोयस?...

...अगदी हसत-हसत तुला निरोप देणार आहे. अरे, मी सगळं काही हसतमुखानंच सहन केलंय् ना... तुझ्यावाचून माझ्या जीवनाला काहीच अर्थ नाहीये. (सर्व काही तुझ्यासाठीच होतं ते.) अन् तसं पाहिलं, तर आता तरी काय मातीच राहिलीय्...'

-अन् मग जाण्याच्या ऐन क्षणी जसे स्त्रीहृदय बावरते. त्याचे किती हृद्य रेखाटन या बंदात आढळून येते, पहा —

*लेकिन ठहरो, ठहरो साथी*
*दिलको ज़रा तैय्यार तो कर लूँ*
*आओ मेरे परदेसी साजन*
*आओ मैं तुमको प्यार तो कर लूँ ।*

...पण नको इतक्यातच निघूस. जरासा थांब ना, प्रिय मित्रा... जरा मन घट्ट करते अन् मग तुला निरोप देते... त्यापूर्वी दूरदेशी जाणाऱ्या मित्रा, तुला एकवार जवळ घेऊन कुरवाळते...'

बहुतेक शायरांप्रमाणेच जाँ निसार यांची शायरी देखील ग़ज़ल रचनेनेच सुरू झाली. प्रारंभीच्या पंधरा-वीस वर्षांतील - म्हणजे १९३५ पर्यंतच्या- रचनांवर 'जोश' मलिहाबादींचा प्रभाव दिसून येतो. १९३६ मध्ये प्रगतिशील साहित्यिकांच्या आंदोलनाने (तरक्कीपसंद अदबी तहरीक़) प्रभावित झालेल्या जाँ निसारच्या रचनांत राजकारण, क्रांतिवाद, सामाजिक विषमता, चीनची राज्यक्रांती, इंग्रज सत्तेविरुद्ध उठाव, दुसरे महायुद्ध आणि हिंदी नेत्यांमधील मतभेद असले विषय डोकावू लागले. प्राचीन आणि अर्वाचीन साहित्याच्या सखोल व्यासंगामुळे त्यांच्या लिखाणात त्रुटी क्वचितच आढळतात. विचारांची प्रगल्भ झेप आणि परिपक्वता जाणवते. जोश-फ़िराक़ यांच्या नंतरच्या पिढीतील फ़ैज़ अहमद 'फ़ैज़', 'मजाज़' लखनवी, 'मख्दुम' मोहियुद्दीन वगैरेंच्या बरोबरीने जाँ निसार यांचे नाव घेतले जाते. या सर्वांच्या तुलनेत कदाचित जाँ निसार यांची साहित्यनिर्मिती अधिक असेल.

मातृभूमीवर नितांत प्रेम करणाऱ्या अन् भारतीय संस्कृतीचा विलक्षण अभिमान बाळगणाऱ्या जाँ निसारची मनोभूमिका जात-पात-धर्म यांच्या पलीकडची होती. 'अम्न-नामा' (शांतीचा संदेश) या नावाची त्यांची एक अतिसुंदर रचना आहे.

*मुहब्बत है खाक़े-वतनसे हमें*
*मुहब्बत है अपने चमनसे हमें ।*
*निगाहें हिमालाकी उँची रहे*
*सदा चाँद तारोंको छूती रहे ।*

'...या भूमीवर आमचं नितांत प्रेम आहे. उद्यानाप्रमाणं सुंदर असलेल्या या आमच्या मातृभूमीवर आम्ही मनापासून प्रेम करतो... आमचा मानबिंदू असलेल्या आमच्या हिमालयाची नजर नेहमीच स्वाभिमानपूर्ण अन् गर्वोन्नत असू दे. इतकेच नव्हे, तर त्याची नजर सतत चंद्रतारकांना स्पर्श करीत राहो...'

*रहे पाक गंगोत्रीका फबन*
*मचलती रहे ज़ुल्फे- गंगो-जमन ।*

*झलकती रहे ये अशोकाकी लाट*
*ये गोकुलकी गलियाँ ये गंगाके घाट ।*

'...गंगोत्रीचं जल सदा मांगल्यानं झळाळत राहू दे अन् गंगा- यमुनांचे प्रवाहरूपी केश आनंदाने विहरत राहू देत... (दिल्लीतील चमकदार पोलादी) अशोक स्तंभसतत तेजाने झळाळू दे... प्रेमाचा संदेश देणाऱ्या गोकुळ- वृंदावनांतील गल्ल्या अन्पुनीत गंगामाईचे घाट सदैव चिरंजीव राहोत...'

*नहाता रहे नर्म किरनोंमें ताज*
*रहे ता-क़यामत मुहब्बतकी लाज ।*
*अजंठाके बुत रक़्स करते रहे*
*हसीं ग़ार तारोंसे भरते रहे ।*

'...कोवळ्या सूर्यकिरणांत चमचमणारा ताजमहाल सतत दिव्य प्रेमाचा संदेशदेत राहो, अजिंठा लेण्यातील रूपवती अप्सरा आनंदानं नृत्य करीत राहोत अन् आमच्या अभिमानाची स्थळं असलेली ही अतिसुंदर लेणी नक्षत्र-तारकांच्या तेज:पुंज प्रकाशानं उजाळून जावोत...'

'गोरी' या पारंपरिक हिंदी शब्दाला एक अर्थच्छटा आहे. तो केवळ गौरवर्णदर्शक शब्द नाही. त्यात सलज्ज, शालीन, मर्यादशील भारतीय स्त्रीची प्रतिमा अभिप्रतआहे. पाश्चात्त्य प्रभावामुळे बदलत चाललेल्या सांस्कृतिक मूल्यांबद्दल जाँ निसार अख्तर यांना अतीव दु:ख होते. ते म्हणतात —

*बस तीन ही चीज़ें हैं इस वतनका ज़ेवर*
*इस देशकी सभ्यताका असली जौहर*
*एक फूल गुलाब, एक नदी गंगा और*
*एक नार जिसे बुलाएं 'गोरी' कहकर ।*

'...भारतातील तीन गोष्टी या भारताचे अनमोल अलंकार आहेत. या भारतीय संस्कृतीतील अमूल्य रत्नेच म्हणा ना... एक म्हणजे गुलाबाचं फूल, दुसरी म्हणजे गंगामाई अन् तिसरी भारतीय स्त्री- जिला प्रेमानं, 'गोरी' म्हणून हाक मारावी...'

जाँ निसारचे अखेरचे दिवस बाकीच्या आयुष्याच्या तुलनेत थोडे बरे गेले. एका मुशायऱ्यात त्यांचा श्रीमती ख़दीजा तलअत यांच्याशी परिचय झाला आणि लवकरच या परिचयाचे प्रेमविवाहात रूपांतर झाले. ख़दीजा बेग़मने जाँ निसार यांना खूपच सावरले. त्यांचे मद्यपान सुटले. जागरण-भटकणे बंद झाले आणि नियमितपणे सिनेगीते रचणे वगैरे सुरू झाले; परंतु त्यांच्या मनातील सफियाची स्मृती कधीच दूर

होऊ शकली नाही. जाँ निसार यांचे निकटवर्ती स्नेही सरदार जाफ़री यांनी या परिस्थितीवर अतिसुंदर शेर रचला —

*सब्र कर लेंगे तेरी यादमें रोनेवाले*
*झिलमिला जाते हैं इन्सानकी यादोंके चिराग़ ।*

'...(सफिया) तुझ्या आठवणीनं अश्रू ढाळणारे केव्हा तरी आपलं दुःख आवरतील. मानवाच्या स्मृतिदीपाची ज्योती केव्हातरी मिणमिण करीत नष्टप्राय होते (परंतु संपूर्णपणे नष्ट कधीच होत नाही.)...'

सफियाच्या स्मृतीबद्दल ख़दीजाला असूया नव्हती; परंतु कुणाही स्त्रीला आपल्या प्रेमात वाटेकरी असावा, असं वाटत नाही अन् ते स्वाभाविकच आहे. भोपाळच्या एका मुशायऱ्यात (१९५८) जाँ निसार यांनी सफियाला उद्देशून 'ख़ाके-दिल' (हृदयमृत्तिका) नावाची अत्यंत हृदयस्पर्शी रचना सादर केली. साहजिकच श्रोतृवृंदात बसलेल्या ख़दीजा बेग़मचा चेहरा उतरला. जाँ निसारने दुसऱ्या दिवशी 'ख़दीजाके नाम, नावाची अतिभावोत्कट रचना सादर केली अन् ख़दीजाचा चेहरा लालीलाल होऊन गेला. जाँ निसार म्हणाले —

*हाँ सच है ग़लत कब तुमने कहा*
*ये दिल तो तुम्हारा होही चुका*
*तुम हमसे ख़फा क्यों होते हो*
*लो हम भी तुम्हारे होते हैं ।*

'अग, तुझं काहीच चुकलं नाहीये. खरंच आहे, तू म्हणतेस, ते. हे हृदय आता तुलाच अर्पण केलंय् अन् आत्ता नाराज कशाला होतेस? अग, मी देखील तुझाच होऊन गेलोय् ना...'

एखाद्या लहान मुलाप्रमाणे मुंबईत मरीन ड्राइव्ह रस्त्यावर धोधो कोसळणारा पाऊस अनिमिष नेत्रांनी तासन् तास न्याहाळीत बसणारा, अत्यंत हालअपेष्टांत दिवस काढून देखील स्वतःच्या आदर्शांना प्राणपणाने जपणारा, अत्यंत संवेदनशील मनाचा, परंतु जीवनात मात्र सर्व सुखांना आंचवलेला हा देशभक्त शायर १८ ऑगस्ट, १९७६ रोजी शांतपणे अखेरच्या यात्रेला निघून गेला.

## 'क़तील' शिफाई

*अपनी हाथोंकी लकीरोंमें सजा ले मुझको*
*मैं हूँ तेरा तू नसीब अपना बना ले मुझको*
*मैं जो काँटा हूँ तो चल मुझसे बचाकर दामन*
*मैं हूँ ग़र फूल तो जूढेमें सजा ले मुझको ।*

'...आपल्या तळहातावरील (भाग्य) रेषांमध्ये मला विलीन करून टाक. मी तर तुझाच आहे. मला तू आपलं सर्वस्व बनवून टाक ना. जर मी एखाद्या काट्याप्रमाणे सलत असलो, तर मला टाळून दूर जा; पण मी जर एखाद्या फुलाप्रमाणे तुला आनंदित करू शकलो, तर मात्र मला तुझ्या (अतिमोहक) केशकल्पामध्ये विसावू दे...'

अतिनाजूक, हळुवार भावनांनी ओथंबलेली 'क़तील' शिफाई यांची शायरी फुलत होती. मुंबईत वाकोल्याच्या मच्छीबाजाराच्या पलीकडे चित्रपटनिर्माते बाबा सारंग यांच्या निवासस्थानी जमलेली अत्यंत खाजगी मैफल. पाकिस्तानचे शायरे-आज़म 'क़तील' शिफाई हे एकुलते एक शायर अन् श्रोते फक्त दोन – बाबा सारंग आणि मी. परंतु मैफलीची रंगत शायरांच्या अन् श्रोत्यांच्या संख्येवर थोडीच अवलंबून असते?

'बस आप पहुँच जाईए... मैं उनको इतल्ला कर चुका हूँ... अब किसी और

बातोंमें उलझ मत जाना...' (आता चटकन निघा पाहू. मी केव्हाच कळवलंय् त्यांना की, तुम्ही येत आहात, म्हणून. आता कृपा करून दुसऱ्या काही गोष्टींत अडकू नका; निघा चटकन्!), माझे परमस्नेही सिनेदिग्दर्शक गुलज़ार फोनवरून बोलत होते.

बाबा सारंग यांच्याशी माझा प्रत्यक्ष परिचय नव्हता, म्हणून संकोच वाटत होता; परंतु 'क़तील' शिफाई यांच्या भेटीचा योग हे फार मोठे आकर्षण होते.

'... ग़ाइबाना तारूफ तो हो चुका है...' (आपला अप्रत्यक्ष परिचय झालेलाच आहे.) बाबा सारंग माझं स्वागत करीत म्हणाले, 'गुलज़ार-साहेबांनी आवर्जून फोन केला होता, आपण येत आहात, म्हणून. 'क़तील' मियाँ देखील आपल्या भेटीसाठी उत्सुक आहेत.' अन् वैद्यकीय महाविद्यालयात शिकणाऱ्या आपल्या मुलाकडे चटकन् वळून ते पुन्हा म्हणाले, 'बेटे, अब हो सके तो घंटे दो घंटेकी मुहलत चाहते हैं' (जमलं, तर तास - दोन तासांची मोकळीक हवीय्)

दरबारातील उपस्थित मंडळींना मोगल बादशहा 'तख्लियात' (एकांत हवाय्) म्हणून रजा देत असत, त्या रीतिरिवाजाची आठवण झाली. नंतर चौकशीअंती समजलं, की सारंगांचे पणजोबा ही अफगाणिस्तानातील मातबर असामी; परंतु सततच्या बंडाळीला कंटाळून ते भारतात येऊन स्थायिक झाले. आजोबा एकोणिसाव्या शतकाच्या सुरुवातीला पतियाळा संस्थानचे दिवाण बनले आणि त्यांना लुधियानाजवळ जहागीर तोडून देण्यात आली. आता तो भाग पाकिस्तानात विलीन झाला आहे; परंतु नवाबी ढंग मात्र अद्याप कायम आहे.

आदाब- हस्तांदोलन होईपर्यंत 'क़तील' मियाँ येऊन दाखल झाले.

त्यांचं संपूर्ण नाव औरंगज़ेब खाँ 'क़तील' शिफाई. जन्म फाळणीपूर्वी भारताच्या पंजाब प्रान्तातील हरीपूर जिल्ह्यातील 'हतारा' या खेडेगावात झाला (१९१९). शिक्षण रावळपिंडी येथे झाले. कॉलेजात प्रवेश करतानाच पितृछात्र हरवले अन् शिक्षण अर्धवट सोडावे लागले.

साडेपाच फुटांची उंची, भरदार बांधा, अत्यंत तेजस्वी गौरवर्ण, वयाची साठी जवळ येऊन देखील चेहऱ्यावर एकही सुरकुती नव्हती; क्वचित एखादी रुपेरी शलाका दाखविणारे अन् मागे वळविलेले घनदाट तपकिरी रंगाचे केस, फिकट राखी रंगाचे अतिबोलके भावपूर्ण डोळे अन् सतत मंद स्मित वागविणारे पातळ ओठ, शुभ्र पांढरा कलाकुसरीचा लखनवी कुर्ता, शुभ्र पायजमा आणि अत्यंत शुभ्र पांढरे जोधपुरी चढाव परिधान केलेले 'क़तील' शिफाई हे एक अत्यंत आकर्षक व्यक्तिमत्त्व आहे. बोलण्या-चालण्यातील आदब अन् वाणीतील मार्दव त्यात मिसळून एक अतिप्रसन्न लोभसवाण व्यक्तिमत्त्व बनलेले 'क़तील' मियाँ आज उर्दूतील अग्रगण्य शायर आहेत. त्यांची ग़ज़ल छापलेली नाही, असे दर्जेदार उर्दू नियतकालिक

आढळणारच नाही.

'अहो, काय सांगायचं?' आयुष्यातील विषादाला विनोदाची झालर लावीत 'क़तील' म्हणाले, 'लहानपणापासून अनेक चुका करीत आलो अन् शेवटी शायर बनलो ! लहानपणीच वडील वारले, तेव्हा महाविद्यालयीन शिक्षण अर्धवट सोडून किराणा दुकान काढलं; पण पुड्या नीट बांधता येईनात. सतत सांडासांड व्हायची अन् गिऱ्हाइकं नाराज व्हायची...'

मला हसू आवरेना; परंतु नवपरिचितांसमोर असे हसणे बरोबर दिसणार नाही, म्हणून प्रयत्न करीत असताना 'क़तील' म्हणाले,

'हक़ीक़त कह रहा हूँ, साहब ।' (सत्य परिस्थितीच सांगतोय्, महाराज) अहो, हे बाबा माझे दोस्त. यांनी तर माझ्यावरही कडी केलीय्. असिस्टंट कॅमेरामन, लाईटमन वगैरे करीत-करीत नट देखील झाले. मग डायलॉग लिहिणं वगैरे. मग डायरेक्टर अन् आता स्वतःच प्रोड्यूसर बनलेयत. त्याबरोबर पारंपरिक खानदानी हकीमी आहेच. त्यांच्याबरोबर मी देखील हकीमीचा अभ्यास केलाय् थोडासा. हकीम महंमद यहिया 'शिफा' हे त्या काळातील पंजाबचे मोठे सुप्रसिद्ध हकीम होते. त्यांच्याकडेच आमची उमेदवारी सुरू असे. उस्ताद शायरी देखील उत्तम करीत असत. मला हकीमी जमली नाही; परंतु त्यांच्या पावलावर पाऊल ठेवून त्यांच्या शायरीचा वारसा मात्र चालवितो. पुढं 'क़तील' हे नाव धारण केलं आणि आपल्या उस्तादांची आठवण म्हणून 'शिफाई'— शिफा यांचे अनुयायी — तेव्हा 'क़तील' शिफाई असं नाव लावतो.'

'फन और शख़्सियत' (कला आणि कलावंत) हे उर्दूमधील अत्यंत दर्जेदार नियतकालिक. या नियतकालिकाने १९७८ मध्ये 'ग़ज़ल नंबर' म्हणून एक ग़ज़ल विशेषांक प्रसिद्ध केला. त्यात भारत-पाकिस्तानातील सर्व विख्यात ग़ज़लकारांचा त्रोटक परिचय आणि ग़ज़ला देण्यात आल्या होत्या. त्या विशेषांकाचे संपादन एका मान्यवर उर्दू साहित्यिकाने केलं. त्यात संपादकीय टिप्पणीत 'क़तील' साहेबांना पाकिस्तानचा मक़बुलतरीन शायर' (सर्वाधिक लोकप्रिय शायर) संबोधून त्यांचा गौरव केला आहे.

'वो उनकी मुहब्बत है, उनकी इनायत है' (त्यांचं प्रेम आहे, मेहरबानी आहे) म्हणून असा गौरव केला, असं अतिसहजपणे बोलताना 'क़तील' म्हणाले,

'लेकिन उन्होंने इतनी पुरानी ग़ज़लें क्यौं मुन्तख़ब की ये तो मैं नहीं जानता.' त्यांनी मला कळवलं असतं, त्यांच्यासाठी काही नवीन क़लाम पाठवलं असतं.

'पण आम्हांलाही तुमच्या त्याच ग़ज़ला ऐकायच्या आहेत अन् त्याही तुमच्याच आवाजात.'

आमचा थोडासा पोरकट हट्ट ऐकून क़तीलसाहेब हसून म्हणाले,

'अच्छा तो मुलाहिज़ा हो । मतला अर्ज़ किया है... (बरंय् तर मग; ऐका, सुरुवातीच्या ओळी अशा आहेत...)

*'तुम पूछो और मैं न बताऊँ...'*

आमच्या हट्टासाठी मोठ्या मिस्किलपणान उपयोगात आणलेला पहिलाच मिसरा— पहिलीच ओळ— हलकी खसखस पिकवून गेला.

क़तील शिफाई यांचे हरियाली, गजर, जलतरंग, रौज़न आणि झूमर असे पाच काव्यसंग्रह प्रकाशित झाले आहेत.

अत्यंत भावपूर्णता आणि ग़िनाइयत (गेयता) हे त्यांच्या ग़ज़लेचे विशेष. त्यामुळे बहुतेक ग़ज़ल - गायक अत्यंत आवडीनं क़तील यांची ग़ज़ल पेश करतात.

पंधरा - वीस वर्षांच्या दीर्घ कालावधीनंतर भारतात आलेल्या 'क़तील' साहेबांना भारताने केलेली प्रगती जाणवत होती, असे त्यांनी आवर्जून सांगितले. मलिका-ए-तरन्नुम नूरजहाँ, ग़ज़लगायक मेहदी हसन यांच्या आठवणी निघणे अपरिहार्य होते. वेळ भराभर निघून जात होता. शेरोशायरीच्या नादात वेळ कसा संपला, याचे भानच राहिले नव्हते. 'खुदा हाफ़िज़' करताना वरवर मोठे आनंदी अन् खुशमिज़ाज दिसणाऱ्या 'क़तील' साहेबांच्या अंतरंगात केवढं कारुण्य भरून राहिले आहे, याची जाणीव विलक्षण अस्वस्थ करीत होती, त्यांनीच ऐकविलेला त्यांचा एक शेर फिरफिरून मनात घोळत होता—

*अंगडाईपर अंगडाई लेती है रात जुदाईकी*
*तुम क्या समझो तुम क्या जानो बात मेरी तनहाईकी ।*

...ही विरहाची दुःखद रात्र आळोखेपिळोखे देत परत चाललीय्... तुला कशी जाणीव असणार माझ्या एकलेपणाच्या व्यथेची...'

**ग़ज़ल**

*तुम पूछो और मैं न बताऊँ ऐसे तो हालात नहीं*
*एक ज़रासा दिल टूटा है और तो कोई बात नहीं ।*

'...तू विचारावंस अन् मी सांगू नये, असं काहीच नाहीय्... एक माझं हृदय जरासं दुभंगलंय्, इतकंच... बाकी विशेष असं काही घडलं नाहीय्...'

*किसको खबर थी साँवले बादल बिन बरसे उड जाते हैं*
*सावन आया लेकिन अपनी क़िस्मतमें बरसात नहीं ।*

'...कुणाला कल्पना असणार, की हे कृष्णमेघ न बरसताच निघून जातील...

श्रावण आला; परंतु आपल्या (फुटक्या) नशिबात (सुखद) जलधारा कुठून असणार?'

*टूट गया जब दिल तो फिर ये साँसका नग़मा क्या मानी*
*गूँज रही है क्यौं शहनाई जब कोई बारात नहीं ।*

'...इथं हृदयच दुभंगून गेलंय्, तर श्वासांच्या गीताला आता काय अर्थ उरलाय्? (जगण्याला तरी काय अर्थ उरलाय्? आनंदोत्सवाचे द्योतक असलेली) वरातच नाहीय् अन् उगाचच ती सनई आपली निनादतेय्...'

*ग़मके अंधियारेमें तुझको अपना साथी क्यौं समझूं*
*तू फिर तू है, मेरा तो साया भी मेरे साथ नहीं ।*

'...या दुःखमय अंधकारात तुझ्या सोबतीची अपेक्षा तरी कशी करायची? माझी सावली देखील मला सोडून गेलीय्... मग तू तर...'

*माना जीवनमें औरत इक बार मुहब्बत करती है*
*लेकिन मुझको ये तो बता दे क्या तू औरत ज़ात नहीं ।*

'...समजा, स्त्री आयुष्यात एकदाच प्रेम करते... पण आता मला सांग, की तू देखील एक स्त्रीच आहेस ना? (-मग निदान एकदा तरी प्रेम कर...)'

*मेरे ग़मगीं होनेपर अहबाब हैं यूँ हैरान 'क़तील'*
*जैसे मैं पथ्थर हूँ मेरे सीनेमें जज़बात नहीं ।*

'...क़तील, मी दुःखातच चूर झाल्यामुळं माझे मित्र इतके चकित होऊन गेले आहेत. ...कदाचित त्यांना वाटत असावं, की मी एक दगडाचा पुतळा आहे अन् माझ्या हृदयात काही भावना असणंच शक्य नाही...'

**ग़ज़ल**

*परेशाँ रात सारी है, सितारो, तुम तो सो जाओ*
*सुकूते-मर्ग तारी है, सितारो, तुम तो सो जाओ ।*

'...सगळी रात्र कशी अस्वस्थ बेचैन आहे—तारकांनो, निदान तुम्ही तरी झोप घ्या (कारण मला झोप येणं अशक्यच आहे...) स्मशान-शांतता पसरलीय्... तारकांनो, तुम्ही तरी झोप घ्या...'

*हँसो और हँसते हँसते डूब जाओ तुम खलाओंमें*
*हमींपे रात भारी है, सितारो, तुम तो सो जाओ ।*

'...हसा आणि हसत-हसत अवकाशात विलीन होऊन जा... मला मात्र ही रात्र असह्य झालीय्... जाऊ द्या, चांदण्यांनो, तुम्ही तरी शांतपणे झोप घ्या...'

*तुम्हें क्या आज भी कोई अगर मिलने नहीं आया*
*ये बाज़ी हमने हारी है, सितारो, तुम तो सो जाओ ।*

'...तुम्हाला काय पर्वा आहे आज जरी कुणी भेटायला आलं नाही तरी... मी मात्र डाव हरलो आहे (आता मला भेटायला कुणी येणारच नाहीय्... जाऊ द्या) ...निदान तारकांनो, तुम्ही तरी शांत झोप घ्या...'

*कहे जाते हो रो रो कर हमारा हाल दुनियामें*
*ये कैसी राज़दारी है, सितारो, तुम तो सो जाओ ।*

'...असं रडत-रडत माझी कर्मकहाणी साऱ्या दुनियेला सांगत सुटला आहात... भले ! दोस्ताचं गुपित राखण्याची ही कुठली मुलुखावेगळी तऱ्हा आहे तुमची... तारकांनो (जाऊ द्या) झोपा तुम्ही...'

*हमें भी नींद आ ही जाएगी, हम सो ही जाएंगे*
*अभी कुछ बेक़रारी है, सितारो, तुम तो सो जाओ ।*

'...मला देखील झोप येणारच आहे अन् मी झोपणारच आहे... (शेवटी शांत काळनिद्रा लागणारच आहे...) सध्या मात्र जराशी बेचैनी अन् अस्वस्थता आहे... (जाऊ द्या, तुम्ही काही काळजी करू नका) तारकांनो, तुम्ही शांत झोप घ्या...'

**ग़ज़ल**

*तुम्हारी अंजुमनसे उठके दिवाने कहाँ जाते*
*जो वाबस्ता हुए तुमसे वो अफसाने कहाँ जाते ।*

'...तुझी मैफल सोडून (तुझ्यावर प्रेम करणारे) हे वेडे पीर जाणार तरी कुठं?... तुझ्याशी संबंधित असलेल्या (तुझ्या अप्रतिम लावण्याच्या) कथा तुला सोडून जाणार तरी कुठं?'

*तुम्हारी बेरुखीने लाज रख ली बादाखानोंकी*
*पिला देते जो आँखोंसे तो पैमाने कहाँ जाते ।*

'बरं झालं, आज तू उदास चेहरा करून (खाली नजर वळवून) बसली आहेस, म्हणून निदान त्या मद्यालयांची अब्रू तरी वाचली आहे... तुझ्या नजरेची मादकता

प्यावयाला मिळाली असती, तर त्या मद्यालयांचं काय झालं असतं?'

*निकलकर दैर-ओ-काबासे अगर मिलता न मयखाना*
*तो फिर ये भटके हुए राही खुदा जाने कहाँ जाते।*

'...मंदिरातून आणि मशिदीतून बाहेर पडल्यानंतर जर दारूगुत्ता सापडलाच नसता, तर हे भरकटलेले वाटसरू कुठं गेले असते, देव जाणे...'

*चलो अच्छा हुवा काम आ गयी दिवानगी अपनी*
*वगर्ना हम ज़मानेभरको समझाने कहाँ जाते।*

'...बरं झालं, निदान मला लागलेलं वेड उपयोगी तरी पडलं... नाहीतर (प्रेमात पडल्यावर किती वाताहात होते) हे साऱ्या जगाला कुठं समजावून सांगत बसायचं?'

*'क़तील' अपना मुक़द्दर ग़मसे बेग़ाना अगर होता*
*तो फिर अपने पराए हमसे पहचाने कहाँ जाते।*

'...क़तील, अरे, तुझे नशीब दुःखापासून अलिप्त राहिले असते (जर तुझ्यावर काही संकटे कोसळली नसती), तर मग आपले कोण आणि परके कोण हे तुला कसे ओळखता आले असते?'

**ग़ज़ल**

*गर्मी-ए-हसरते-नाकामसे जल जाते हैं*
*हम चिराग़ोंकी तरह शामसे जल जाते हैं।*

'...अपूर्ण आशा-आकांक्षामुळे दुःखात जळून जातोय्... सायंकाळपासून सतत जळत राहणाऱ्या दिव्याप्रमाणे (या विरहाच्या दुःखात जळून जातोय्...)'

*खुदनुमाई तो नहीं शेव-ए-अरबाबे-वफा*
*जिनको जलना है वो आरामसे जल जाते हैं।*

'...अर्थात या मित्रप्रेमाच्या मामल्यात कुठल्याच प्रकारच्या (दुःख) प्रदर्शनाची रीत नसते... ज्यांच्या नशिबी असतं, ते शांतपणे जळून जातात...'

*शमअ जिस आगमें जलती है नुमाइश के लिए*
*हम भी उस आगमें गुमनामसे जल जाते हैं।*

'...मेणबत्ती (आपले पतंगावरील प्रेम प्रदर्शित करण्यासाठी) ज्या अग्नीत जळून जाते, त्या आगीत (प्रेमाग्नीत) आम्ही देखील काही आरडाओरडा न करता

चुपचाप जळून जातो आहोत...'

*जब भी आता है मेरा नाम तेरे नामके साथ*
*जाने क्यौं लोग मेरे नामसे जल जाते हैं ।*

'...जेव्हा कधी तुझ्या नावाबरोबर माझं पण नाव घेतलं जातं, तेव्हा लोक मत्सरानं इतके जळतात... का, कुणास ठाऊक !'

*रब्ते-बाहमपे हमें क्या न कहेंगे दुश्मन*
*आशना जब तेरे पैग़ामसे जल जाते हैं ।*

'...तुझ्या-माझ्या आपसांतील संबंधांबाबत आपले शत्रू काय काय म्हणून बोलायचं शिल्लक ठेवतात?...अग, तुझा काही निरोप आला, की अगदी जवळचे लोकदेखील मत्सरानं जळू लागतात...'

*बच निकलते हैं अगर आतिशे-सैय्यालसे हम*
*शोल-ए-आरिज़े-गुलफामसे जल जाते हैं ।*

'...या (तुझ्यावरील प्रेमाच्या) वाहत्या अग्नीतून जरी बचावलो, तरी तुझ्या गालावरील गुलाबी रंगाच्या (भडकत्या) ज्वाळांत मात्र साफ जळून जातो...'

**ग़ज़ल**

*दुनियाने हमपे जब कोई इल्ज़ाम रख दिया*
*हमने मुक़ाबिल उसके तेरा नाम रख दिया ।*

'...जेव्हा म्हणून या दुनियेनं माझ्यावर काही (घाणेरडे) आरोप केले, तेव्हा मी तुझं नाव डोळ्यांसमोर आणलं (आणि गप्प राहिलो - अशासाठी, की माझं काही जरी झालं, तरी तुझं नाव बदनाम होऊ नये)...'

*एक खास हदपे आ गयी जब तेरी बेरुखी*
*नाम उसका हमने गर्दिशे-ऐय्याम रख दिया ।*

'...तुला माझ्याबद्दल वाटणारा परकेपणा (माझ्या बाबतीत वाटणारी उदासीनता) जेव्हा मर्यादेबाहेर जातोय्, असं वाटलं, तेव्हा मी त्याचं नाव कालचक्र (काळाचा महिमा-दैवगती) असं ठेवलं...'

*अब जिसके जी में आए वोही पाए रौशनी*
*हमने तो दिल जलाके सरे-आम रख दिया ।*

‘...आता ज्याला पाहिजे त्यानं (पडलेल्या) प्रकाशाचा फायदा घ्यावा... आम्ही तर स्वतःच्या हृदयाला आग लावून ते सर्वांच्या समोर ठेवलंय्...’

*क्या मसलेहत शनास था वो आदमी ‘क़तील’*
*मजबूरीयोंका जिसने वफा नाम रख दिया।*

‘...तो माणूस किती प्रसंग ओळखणारा’ किती धूर्त होता, म्हणून सांगू, रे क़तील... त्यानं असहायतेलाच ‘प्रेमात पडणं’ असं (गोड) नाव देऊन टाकलं...’

# 'साहिर' लुधियानवी

*चन्द कलियाँ निशात की चुनकर*
*मुद्दतों महवे-यास रहता हूँ*
*तेरा मिलना खुशीकी बात सही*
*तुझसे मिलकर उदास रहता हूँ ।*

'... (तुझ्या सहवासात) काही आनंदकलिका वेचून घेतो अन् मग प्रदीर्घकाळ दु:खात बुडून जातो. खरंच, तुला भेटणं म्हणजे किती आनंदाची बाब आहे ! परंतु त्यानंतर मात्र आणखीच खिन्न होऊन जातो...'

विसाच्या शतकाचा पूर्वार्ध पूर्ण होत असताना उर्दू शायरीच्या प्रांगणात -फ़िराक़' गोरखपुरी, 'मजाज़' लखनवी, जाँ निसार 'अख्तर', फ़ैज़ अहमद 'फ़ैज़' असे एकापेक्षा एक दिग्गज ऐन भरात असताना केवळ अलौकिक प्रतिभा अन् प्रासादिक लेखणी यांच्या बळावर स्वत:चे मानाचे स्थान निर्माण करणारा कोवळ्या वयाचा कॉलेज युवक अब्दुल हयी 'साहिर' लुधियानवी हे उर्दूतील तरक्कीपसंत (सुधारणावादी) शायरीला पडलेले एक सुंदर स्वप्न होते.

उंच, शिडशिडीत बांधा, अस्पष्ट व्रण असलेला सावळा वर्ण, लांबसडक कसेतरी मागे वळविलेले केस, भव्य

कपाळ, झुपकेदार भुवयांखाली असलेले अतिविशाल भावदर्शी डोळे अन् त्याबरोबरच सहजच नजरेत भरणारी विशाल अणकुचीदार नासिका लक्ष वेधून घेत असे. कधी संपूर्ण पाश्चिमात्य धर्तीचा सूट-टाय तर कधी कुडता-पायजमा. त्यावर जाकीट असा पूर्ण भारतीय परंतु बहुधा गबाळेपणानेच परिधान केलेला पोशाख हे साहिरचे नेहमी दृष्टीला पडणारे रूपदर्शन होते. सतत बोलत राहणं अन् हातात सदैव जळती सिगारेट हा साहिरच्या व्यक्तिमत्त्वाचा स्थायिभाव होता. त्याच्या स्वभावाबद्दल काही अनुमान करणे केवळ अशक्य होते. आल्या गेल्या कुणालाही अत्यंत आपुलकीने बसवून घेऊन खाणे-पिणे, चहापान वगैरे करीत आपले अन् इतर शायरांचे उत्तमोत्तम शेर ऐकवीत सतत बोलत राहणे, मग त्यात कुठेही कोपऱ्यावर मिळणाऱ्या इडली-डोशापासून लतादीदींच्या आवाजातील दिलचस्प मिठासपर्यंत कशावरही अखंड बोलत राहणे ही त्याची अत्यंत आवडीची गोष्ट होती. अगदी मनापासून आणि अगत्यपूर्वक केलेली. शेवटी रात्र वाढत जाताना एक एक मित्र जसा काढता पाय घेऊ लागे, तसतसा साहिरचा अगत्यशील मनमिळाऊ स्वभाव बदलत जाई अन् प्रत्येक निघून जाणारा मित्र किती स्वार्थी, आत्मकेंद्रित अन् दिखाऊ आहे, या असल्या फालतू लोकांसाठी आता कधीही वेळ अन् पैसा खर्च न करण्याचा निश्चय उरलेल्या एक-दोन मित्रांना ऐकवीत पहाट उलटून जावी, परंतु सकाळी उठल्यानंतर मात्र तेच तथाकथित आत्मकेंद्रित फालतू मित्र पुन्हा भेटताच गळ्यात गळा घालून अगदी मन:पूर्वक त्यांची सरबराई करीत गप्पा छाटणारा साहिर पाहताना त्याच्या काल मध्यरात्रीच्या बोलण्याचा काय अर्थ लावावा? यांतला खरा साहिर कोणता? त्याच्या अत्यंत जवळच्या मित्रांनाच काय, पण त्याच्या अम्मीजानला (आईला) देखील 'साहिर' पुरता कळला नव्हता.

साहिरचे आजोबा फतेह मुहम्मद आता पाकिस्तानात असलेल्या लुधियानाचे श्रीमंत जहागीरदार. वडील फ़ज़ल महंमद आणि आई सरदार बेगम यांचे अब्दुल हयी 'साहिर' लुधियानवी हे एकुलते एक अपत्य. ८ मार्च, १९२१. वडील फ़ज़ल महंमद यांच्या विलासी जीवनाला कंटाळून सरदार बेग़मने घटस्फोट घेतला. लहानग्या साहिरने कोर्टात न्यायाधीशांसमोर 'मी अम्मीबरोबरच राहणार' म्हणून सांगितले. जहागीरीपासून फारकत झाल्यामुळे साहिरचे पूर्वायुष्य गरिबीतच गेले आणि न जाणो जहागीरदारांचे हस्तक आपल्या मुलाला पळवून नेतील, म्हणून सरदार बेग़मने आपल्या मुलावर अहोरात्र पहारा ठेवला. साहजिकच अत्यंत बुद्धिमान असलेला, परंतु हळवा, भावनाशील स्वभावाचा 'साहिर' संपूर्णपणे परावलंबी बनला. कोणत्याही गोष्टीबद्दल निर्णय घेणे त्याला जमत नसे. सकाळी न्याहारीसाठी ऑम्लेट-टोस्ट खावेत, की आइस्क्रीम खावे, यावर त्याला कुणाच्या तरी सल्ल्याची आवश्यकता असे. कपडे कोणते घालावेत, येथपासून मुशायऱ्यात कोणती ग़ज़ल

पेश करावी अथवा नज़्म म्हणावी, यावर त्याचा निर्णय कधीच होत नसे. मग ध्वनिक्षेपकासमोर उभा राहिल्यानंतर त्याचे श्रोतेच अमुक ऐकवा, तमुक ऐकवा, म्हणून त्याची समस्या सोडवीत. तो यक्षप्रश्न सुटल्यानंतर मात्र 'साहिर'ची रसवंती श्रोत्यांची प्रत्येक फर्माइश पूर्ण करीत मुशायरा उजाळून टाकीत असे.

साहिरचे निकटवर्ती मित्र जाँ निसार 'अख्तर' आणि प्रकाश पंडित साहिरच्या अविवाहित राहण्याबद्दल सांगत असत, आपण काय पसंत करावे, याचा निर्णय याला कुणाच्या तरी मदतीशिवाय कधीच घेता येत नाही अन् दुसऱ्या कुणी पसंत केलेली 'बहू' याला चालणार नाही. मग याचे लग्न व्हायचं तरी कसे?

'साहिर' साहेबांना प्रथम भेटण्याचा योग १९५६ मध्ये जमून आला. माझे बुज़ुर्ग प्रा. दस्तगीर 'शिहाब' आणि दोन-तीन मित्रांसमवेत साहिरच्या निवासस्थानी पोहोचलो. दस्तगीरसाहेबांचा पूर्वपरिचय असल्यामुळे अम्मीजाननेच आमचे स्वागत केले. चहापान अन् गप्पांच्या ओघात अम्मीजानने 'आपला मुलगा पूर्वी बऱ्यापैकी शायरी करीत असे, परंतु हल्ली चित्रपट व्यवसायात शिरल्यापासून 'पूरी तरह गिर गया है' असा तज्ज्ञ अभिप्राय नोंदविला. अनेक उत्तमोत्तम शायर केवळ द्रव्यार्जनासाठी चित्रपट व्यवसायाकडे वळले आणि त्यांनी चित्रपटातील प्रसंगानुरूप सवंग गीते लिहिली, ही वस्तुस्थिती आहे; परंतु 'साहिर'ची चित्रपटगीतेदेखील दर्जेदार आहेत. किंबहुना साहिरच्या शायरीमुळेच चित्रपट व्यवसायात अर्थपूर्ण आणि उत्तम दर्जाची शायरी उपयोगात आणण्याची प्रथा पडली, असं म्हटले, तर वावगे ठरू नये. त्याच्या शायरीचे अध:पतन कधीच झाले नाही; परंतु अम्मीजानला मात्र आपल्या खानदानी विचारसरणीमुळे आपला मुलगा चित्रपट व्यवसायातील शायरी करतो, याचा विषाद वाटत असे.

काही वेळाने 'साहिर' साहेबांचे आगमन झाले. पुन्हा खाणेपिणे, चहापान वगैरे दौरे यथासांग झाल्यानंतर एक तबक मध्यभागी ठेवण्यात आले. त्यात स्टेट एक्सप्रेस, ५५५, गोल्डफ्लेक या उंची सिगारेट्स आणि विडीचे बंडल होते. त्याचा अर्थ काही लक्षात येईना. शेवटी न राहवून दस्तगीरसाहेबांनी विचारले, तेव्हा साहिर हसून म्हणाले,

'जब कोई ग़ज़ल कहता हूँ, तब स्टेट एक्सप्रेस पीता हूँ... कोई हलकी फुलकी नज़्म कहता हूँ, तब गोल्ड फ्लेक चलती है... और जब कोई सिनेगीत लिखता हूँ, तो फिर बीडीही ठीक रहती है...'

सतत धुम्रपानामुळं गळ्यावर परिणाम होऊन आवाज खराब होतो, असं केव्हातरी साहिरला समजले. त्यामुळे धूम्रपान कमी करण्यासाठी तो प्रत्येक सिगारेटचे दोन तुकडे करून अर्धीच सिगारेट ओढीत असे. मग तो तुकडा संपत आला, की त्यावर दुसरा, नंतर दुसऱ्यावर तिसरा असे अनेक; परंतु 'अर्धेच' तुकडे लागोपाठ

ओढले जात, परंतु धूम्रपान निश्चित आटोक्यात ठेवले आहे, असे साहिरचे ठाम मत होते. मात्र गळ्याची परिस्थिती कशी काय आहे, हे विचारण्याचे धाडस मलाच काय, पण दस्तगीरसाहेबांनादेखील कधी झाले नाही.

लुधियानाच्या दयाळसिंह कॉलेजात बी. ए. च्या शेवटच्या वर्षात शिकत असलेल्या आणि सतत बऱ्यापैकी गुण मिळवीत असलेल्या विद्यार्थ्याने आपला 'तल्खियाँ (कटुता) हा काव्यसंग्रह प्रसिद्ध केला आणि अब्दुल हयी हा फारसा प्रसिद्ध नसलेला युवक एकदम 'साहिर' लुधियानवी बनून प्रकाशझोतात आला. तरक्कीपसंद शायरीच्या अस्मानात एक नवा देदीप्यमान तारा उदयाला आला. साहिर लाहोर येथील 'शाहकार' या नियतकालिकाचा आणि 'अदबे-लतिफ' या पत्रिकेचे संपादन करू लागला (१९४५); परंतु फाळणीनंतर पाकिस्तानचे शासन चालविणाऱ्या धर्मांध जुल्मी राज्यकर्त्यांवर कडाडून टीका करणारे लेख साहिरने 'शाहकार' मध्ये प्रसिद्ध केले. साहिरवर पकडवॉरंट काढण्यात आले. त्यामुळे रातोरात काळोखातून वाटचाल करीत, दगडधोंड्यांतून ठेचकाळत अम्मीसमवेत मैलचे मैल पायी रखडत पाकिस्तानची सरहद्द ओलांडून साहिर भारतात आला, तो कायमचाच. दोन वर्षे दिल्ली येथे 'शाहराह' हे नियतकालिक आणि प्रीतलडी पत्रिकेचे संपादन करून नंतर साहिर मुंबईत येऊन स्थायिक झाला (१९४९).

साहिर प्रसिद्धीच्या झोतात आल्यानंतर सुमारे पहिली दहा वर्षे मुशायऱ्यात त्यांनी 'परछाइयाँ' ऐकविल्यावाचून त्यांची सुटका होत नसे आणि ते प्रदीर्घ काव्य ऐकत श्रोते तन्मयतेने समाधी लावून बसत. विस्तारभयास्तव त्यातील काही ओळीच येथे उद्धृत करतो. काव्य 'फ्लॅशबॅक' पद्धतीने लिहिले आहे.

*जवान रातके सीनेपे दूधिया आँचल*
*मचल रहा है किसी ख्वाबे-मरमरी की तरह*

'...नवयौवना सुंदर चांदण्या रात्रीच्या वक्षावर (आकाशगंगेची) दुधाळ ओढणी एखाद्या अतिसुंदर संगमरवरी स्वप्नाप्रमाणे विखुरली आहे...'

*इन्हींके सायेमें फिर आज दो धडकते दिल*
*खमोश होटोंसे कुछ कहने सुनने आए हैं*
*न जाने कितनी कश्मकशसे, कितनी काविशसे*
*ये सोते-जागते लम्हे चुराके लाए हैं ।*

'ज्या आसमंतानं मला तारुण्यात मोहिनी घातली होती, त्याच वृक्षांच्या सावलीत आज दोन धडधडती तरुण हृदयं पाहतोय्... आपल्या अवाक, निःशब्द

ओठांनी एकमेकांना काहीतरी सांगण्यासाठी... काहीतरी ऐकण्यासाठी... एकत्र आलेली...

...किती खटपटीनं, महत्प्रयासांनी त्या बिचाऱ्यांनी हे स्वप्निल एकांत - क्षण जगापासून चोरून आणले असतील...'

*यही फ़ज़ा थी, यही ऋत, यही ज़माना था*
*यहाँसे हमने मुहब्बतकी इब्तदा की थी*
*धडकते दिलसे, लरज़ती हुई निगाहों से*
*हुजूरे-ग़ैबमें नन्हीसी इल्तज़ा की थी...*
*तसव्वुरातकी परछाइयाँ उभरती है ।*

'असंच होतं सारं काही... इथंच, याच ऋतूत, याच ठिकाणी आम्ही आपल्या प्रेमाचा श्रीगणेशा केला होता. धडधडत्या हृदयानं अन् थरथरत्या नेत्रकटाक्षांनी परमेश्वरचरणी लहानसं मागणं मागितलं होतं...' एकामागून एक स्मृतिचित्रं नजरेसमोरून तरळत जाताहेत...'

*इन जानेवाले दस्तोंमें ग़ैरतभी गयी बरनाईभी*
*माँओंके जवाँ बेटेभी बहनोंके चहेते भाईभी*

'...(किती लोभसवाणे होते ते तारुण्यातले दिवस ! मग एक दिवस सगळंच काही बदलून गेलं, महायुद्ध सुरू झालं. बुटांच्या खिळ्यांनी सुंदर मार्ग उखडून गेले. जीप-ट्रॅक्सच्या धुराळ्यानं सुंदर वस्त्रं मळून गेली. वस्तू महागल्या अन् माणसाची किंमत मात्र कमी झाली)... जवानांचे तांडे कधीच न परतणाऱ्या मार्गानं चालू लागले. जाणाऱ्यांबरोबर माणुसकीची अब्रू अन् यौवनदेखील निघून गेलं. मातांची तरुण मुलं अन् बहिणींचे लाडके भाऊ देखील निघून गेले...'

*कुछ भी न रहा जब बिकनेको जिस्मोंकी तिजारत होने लगी*
*खल्वतमेंभी जो ममनुअ थी वो जल्वतमें जसारत होने लगी*
*तसव्वुरातकी परछाइयाँ उभरती है ।*

'...अन्नान्न दशा झाली. घराघरांतील चीजवस्तू विकली जाऊ लागली. काहीच उरलं नाही, तेव्हा देहविक्रय देखील होऊ लागला. एकांतातदेखील निषिद्ध मानली जाणारी गोष्ट उघड्यावर खुल्या बाजारात होऊ लागली... स्मृतिचित्रं तरळत जाताहेत...'

*उस शाम हुआ मालूम मुझे जब भाई जंगमें काम आए*
*सरमायेके क़हबाखानोंमे बहनोंकी जवानी बिकती है...*

'...(तुझ्या घरात केवढा प्रलय माजला होता ! तुझा एकुलता एक भाऊ युद्धात

मारला गेला होता... घर, शेत गहाण पडलं होतं... चीजवस्तू विकली गेली होती अन् मग) ...त्या सायंकाळी दारुण सत्याचं आकलन झालं, की जेव्हा कर्तासवरता भाऊ मरण पावतो, तेव्हा केवळ पोटाची खळगी भरण्यासाठी बहिणीला श्रीमंतांच्या कुंटणखान्यात आपलं यौवन विकावं लागतं...'

*सूरजके लहूमें लिथडी हुई वो शाम है अबतक याद मुझे*
*चाहतके सुनहरे ख्वाबोंका अन्जाम है अबतक याद मुझे...*

'...किती क्लेशदायक स्मृतिचित्रं साकार होताहेत एकामागून एक ! मावळत्या सूर्याच्या रक्तानं लडबडलेली अतिदु:खद सायंकाळ आठवतेय् मला अन् उराशी कवटाळलेल्या सोनेरी सुखस्वप्नांचा शेवट काय होतो, तेही आठवतंय् मला...

...सगळं सगळं काही आठवतंय् मला. कदाचित आज तू कुणाची तरी मैफल सजवीत असशील... मुजरा पेश करून किंवा कदाचित कुणाच्या तरी बाहुपाशात असहायपणे विसावून माझ्या आठवणींची स्वप्नचित्रं रंगवीत असशील. काय करणार? तू मी अन् भोवतालचं जग... सगळंच परिस्थितीनं जखडलेले, असहाय नियतीच्या हातांतील कळसूत्री बाहुली...'

*और आज इन पेडोंके नीचे फिर दो साये लहराए हैं*
*फिर मौतकी आँधी उठ्ठी है फिर जंगके बादल छाए हैं*
*मैं सोच रहा हूँ इनका भी अपनीही तरह अन्जाम न हो*
*इनका भी जुनूँ बदनाम न हो*
*इनके भी मुकद्दरमें लिख्खी इक खून में लिथडी शाम न हो...*

'... आज त्या वृक्षांखाली पुन्हा तशाच दोन सावल्या भावनावेगानं थरथरताहेत... पुन्हा मृत्यूचं थैमान सुरू झालंय्. युद्धाचे ढग जमू लागलेय्त... किती उत्कटतेनं विचार येतोय् मनात पुन्हा की, निदान या दोघांचं प्रेम तरी आपल्यासारखं उद्ध्वस्त होऊ नये... त्यांचं प्रेम बदनाम होऊन त्याची वासलात लागू नये... तशी रक्ताने लडबडलेली सायंकाळ यांच्या नशिबात कधीही येऊ नये...'

*गुज़िश्ता जंगमें घरही जले थे मग़र इस बार*
*अजब नहीं के ये तनहाइयाँ भी जल जाएं*
*गुज़िश्ता जंगमें पैकर जले थे मग़र इस बार*
*अजब नहीं के ये परछाइयाँ भी जल जाएं...*
*तसव्वुरातकी परछाइयाँ उभरती है ।*

'...गेल्या युद्धात घरं जळून गेली होती... या युद्धात आता ही नीरव शांतता

देखील जळून गेली, तर आश्चर्य वाटू नये... मागच्या युद्धात मानवी शरीरं जळून गेली होती. आता या युद्धात कदाचित ही स्मृतिचित्रंदेखील जळून खाक होतील...

...स्मृतिचित्रं तरळत जाताहेत...'

'ताजमहाल' ही साहिरची अशीच एक अत्यंत गाजलेली आगळीवेगळी रचना. अगणित लेखकांनी अन् कवींनी ताजमहालच्या सौंदर्याचे गोडवे गायले आहेत. अमर प्रीतीचे स्मारक म्हणून गौरविले आहे; परंतु साहिरचा कल्पनाविलास किती वेगळा अन् स्वतंत्र मार्गानं जातो, पहा —

*ताज तेरे लिए इक मज़हरे-उल्फतही सही*
*तुमको इस वादी-ए-रंगीसें अक़ीदत ही सही*
*मेरी महबूब ! कहीं और मिला कर मुझसे*

'...कदाचित तुला हा ताजमहाल उत्कट प्रेमाचे प्रतीक वाटत असेल... अन् या रमणीय स्थळाबद्दल तुझी श्रद्धादेखील असेल परंतु, प्रियतमे, आपण दुसरीकडं कुठंतरी भेटू या...

*अनगिनत लोगोंने दुनियामें मुहब्बत की है*
*कौन कहता है के सादिक़ न थे जज़बे उनके?*
*लेकिन उनके लिए तशहीरका सामान नहीं*
*क्यौं कि वो लोग भी अपनीही तरह मुफ़लिस थे*

'...अगणित लोकांनी या दुनियेत मनापासून प्रेम केलंय् कुणावर तरी. कोण म्हणू शकेल की, त्यांच्या भावना सत्यनिष्ठ अन् प्रामाणिक नव्हत्या म्हणून? परंतु त्यांच्याकडे आपल्या भावनांचे प्रदर्शन करण्याचं काही साधन नव्हतं; कारण तेदेखील आपल्यासारखेच निर्धन अन् गरीब लोक होते...'

*मेरी महबूब ! उन्हें भी तो मुहब्बत होगी*
*जिनकी सन्नाईने बख़्शी है इसे शक्ले-जमील*
*उनके प्यारोंके मक़ाबिर रहे बेनाम-ओ-नमूद*
*आजतक उनपे जलायी नहीं किसीने किंदील*

'...अग, ज्यांच्या कारागिरीमुळे या ताजला इतकं सुंदर रूप प्राप्त झालं, त्यांनीदेखील कुणावर तरी प्रेम केलंच असेल... परंतु त्यांच्या प्रियजनांच्या कबरींचे मात्र कुठं नाव-निशाणदेखील आढळत नाही... त्या कबरींवर कुणी आजवर एखादी पणतीदेखील (प्रेमाची आठवण म्हणून) आणून लावली नाहीय्...'

*एक बादशाहने दौलतका सहारा लेकर*

*हम ग़रीबोंकी मुहब्बतका उडाया है मज़ाक*
*मेरी महबूब ! कहीं और मिला कर मुझसे ।*

'...एका बादशहानं मात्र मोठ्या आढ्यतेने खूप धनदौलत खर्च करून आम्हां गरिबांच्या प्रेमाची चेष्टाच केलीय् जणू... चल, दुसरीकडं कुठंतरी जाऊन भेटू या आपण...

साहिरनं चित्रपटसृष्टीत पदार्पण करण्यापूर्वी चित्रपट गीते फारशी अर्थपूर्ण नसत. ट ला ट जोडून तुकबंदी केलेल्या सवंग रचनाच अधिक प्रमाणात आढळत. साहिरच्या चित्रपट-गीतांनी एक नवी प्रथाच पाडली. वो सुबह कभी तो आयेगी, ये दुनिया अगर मिलभी जाए, अभी न जाओ छोडकर, ज़िन्दगीभर नहीं भूलेगी, मैंने शायद तुम्हें, तुम अग़र मुझको न चाहो, दो बूँदे सावनकी, कभी कभी मेरे दिलमें, साथी हाथ बढाना, सँभल ऐ दिल अशी कितीतरी अर्थपूर्ण गीते सांगता येतील. त्यामुळेच कदाचित चित्रपट-गीतांसाठी उत्कृष्ट शायरी वापरण्याची प्रथा पडली. अलीकडे मात्र पुन्हा त्याची वासलात लागली, हा भाग वेगळा.

आई-वडिलांचा बेबनाव अन् फारकत पाहणाऱ्या कोवळ्या वयातील साहिरच्या मनावर तीव्र अघात झाला. कुमारावस्थेत महायुद्धाची झळ लागून उद्ध्वस्त होणारे गरिबांचे संसार पाहावे लागले. युवावस्थेत देशाची फाळणी होताना भीषण क्रौर्य, रक्तपात अन् मृत्यूचे तांडव अनुभवणाऱ्या साहिरच्या रचनांमधून या सर्व गोष्टी डोकावतात. त्यानं म्हटलंय् —

*दुनियाने तजुर्बात-ओ-हवादिसकी शक्लमें*
*जो कुछ मुझे दिया है वो लौटा रहा हूँ मैं ।*

'या दुनियेनं मला संकटं, अत्याचार अन् जे काही बरे-वाईट अनुभव दिलेयूत, ते सगळे मी या शेरांद्वारे साभार परत करतोय्...'

पारंपरिक मूल्यांचा फोलपणा जाणवणारा साहिर म्हणतो की, या मृगजळामागे किती काळ धावत राहायचं?

*सदियोंसे इन्सान ये सुनता आया है*
*दुखकी धूपके आगे सुखका साया है ।*
*झूट तो क़ातिल ठहरा उसका क्या रोना*
*सचने भी इन्सानका खून बहाया है ।*

'...शतकानुशतक मानव ऐकत आला आहे की, दुःखाच्या रणरणत्या उन्हानंतर

सुखाची सावली येते... (मग कुठाय् ती सुखाची सावली?) आम्हांला जिवे मारणारे (जुलमी सत्ताधीश) अधर्मानं वागताहेत. असत्याचा अवलंब करताहेत, परंतु सत्यानं वागणारांचं रक्त सांडलं जातंय्, त्याचं काय? (उगाचच त्या सत्याला कवटाळून बसण्यात काय अर्थ आहे? -जुलमाविरुद्ध उठाव नको का करायला?)...'

परंतु जीवनात इतके कटू अनुभव घेणाऱ्या साहिरचं जीवनावर मात्र नितांत प्रेम होते.

जगातील विषमतेविरुद्ध सतत आवाज उठविणारा, जुलूम-अन्यायाची विलक्षण चीड असलेला, परंतु तरीदेखील रसिक, भावनाशील अन् भाबड्या मनाचा, सतत बोलत राहणारा साहिर २५ ऑक्टोबर, १९८० रोजी कायमचा शांत झाला...

# कालिदास गुप्ता 'रिज़ा'

'...उसे शायरी कहते हैं.... ज़मानेके मुताबिक चोटीके ऊँचे खयालों और जज़बातको पानीकी तरह बहते हुए, संगीतमय, मुनासिब अल्फाज़में अदा करनेका दूसरा नाम है...'

'...सभोवतालच्या दुनियेबाबत नादमधुर ओघवत्या भाषेत उदात्त विचार अन् भावनांचे उन्मेष शब्दांकित करणं यालाच शायरी म्हणतात...'

तलम सफेत कुडता अन् पायजमा, असा अत्यंत साधा पेहराव, काहीही आवश्यकता नसताना हातात बाळगलेली वॉकिंग स्टिक (आधाराची काठी), साडेपाच फुटांपेक्षा अधिक उंचीचा भरदार पुष्ट देह, गव्हाळ वर्ण, विद्वत्तानिदर्शक भव्य कपाळ, ओठांवर जाणवेल, न जाणवेल, इतपत परंतु सतत रेंगाळणारं स्मित हास्य आणि वागण्यात कमालीची आदब असणारे जनाब कालिदास गुप्ता 'रिज़ा' हे उत्तर भारतीय खानदानी संस्कृतीचे अत्यंत आकर्षक असे चालते बोलते उदाहरण आहे. बोलताना कुठेही घाई गडबड नाही, आवाज चढविणे नाही अथवा अयोग्य शब्दांचा वापर नाही. मार्दवयुक्त हलक्या आवाजात थांबून थांबून बोलणाऱ्या 'रिज़ा' साहेबांचे वयपरत्वे थोडे विरळ अन् रुपेरी झालेले केस वगळता वयाची पंच्याहत्तरी गाठल्याचे कोणतेही चिन्ह शरीरावर आढळत नाही.

पंजाबातील जालंधर परिसरातील मुकुंदनगर येथील धनाढ्य सावकारी कुटुंबात जन्मलेले (२५ ऑगस्ट, १९२५) 'रिज़ा' साहेब आजमितीला विद्यमान असलेल्या उर्दू शायर - अदीबांमधील सर्वाधिक जाणकार, व्यासंगी संशोधक आणि'उस्ताद' शायर मानले जातात. आजवर त्यांचे सुमारे साठ ग्रंथ प्रकाशित झाले आहेत. त्यांत बारा काव्यसंग्रह आहेत. मिर्ज़ा 'ग़ालिब'ची शायरी हा त्यांचा अत्यंत जिव्हाळ्याचा विषय. केवळ 'ग़ालिबियत' वर त्यांची आजवर सतरा अभ्यासपूर्ण पुस्तके मान्यता पावली आहेत. 'ग़ालिब'च्या शायरीवरील त्यांची मते साऱ्या उर्दू जगतात (भारत, पाकिस्तान, बांगला देश, मलेशिया आणि अरब अमिराती) प्रमाण मानली जातात.

'रिज़ा' साहेबांच्या जीवनावर आजवर पंधरा वेगवेगळ्या लेखकांनी स्वतंत्र पुस्तके लिहिली आहेत. डॉ. फज़ल कुरेशी यांनी 'रिज़ा' साहेबांच्या साहित्यावर संशोधन करून अलिगढ विद्यापीठाची डॉक्टरेट मिळविली. मोहतरमा अज़मत बेगम यांनी 'रिज़ा' साहेबांच्या साहित्यावर प्रबंध सादर करून लाहोर विद्यापीठाची डॉक्टरेट मिळविली.

उर्दू शायरीत देखील शास्त्रीय संगीत आणि नृत्यकलेप्रमाणेच गुरु-शिष्य परंपरेने घराणी निर्माण झाली. या खानदानी पठडीतून उत्तमोत्तम शायर निर्माण होऊन नावारूपाला येणे अपिरहार्यच म्हणता येईल. शेवटचा मोगलसम्राट बहादुरशाह 'ज़फ़र' याचा गुरू हज़रत इब्राहिम 'ज़ौक़' देहलवी यांचाच शागीर्द हज़रत 'दाग़' देहलवी. दाग़' चा पट्टशिष्य 'जोश' मल्सियानी. आणि पंडित लम्भूराम 'जोश' मल्सियानी यांचे शिष्य कालिदास गुप्ता 'रिज़ा' अशी ही खानदानी परंपरा आहे. साहजिकच 'रिज़ा' साहेबांची शायरी खानदानी आणि दर्जेदार असणार, हे सांगण्यास कुणा पंडिताची आवश्यकता नाही.

सरस्वतीसमवेतच लक्ष्मीचाही वरदहस्त लाभलेले 'रिज़ा' साहेब अत्युत्तम संग्राहक देखील आहेत. त्यांच्या वैयक्तिक ग्रंथसंग्रहात चाळीस हजारांपेक्षा अधिक उत्तमोत्तम ग्रंथ आणि दुर्मीळ हस्तलिखिते आहेत. बी. बी. सी टेलिव्हिज़नने त्यावर एक 'फीचर फिल्म' प्रकाशित केली.

अरब अमिरातींच्या वतीने दर चार वर्षांनी 'आलमे-फ़रोगे-उर्दू (उर्दू साहित्यक्षेत्रातील तेजोनिधी) हा बहुमानाचा किताब दीड लाख रियाल मानधनासहित प्रदान करण्यात येतो. उर्दू जगतातील हा सर्वोच्च बहुमानाचा पुरस्कार आहे. त्यासाठी भारत, पाकिस्तान, बांगलादेश, श्रीलंका, मलेशिया, इंडोनेशिया, आणि अरेबियासहित सर्व अरब अमिरातींमधून साहित्यिकाची निवड केली जाते. यंदाच्या पुरस्कारासाठी 'रिज़ा' साहेबांची एकमताने निवड होऊन ऑक्टोबर १९९९ मध्ये क़तार मधील दोहा

येथील विशेष समारंभात हा पुरस्कार प्रदान करण्यात आला. तत्पूर्वी स्टार न्यूज आणि 'झी टीव्ही' या अति लोकप्रिय दूरदर्शन वाहिन्यांनी ही बातमी एप्रिल १९९९ मध्ये प्रक्षेपित केली. भारताच्या किंवा मुंबई दूरदर्शनने मात्र त्याची अद्याप दखल घेतल्याचे ऐकिवात नाही.

१९९७-९८ हे वर्ष शायरे-आज़म मिर्ज़ा 'ग़ालिब' यांच्या जन्मद्विशताब्दीचं वर्ष म्हणून साजरे करण्यात आले. पाकिस्तान आणि बांगलादेश या दोन्ही शेजारी राष्ट्रांमध्ये अनेक ठिकाणी, अनेक प्रमुख शहरांमध्ये जन्मद्विशताब्दी सोहळ्याचे कार्यक्रम साजरे करण्यात आले. त्यांतील अनेक ठिकाणी 'रिज़ा' साहेबांना आवर्जून निमंत्रित करण्यात आले होते.

पाकिस्तान शासनाने या सोहळ्यानिमित्त मिर्ज़ा 'ग़ालिब'च्या जीवनावर आणि शायरीवर आधारित असा 'ग़ालिब-ज्ञानकोश' चार खंडांमध्ये संकलित करण्याची योजना आखली आहे आणि या योजनेचे अध्यक्ष म्हणून 'रिज़ा' साहेबांची नियुक्ती केली आहे.

उर्दू साहित्य क्षेत्रातील असे अगणित मानसन्मान लाभलेला हा व्यासंगी संशोधक, शायर, अदीब आणि बरेच काही असलेला थोर प्रज्ञावंत गेली दोन तपे मुंबईत वास्तव्य करून आहे. परंतु डी.लिट्.सारखे पुरस्कार खिरापतीप्रमाणे वितरण करणाऱ्या मुंबई, पुणे, औरंगाबाद, कोल्हापूर, नागपूर, आदी विद्यापीठांपैकी कुणालाही, फार काय, महाराष्ट्र शासनाला देखील 'रिज़ा' साहेबांची ओळख पटू नये, हे दुर्दैव उर्दू साहित्याचे, की महाराष्ट्राचे?

लाहोर विद्यापीठातून अरबी आणि फारसी हे विषय घेऊन पदवी प्राप्त केल्यानंतर बॅरिस्टर होण्यासाठी 'रिज़ा' साहेबांनी लंडन येथे प्रस्थान ठेवले. परंतु नियती मात्र वेगळीच होती. बार-अॅट-लॉचं प्रथम वर्ष पूर्ण होते न होते, तोच त्यांना कौटुंबिक व्यवसाय सांभाळण्यासाठी शिक्षण सोडून देऊन पश्चिम आफ्रिकेत जावे लागले. परंतु आफ्रिकेतील वास्तव्यात देखील पत्रव्यवहाराद्वारे त्यांचे उस्ताद 'जोश' साहेबांकडील शायरीचे मार्गदर्शन घेणे सुरूच होते. दीर्घ कालावधी आफ्रिकेत व्यतीत केल्यानंतर 'रिज़ा' साहेब मुंबईत स्थायिक झाले. निवृत्तिकालात 'रिज़ा' साहेब सतत लेखन-संशोधनात मग्न असतात. मुशायरे अथवा चर्चा- शिबिरे यात ते क्वचितच हजेरी लावतात. त्यापेक्षा स्वतःच्या अभ्यासिकेत बसून वाचन-मनन-चिंतन करणं त्यांना अधिक भावते. रागदारी संगीताचा मनस्वी छंद असलेले 'रिज़ा' साहेब स्वत: उत्तम सितारवादक आहेत.

'रिज़ा'साहेबांनी आजवर शायरीसंबंधी सुमारे साठ ग्रंथ प्रकाशित केले आहेत. त्यांत त्यांचे स्वत:चे नऊ काव्यसंग्रह आहेत.

रिवायती (पारंपरिक शृंगारप्रधान), तरक्कीपसंद (सुधारणावादी) आणि जदीद (नवमतवादी) अशा सर्व रंगांमध्ये उत्तम रचना करणाऱ्या 'रिज़ा'साहेबांनी जदीद

रंगात रचलेल्या ग़ज़लेतील रम्य कल्पनाविलास पहा-

**ग़ज़ल**

*ज़वाले-आशियाँ होते हुए भी*
*मकीं चुप हैं ज़बाँ होते हुए भी ।*

'...स्वतःच्या राहत्या घराची वाताहात होत असताना देखील ही घरात राहणारी माणसं (मुर्दाडपणे) मूग गिळून चुपचाप बसली आहेत... कसल्या पुरुषार्थांची अपेक्षा करावी असल्या भेकड माणसांकडून?...'

*धुआँ उठ्ठा तो छतकी राह निकला*
*मकाँमें खिडकियाँ होते हुए भी ।*

'...(अग्निदिव्यातून तावून सुलाखून) निघालेला धूर सरळ छताकडंच (उच्च ध्येयाप्रत) निघालाय्... घराला अनेक खिडक्या (बाहेर जाण्यासाठी कमी कष्टप्रद मार्ग) असताना देखील ऊर्ध्व दिशेनेच चाललाय्...'

*फलक़ही को सराहा जा रहा है*
*ज़मींपर कहकशाँ होते हुए भी ।*

'...त्या दूरस्थ आकाशाचीच सतत प्रशंसा केली जातेय्... इथं जमिनीवर आकाशगंगा असून देखील ... (आमच्या लोकांना एकंदरीत पाश्चात्त्य गोष्टींचंच कौतुक फार... भारतीय संस्कृतीतील अभिजात सौंदर्य त्यांना कधी उमगतच नाही...)...'

*खुले बाज़ार बेक़ीमत बिका हूँ*
*ये अर्ज़ां हो गिराँ होते हुए भी ।*

'... या (जगाच्या) खुल्या बाजारात आज कवडीमोलानं विकला जातोय्... (कुणालाही माझ्या गुणांची कदर करावी, असं वाटत नाहीय्... जाणून बुजून अन्याय केला जातोय्... मला त्याची पूर्ण जाणीव आहे अन् म्हणूनच सांगून ठेवतो, की) माझी किंमत यापेक्षा कितीतरी अधिक आहे, याची कल्पना असू द्या...'

*इक आँसू में सिमटकर आ गया है*
*समंदर बेकराँ होते हुवे भी*

'...वास्तविक समुद्राची व्याप्ती केवढी अमर्याद, अफाट... परंतु तो सारा महासागर त्या (अतिसुंदर करुणरम्य नेत्रांतील) केवळ एका अश्रुबिंदूत सामावला गेला आहे... (केवढं अपार दुःख सामावलं आहे त्या एका अश्रुबिंदूत)...'

*हमें डूबना है तो डूबना है*
*हज़ारों कश्तियाँ होते हुए भी ।*

'...आम्ही एकदा जलसमाधी घेण्याचं ठरवलं, की ठरवलं... मग कितीही उत्तमोत्तम नौका आम्हांला पैलतीरावर घेऊन जाण्यासाठी उपलब्ध असल्या, तरी त्यांचा काहीही उपयोग नाहीय्... जो निश्चय ठरला, तो ठरला... त्यात आता माघार नाही... (संकटात सापडलेल्या मित्रासाठी अथवा मातृभूमीसाठी किंवा जिच्यावर मन बसलं, अशा प्रेयसीसाठी एकदा सर्वस्व समर्पण करण्याचा विचार ठरला, की त्यातून माघार घेणं नाही... वेडीवाकडी तडजोड नाही... सर्वस्वाची आहुती गेली, तरी क्षिती नाही...)...'

**ग़ज़ल**

*लाख सोचा किए हम हुआ कुछ भी नहीं*
*ज़िन्दगी आरज़ूके सिवा कुछ नहीं ।*

'...खूप चिंतन केलं... अगदी लाख वेळा विचार केला... पण काहीच घडलं नाही... हे आयुष्य म्हणजे कशाची तरी इच्छा-अपेक्षा करीत बसायचं, इतकाच त्याचा अर्थ... त्यातून मिळत काहीच नाही... काहीच पदरात पडत नाहीय् हे दारुण सत्य आहे...'

*कलभी बन्जर थी दिलकी ज़मी आज भी*
*बीज बोते रहे पर उगा कुछ नहीं ।*

'...ही हृदयरूपी जमीन या पूर्वी देखील अशीच वांझोटी होती अन् आताही त्यात काही फरक झालेला नाहीय्... पुष्कळ पेरून पाहिलं; पण उगवलं मात्र काहीच नाही...'

*आप रुसवाइयोंसे न घबराइए*
*सब मेरे नाम हैं आप का कुछ नहीं ।*

'...आपल्या चोरट्या (प्रेम) संबंधाचा खूपच बभ्रा झालाय् अन् बदनामी देखील झालीय्... पण तू कशाला चिंता करतेस?... सारे दोषारोप माझ्याच माथी मारले जात आहेत... मी सांभाळून घेईन सारं काही...'

*पंछी लौटे नहीं दिनका रंग उड गया*
*शब कहे जा रही है लुटा कुछ नहीं ।*

'...पाखरं उडून गेली अन् परत आलीच नाहीत... (सगेसोयरे, मुलंबाळं सोडून गेली, ती परतून कधी आलीच नाहीत...) ...दिनमानाचा रंगच उतरून गेला... (आयुष्य भकास, नीरस होऊन गेलं...) ... परंतु रात्र मात्र आवर्जून सांगतेय् की,

काहीही गमावलेलं नाहीय् ... (आयुष्याची अखेर —मृत्यू —जवळ येताना समजावून सांगत आहे, की, अरे, तू एकटाच आला होतास या जगात.. अन् आताही एकटाच आहेस... मग कुठं काय गमावलंय्)... का उगाच खिन्न होतो आहेस?...'

*लाख ज़ाहिरमें दुनिया नहीं कुछ 'रिज़ा'*
*आरज़ूएं अगर हैं तो क्या कुछ नहीं।*

'...अरे रिज़ा! हे अध्यात्मवादी अन् तत्त्वज्ञानी नेहमीच उपदेश करीत असतात की, हे सारं जग म्हणजे माया आहे... आभास आहे वगैरे वगैरे... अन् त्यात काहीच अर्थ नाहीय्, म्हणून... परंतु आपल्या आशा-आकांक्षा असताच ना... त्या किती सुंदर लोभसवाण्या असतात... आयुष्यातील आशा-आकांक्षा सुखरूप असतील, तर आयुष्य किती सुंदर विलोभनीय भासतं...

**ग़ज़ल**

*तलब क्या मेरी? आबो-दाना ज़रा सा*
*ज़रा सा चमन, आशियाना ज़रा सा।*

'...अहो माझं (गरिबाचं) मागणं असून असून असणार तरी किती? थोडंसं (पोटापुरतं) खाणंपिणं, लहानसं उपवन अन् लहानसं झोपडं... (मला कुठं काही राजवाडे, उद्यानं नकोत, की शाही मेजवान्या नको आहेत... थोडक्यात म्हणजे लहानपण दे, गा, देवा...) ...'

*ये खुश्क़ आँख शायद न तर हो सके अब*
*घटा तू लुटा दे खज़ाना ज़रा सा।*

'...अनंत दुःखाश्रू गाळून माझे नेत्र आता कोरडे ठणठणीत झालेयत ... आता पुन्हा ते ओलावण्याची शक्यताच उरली नाहीय् ... (उर्दू शायरांच्या कल्पनेनुसार त्यांच्या अश्रुसिंचनामुळं उद्यानं बहरून येतात... अश्रूंची झाली फुलं वगैरे वगैरे) ... तेव्हा, हे कृष्णघना, तुझ्या जलसंभारातील काही थोडे मौल्यवान जलबिंदू या तृर्षात भूमीवर उधळ ना...'

*ये जुर्म-ओ-सज़ा मसला ही कहाँ है?*
*खताएँ ज़रासी, बहाना जरा सा।*

'... अहो मुळात मी केलेल्या चुका, माझे प्रमाद अन् त्यांबद्दल मला मिळालेली शिक्षा हा काही मोठी बिकट समस्या होऊ शकत नाही... कसल्या त्या क्षुल्लक चुका; परंतु काहीतरी भयंकर घडलंय्, असा आव मात्र आणायचा, इतकंच काय ते...'

*हवा थम गयी सुबहने साँस खींची*
*जो छेडा जुनूँने फसाना ज़रा सा ।*

'...माझा प्रेमोन्माद तर एक महाभारतच होऊन बसलंय्, जणू... त्याचं जरा कुठं वर्णन ऐकलं, तर प्रभातकालानं आपला श्वास रोखून धरला अन् झुळझुळ वाहणारी हवा एकदम स्तिमित होऊन थांबलीच जागच्या जागी...'

*रिज़ा! फलसफा लिख, दुआ लिख, ग़ज़ल लिख,*
*पर अन्दाज़ हो आशिक़ाना ज़रा सा ।*

'...रिज़ा, तुला प्रेमात जसे काही बरेवाईट अनुभव आले असतील, त्यांनुसार तुला रुचेल त्याप्रमाणे तत्त्वज्ञान लिही अथवा परमेश्वराची आळवणी कर अथवा एखादी आर्त ग़ज़ल देखील लिही... काहीही लिहिलंस, तरी त्याचा ढंग मात्र जरा प्रेमार्द्रच असू दे...'

**ग़ज़ल**

*बाद मेरे जब मुझको अपने गीत सुनाने आओगे*
*कैसी निराशा होगी तुमको किस मुँह वापस जाओगे ।*

'...माझ्या मृत्यूनंतर आपली गीतं ऐकविण्यासाठी येशील, तेव्हा मी नसेन... केवढी दारुण निराशा होईल तुझी... अन् कोणत्या तोंडानं परत जाशील?...'

*ऊबड खाबड रस्तोंपर कईं रोज़ चलोगे बच बचकर*
*किसकी दुआएँ ढूँढोगे फिर किसका सहारा पाओगे ।*

'...माझी साथसंगत कधी केली नाहीस... आता (जीवनाच्या) या खडतर मार्गावर स्वतःला सांभाळीत किती दिवस अशी एकाकी वाटचाल करता येईल?... अन् ठेच लागल्यानंतर कुणाचा धावा करणार आहेस अन् कोण मदतीचा हात पुढं करणार आहे?...'

*एकही बहता दरिया था मैं जिसको लगा दी तुमने आग*
*अब किस पानीमें उतरोगे नाव कहाँ तैराओगे ।*

'...कसं का होईना, पण मी म्हणजे तुझ्यासाठी भरभरून वाहणारी सहानुभूतीची अन् सौहार्दाची नदीच होतो, जणू... तू मात्र अविचारानं ती नदीच जाळून टाकलीस... आता कोणत्या शीतल प्रवाहात उतरणार आहेस अन् (जीवनरूपी) नौका कोणत्या जलाशयात चालविणार आहेस?... काय केलंस हे?...'

*इक़ कौंदासा लपकेगा फिर खामोशी ही खामोशी*
*घुटके धुआँ रह जाओगे जो बादलसे टकराओगे ।*

'... अग, तुझ्यासाठी तर मी एक (प्रेमानं ओथंबलेला) साक्षात कृष्णमेघच होतो जणू... माझ्याशी टक्कर घेतलीस, तर क्षणमात्र विजेचा लखलखाट होईल अन् (सारं काही भस्मसात होऊन) मग शांत शांत होईल आणि केवळ धूर होऊन त्या मेघासमवेत धडकत घुसमटत राहशील... उगाचच भलतंच साहस करू नकोस...'

*अब भी 'रिज़ा' के पागलपनकी दो इक घडियाँ बाक़ी है*

*सब मन मानी मनवाओ अब फिर किससे मनवाओगे?*

'... अजून देखील त्या 'रिज़ा'च्या (खुळ्या) प्रेमाच्या घटका दोन घटका उरल्या असतील... (अद्याप तो तुझ्यापासून पूर्णतः दुरावलेला नाहीय् ...) आताच काही मनस्वी हट्ट भागवून घ्यायचे असतील, ते भागवून घे... त्याच्यानंतर तुझे सारे चाळे सहन करून तुझं कौतुक करायला कोण येणार आहे?..."

**ग़ज़ल**

*कौन पूछे मिज़ाज प्यारोंका*
*दौर है दास्ताँ-निगारोंका ।*

'...चांगल्या, सज्जन माणसांचं मत काय आहे, याची कुणाला फिकीर आहे आजकाल?... लंब्याचौड्या गप्पा मारणाऱ्यांच्या भोवतीच दुनिया घोटाळत असते... त्यांचेच दिवस आहेत आजकाल...'

*आज दैरो-हरम खुले रक्खो*
*आज दिन है गुनाहगारोंका ।*

'...पूर्वी मंदिरात अन् मशिदीत सालस, पापभीरू माणसंच आढळत असत... आज तिथं केवळ लबाड गुन्हेगारांचीच वर्दळ असते... म्हणून (वैतागून) म्हणतोय् की) आज मंदिरं अन् मशिदी सताड उघड्या ठेवा... गुन्हेगारांचाच जमाना आहे आजकाल...'

*शौक़ खुद रास्ता बना लेगा*
*नहीं मोहताज रहगुज़ारोंका ।*

'... एखाद्या गोष्टीबद्दल जिव्हाळा असेल, उत्कट प्रेम असेल, तर त्या प्रेमाची अमर्याद शक्तीच स्वतःचा मार्ग शोधून काढते... तिला मार्गदर्शन करावं लागत नाही...'

*मेरीही आँखसे टपका है*
*बेकराँ दर्द आबशारोंका ।*

'...सतत खळाळत वाहणारे हे निर्झर म्हणजे ओघळलेल्या दुःखाश्रूंचे झरेच आहेत. माझ्याच नेत्रांतून हे सारं अमर्याद दुःख टपटपलंय्...'

*आज उससे है शहरे-दिल रौशन*
*कल 'रिज़ा' था दिया मज़ारोंका*

'...सतत दुःखानं जळत राहणारा रिज़ा काल - परवापर्यंत एखाद्या कबरीवर दीनपणे मिणमिणत जळणारा दिवाच होता जणू... आज मात्र (त्याच्या प्रतिभेच्या तेजोमयतेमुळं) रसिकांची अंतःकरणं प्रकाशमय होऊन गेली आहेत...

**ग़ज़ल**

भारतात अनेक ठिकाणी नद्यांवर किंवा खाड्यांवर प्रवाशांना इकडून तिकडे पोहोचविणाऱ्या नौका असतात. दिवसभर धंदा केल्यानंतर सायंकाळच्या सुमारास नाविक आपापल्या नौका किनाऱ्यावर एखाद्या खुंटाला अथवा झाडाला बांधून ठेवतात. त्याला 'नाव बाँधना' असा वाक्प्रचार उपयोगात आणला जातो. त्याचा अर्थ नाव चालविणे थांबले असा होतो 'रिज़ा'साहेबांचा अलीकडचा काव्यसंग्रह 'अभी नाव न बाँधो!' याच शीर्षकानं प्रकाशित झाला आहे.

*दूर कहीं मौजों में है घर अभी नाव न बाँधो*
*माँजी रे! बाक़ी है सफर अभी नाव न बाँधो ।*

'...दूर त्या उसळत्या लाटांच्या पलीकडं कुठंतरी माझं घर आहे, रे नाविका!... अद्याप पुष्कळ दूरवर पल्ला गाठायचा आहे... नाविका, इतक्यातच नाव थांबवू नकोस ना...'

*कितनी चट्टाने, कितने तूफाँ सर करने हैं*
*टकराना है इनसे सर अभी नाव न बाँधो ।*

'...अद्याप कितीतरी डोंगरकडे उल्लंघून जायचंय्... कितीतरी रौद्र वादळांना तोंड द्यायचंय्... अद्याप अशा कित्येक संकटांसमवेत टक्कर घेऊन कपाळमोक्ष करून घ्यायचाय्... इतक्यातच नाव कशी थांबवितोस?...'

*भूल गया हूँ छोटी बडी लहरोंकी गिनती*
*सूरज भी है चार पहर अभी नाव न बाँधो ।*

'...किती अंतर पार केलंय्, किती लहान-मोठ्या लाटांमधून पार झालोय्,

त्याची गणती देखील विसरून गेलोय् ...पण असू दे... अद्यापि चार प्रहर दिवस बाकी आहे... अद्याप खूपच पल्ला गाठता येईल... नाव थांबवू नकोस ना...'

*रोना है हिस्सा जीव़न का रोको न उसको*
*डालो न अश्क़ों का लंगर अभी नाव न बाँधो ।*

'...दुःख वाट्याला येणं अन् डोळ्यांतून अश्रू ओघळणं हा तर जीवनाचा अनिवार्य भागच म्हणता येईल... ते तर होणारच आहे वेळोवेळी... मग उगाचच अश्रू ढाळीत जीवनाची गती थांबविण्यात काय अर्थ आहे?... नाविका, नाव चालविणं थांबवू नकोस ना...'

*डूबनेका डर किसको 'रिज़ा'! सहना है अभी तो*
*और इक ग़म, एक और भँवर, अभी नाव न बाँधो ।*

'...अरे- बुडण्याचे (अन् मृत्यूचं) भय कुणाला?-'रिज़ा' अद्यापि एक तीव्र दुःख सहन करायचंय्... अनुभवाय्चंय्... अद्यापि एका प्रचंड भोवऱ्यात गुरफटून सही-सलामत बाहेर पडाय्चंय् ... आता मागे वळणं नाही... येतील त्या साऱ्या संकटांना धैर्यानं सामोरं जायचंय् ...नाविका, इतक्यातच नाव थांबवू नकोस ना.'

# प्रा. (डॉ.) सुरेशचंद्र नाडकर्णी

## *माझ्या काही उर्दू व मराठी ग़ज़ल*

**काही उर्दू रचना-**

**ग़ज़ल**

*मौसम था ज़र निगार अभी कलकी बात है*
*मिलते थे बार बार, अभी कलकी बात है ।*

'किती सोन्यासारखे दिवस होते- अगदी काल- परवाचीच गोष्ट... अन् रोज पुन्हा-पुन्हा भेटत असू... पण आता ती गतकालातील गोष्ट झालीय् ...'

*मेरी वफ़ासे बढकर जहाँ में वफ़ा न थी*
*उनको था एतबार अभी कलकी बात है ।*

'...माझ्या प्रीतीइतकी उत्कट प्रीती जगात कुणी करूच शकत नाही, यावर तिचा पूर्ण विश्वास होता... आता ती कालची गोष्ट होऊन बसलीय्...'

*एक हम ही बेक़रार न थे उनकी यादमें*
*वो भी थे बेक़रार अभी कलकी बात है ।*

'...तिची आठवण काढून फक्त मीच बेचैन होतो, असं नाही... अगदी काल-परवापर्यंत ती देखील (माझी आठवण काढून) बेचैन होत असे... अस्वस्थ होत असे...'

*ज़ब्ते-अलमके साथ निभानी थी ज़िन्दगी*
*दिलपे था इख़्तियार अभी कलकी बात है ।*

'...थोडं दुःख होतंच, पण ते सहन करून आयुष्य काढावयाचं होतं... अन् अगदी कालपर्यंत हृदयावर पूर्ण नियंत्रण ठेवून होतो... पण आता ती गोष्ट राहिली नाहीय्...'

*एक तुम नहीं तो कोई भी अपना नहीं रहा*
*दुनिया थी ग़मगुसार अभी कलकी बात है।*

'...आज तू नाहीस, तर कुणीही आपलं म्हणून राहिलं नाहीय् ... नाहीतर सगळी दुनिया कशी सहानुभूतीनं विचारपूस करायची (तू माझ्याबरोबर असताना)...'

*क्या बात है के साज़ शिकस्ता है इन दिनों*
*लरजाँ थे दिलके तार अभी कलकी बात है ।*

'...असं काय घडलंय् आजकाल की, वाद्य मोडून पडलंय् ... नाहीतर काल-परवापर्यंत हृदयवीणेच्या तारा कशा मधुर झंकारत असायच्या...'

*इश्क़े-जवाँकी आग वो क्या हो गयी 'सुरेश'*
*रक़्साँ थे कुछ शरार अभी कलकी बात है ।*

'...तुझ्या त्या तारुण्यातल्या वणव्यासारख्या भडकलेल्या प्रेमाची आग कुठं नाहीशी झालीय्, रे, सुरेश?- निदान काल-परवापर्यंत काही ठिणग्या तरी इतस्ततः नाचत असायच्या... त्या देखील विझून गेल्यायत...'

**ग़ज़ल**

*हाए! ये अन्जामे-उल्फत आपके होते हुए*
*कैसी बिग़डी मेरी क़िस्मत आपके होते हुए ।*

'...तू असताना देखील माझ्या प्रेमाचा असा शेवट व्हावा ना... आणि तू असताना माझ्या नशिबाचे इतके धिंडवडे निघावेत...

*कुर्बमें भी आपके तनहाईका एहसास है*
*कम नहीं होती है फ़ुर्क़त आपके होते हुए ।*

'...तुझ्या मिठीत असताना- इतक्या जवळ असताना देखील ती एकाकीपणाची जाणीव नाहीशी होत नाहीय् ... आणि ही विरहाची वेदना जरा देखील कमी होत नाहीय् ... तू असताना देखील...'

*जिसको देखो चाक़ दामन जिसको परखो चाक़ दिल*
*और क्या होगी क़यामत आपके होते हुए ।*

'...जो बघावा, तो आपला (वेड्यासारखा) कपडे फाडून हिंडताना दिसतोय्- ज्याला चाचपून बघावं, त्याचं काळीज फाटून गेलेलं आढळतं... बरोबरच आहे... तू असताना यापेक्षा आणखी जो प्रलय म्हणून म्हणतात, तो काय जास्त असणार आहे?...'

*कौन शीरीं, कौन लैला, कैसे क़ैस-ओ-कोहक़न*
*है फ़साना हर हक़ीक़त आपके होते हुए ।*

'...कोण शीरीन, कुठला फरहाद, कोण लैला अन् कुठला मजनू? अग, तुझ्या- माझ्या प्रेमापुढं या सगळ्या गोष्टी कल्पित कथाच वाटू लागतात...'

*अब नहीं तअल्लुक हमें दैर-ओ-हरमसे ऐ 'सुरेश'*
*ग़ैर मुमकिन है इबादत आपके होते हुए ।*

'...आता मंदिर-मशीद यांच्याशी काही संबंधच उरला नाहीय्... अहो, ती समोर असताना परमेश्वराची भक्ती - पूजा वगैरे काही सुचणं अशक्यच आहे...'

**ग़ज़ल**

*आदाब मुहब्बतके सिखाए नहीं जाते*
*मक़तब तो कहीं इश्क़के पाए नहीं जाते ।*

'...प्रेमाचे रीती-रिवाज शिकवले जात नाहीत. (ते स्वत: प्रेमात पडूनच शिकावे लागतात)- प्रेम कसं करावं, ते शिकविणाऱ्या शाळा-कॉलेजे कुठं आढळत नाहीत...'

*उस राहसे क्यौं हमको उठाया नहीं मालूम*
*जिस राहसे पथ्थरभी उठाए नहीं जाते ।*

'...त्या वाटेवरून देखील मला हाकलून लावण्यात आलं...की ज्या वाटेवरून साधे दगड देखील बाजूला सारले जात नाहीत...'

*ये तेरी कशिश है के मेरे दिलकी सदा है*
*बेवजह कहीं गीत सुनाए नहीं जाते ।*

'...ही तुझ्याबद्दलची ओढ म्हणावी, की माझ्या हृदयाची आर्त हाक म्हणावी... विनाकारण कुणी कधी गीत आळवीत नाही...'

*होटोंका तबस्सुम या निगाहोंके इशारे*
*ये बोझ़ अभी हमसे उठाए नहीं जाते ।*

'...ओठांवरचं स्मित हास्य असो अथवा नेत्रपल्लवी असो...आता इतका हळवा

होऊन गेलोय्, की आता त्यांचा भार सहन होत नाही, ग...'

*इल्ज़ाम 'सुरेश' उनपे लगाएं भी तो कैसे*
*वादे तो कई हमसे निभाए नहीं जाते ।*

'...आणि, सुरेश, उगाच तिच्यावर दोषारोप तरी कशाला करायचे? (की तिनं प्रेमाचा विचका केला, म्हणून) अरे, इथं स्वत:लाच अनेक आश्वासनं (जबाबदाऱ्या) पुरी करता येत नाहीत... तिला कशाला बोल लावायचा?'

**गज़ल**

*वफाकी चाँदनी मुझको नज़र नहीं आती*
*शबे-फ़िराक़ अगर मेरे घर नहीं आती ।*

'...प्रेमाचं चांदणं मला कधी दिसलंच नसतं (मी तिच्यावर प्रेम करतो, हे मला कधी कळलंच नसतं) जर माझ्या घरी विरहाची रात्र (पाहुणी म्हणून) आली नसती... (ती निघून गेलीय् अन् आता मला समजतंय्, की मी तिच्यावर खूप प्रेम करीत होतो, म्हणून...)'

*कहाँ मैं जाऊँ के मुझको सुकून मिल जाए*
*तुम्हारी याद, बताओ, किधर नहीं आती ।*

'...आता मी जाऊ तरी कुठं, की मनाला शांती लाभेल...तूच सांग, अशी कोणती जागा आहे, की तिथं तुझी आठवण येणार नाही?

*ये ज़िन्दगी जिसे आवारगीने घेरा है*
*तेरे बगैर कहीं राहपर नहीं आती ।*

'...हे माझं (भरकटणारं) आयुष्य तुझ्यावाचून अगदी पोरकं होऊन गेलंय्, ते तुझ्यावाचून पुन्हा योग्य मार्गावर येणं कधी शक्य आहे काय?...'

*हरेक लमहेसे खुशियाँ निचोड लो यारो*
*घडी जो बीत गयी लौटकर नहीं आती ।*

'...दोस्तांनो, प्रत्येक क्षणापासून सुख अगदी पिळून काढा- (जास्तीत जास्त सुख मिळविण्याचा, आनंदात राहण्याचा प्रयत्न करा) ज्या घटका निघून जातात, त्या परत कधीच येत नाहीत...'

*'सुरेश' दर्दका तेरे कोई इलाज नहीं*
*बहार आती है पर तेरे घर नहीं आती ।*

'...सुरेश, तुझ्या दुःखावर आता काहीच इलाज राहिला नाहीय रे... वसंताची बहार जगात (पुन्हा पुन्हा) येते, पण आता तुझ्या घरात येणार नाहीय्...'

**ग़ज़ल**

*हमने की थी नज्र जवानी तेरे नाम*
*आज है वो मनसूब कहानी तेरे नाम ।*

'...एके काळी मी माझं (अनमोल) तारुण्य तुझ्यावर ओवाळून टाकलं होतं... आज ती एक दंतकथाच होऊन बसली आहे...'

*बिखरी बिखरी धीमी धीमी सी खुशबू*
*ये महकीसी रात की रानी तेरे नाम ।*

'...वातावरणात इतस्ततः विखुरलेला हा मंदमंदसा सुगंध... या दरवळणाऱ्या रातराणीचा सुगंध केवळ तुझ्याचसाठी... तुलाच अर्पण...'

*बख्त का तारा सुबहसे पहले डूब गया*
*अब इस रातकी खोयी जवानी तेरे नाम ।*

'...नशिबाचा शुभंकर तारा (नक्षत्र) सुप्रभात उजाडण्यापूर्वीच अस्तास गेला... आता या उर्वरित रात्रीचे हरविलेले (लयाला गेलेले) यौवन केवळ तुझ्याच नावे... तुलाच लखलाभ...'

*बुझती शमअ, उजडती महफिल, ढलती रात*
*वक़्त न लिख दे ऐसी कहानी तेरे नाम ।*

'...विझणारा दीपक, उद्ध्वस्त होणारी मैफल, सरत जाणारी रात्र... (ही सारी वार्धक्याचीच चित्रं आहेत...)... नियतीनं तुझ्या नशिबात असं चुकूनही काही लिहू नये... (तू कधी म्हातारी होऊ नकोस, ग...)...'

*याद है अब भी तेरा जाना आँखोंको*
*आज भी है आँखोंमें पानी तेरे नाम ।*

'...तू सोडून गेलीस, तेव्हाचं सारं दृश्य अद्याप डोळ्यांसमोरून हलत नाहीय्... आज इतका कालावधी लोटला, तरी अजून तुझ्या आठवणीनं डोळे भरून येतात...'

*जिन रंगों में सारा आलम लहराए*
*उन रंगोंकी कोई कहानी तेरे नाम ।*

'...जगात जे काही सुंदर विलोभनीय रंग विहरत असतील, त्या साऱ्या सुंदर रंगांनी मिळून एक अतिसुंदर कहाणी तुझ्यासाठी निर्माण व्हावी...

*तूभी 'सुरेश' उस वादाशिकन पर मरता है*
*होगी इक बदनाम जवानी तेरे नाम ।*

'...सुरेश, अरे (खुळ्या), त्या वचन मोडणाऱ्या युवतीसाठी तू इतका जीव टाकतोस?...सांभाळ, तुझ्या या वेडापायी त्या अननुभवी, अजाण यौवनेची उगाचच बदनामी होईल, रे...'

**ग़ज़ल**

*शबाबो-हुस्नका पैकर कहाँ नहीं मिलता*
*मगर जो दिलमें है उसका निशाँ नहीं मिलता ।*

'...सौंदर्याचं अन् मुसमुसत्या यौवनाचं जणू मूर्तिमंत प्रतीक असलेल्या विलोभनीय युवती कुठं आढळत नाहीत?... सर्वत्र असतात; परंतु जिनं माझ्या हृदयात अढळ स्थान निर्माण केलंय्, ती हृदयेश्वरी मात्र कुठंच दिसत नाहीय्...'

*तमाम उम्र सितारोंके दरमियाँ भटके*
*जहाँ वो चाँद है वो आसमाँ नहीं मिलता ।*

'...सारं आयुष्य सुंदर सुंदर स्त्रियांमध्ये वावरताना व्यतीत झालं... परंतु इतक्या सुंदर तारकांमध्ये वावरताना ज्या आकाशात ती चंद्रमुखी वावरते, ते आकाश मात्र गवसलं नाही...'

*हर इक नज़रसे नज़र मिलके लौट आती है*
*मेरी नज़रको कोई हमज़बाँ नहीं मिलता ।*

'...माझी इतस्ततः भिरभिरणारी नजर प्रत्येक नजरेला भिडून परत आलीय्... माझ्या नजरेला नजरेची स्नेहाची– प्रेमाची भाषा बोलणारी नजर कुठं आढळलीच नाही...'

*ज़रासी देरको ठहरा तो खो गया सबकुछ*
*भटक रहा हूँ मुझे कारवाँ नहीं मिलता ।*

'...ध्येयमंदिर गाठण्यासाठी निघालो होतो अन् थकून जरासा थांबलो, तर सारंच काही गमावून बसलो... आता इत:स्तः भटकतोय्; पण ध्येयमंदिराच्या दिशेने जाणारा तांडा काही मिळत नाहीय्... कोणत्या रस्त्यानं जायचं आता?...'

*बडे जतनसे बडे प्यारसे सँवारा था*
*यहीं कहीं था मेरा आशियाँ, नहीं मिलता ।*

'...अविश्रांत परिश्रम करून मोठ्या प्रेमानं माझं (गरिबाचं) झोपडं सजविलं होतं... इथंच कुठं तरी होतं माझं आवडतं घरकुल... आता कुठंच सापडत नाहीय्... (या दुष्ट जगानं ते नष्ट करून टाकलं असणार...)...'

*तलाश करती हैं आँखें जिगरके ज़ख्मोंकी*
*तेरे करमका कहीं भी निशाँ नहीं मिलता ।*

'...तुझ्याविषयीच्या प्रेमापोटी माझ्या काळजाला असंख्य जखमा झाल्या होत्या अन् मी त्यांना तुझी प्रेमभेट— तुझी कृपाच मानत होतो...आता बराच काळ लोटलाय् अन् त्या जखमा बुजून गेल्याय्त... ते दुःख कमी झालंय्... तुझ्या कृपेची निशाणी शोधून सापडत नाहीय्... (पुन्हा ये ना आणखी काही जखमा करून पुनश्च वेदनेची अनुभूती देण्यासाठी...)...'

*'सुरेश' उनकी निगाहें हैं मेरी दिलकी तरफ*
*ज़मींसे किसने कहा आसमाँ नहीं मिलता ।*

(उर्दू शायरांच्या धारणेनुसार प्रेयसी स्वर्गीय आणि आकाशात वास्तव्य करणारी, तर प्रेमिक हा मर्त्य जगातील सतत जमिनीवर वास्तव्य करणारा असतो. साहजिकच जेव्हा ती नज़र खाली वळविते, तेव्हा ती माझ्या हृदयाकडेच पाहत असते, असा प्रेमिक शायराचा दावा असतो, तेव्हा)... अरे सुरेश, तिनं नजर खाली जमिनीकडं वळविली आहे... (आता हृदयाकडं पाहताच तिला प्रेमाचा साक्षात्कार होईल...)... तेव्हा कोण म्हणतं की, भूतलाची आकाशासमवेत मैत्री-प्रेम जुळणं अशक्य आहे, म्हणून?...'

## माझ्या काही मराठी रचना

### मुक्तक

*भावनांचा गंध हा की वेदनेचा भास आहे*
*कोणती ही बाग जिथला वेगळाच सुवास आहे*
*उकलल्या जखमा मनाच्या फूल उमलो वा न उमलो*
*दोस्त, हो, महफील सजवा हाच तो मधुमास आहे*

## ग़ज़ल

*पाऊस ठिबकतो भरलेले आभाळ*
*ओढीत पावले सरली सायंकाळ ।*
*या घरात आता कुणीच न येणार*
*दारात लटकते अजुनी सुकली माळ ।*
*लोटली युगे अन् सटवाई अद्याप*
*अश्राप जिवांचे शोधित फिरते भाळ ।*
*ही जुनीच दुःखे जुनाच सारा वाण*
*घेऊन भटकतो अजुनी रानोमाळ ।*
*तू, 'सुरेश', वेड्या, कुठवर बघशी वाट*
*ना कुणाचसाठी कधी थांबतो काळ ।*

## ग़ज़ल

*वाटतो तुमचा जिव्हाळा सारखा*
*उगिच उठलेल्या किटाळासारखा ।*
*जे पुन्हा घडणार नाही या जगी*
*त्या स्मृतीचा काय चाळा सारखा ।*
*श्रावणाचा बहर गेला वाळुनी*
*जीवघेणा हा उन्हाळा सारखा ।*
*वास गजऱ्याचा उशीला मंदसा*
*संपलेल्या भूतकाळासारखा ।*
*ओळखीचा फक्त माझा चेहरा*
*दूरच्या वैराण माळासारखा ।*
*भावनांच्या मृगजळीही तू 'सुरेश'*
*का असा नामानिराळा सारखा ।*

## ग़ज़ल

*सांवळीशी सांज-वेडी सावली*
*कवडशांनी रेखलेली सावली ।*
*मी न होतो सूर्यकिरणांचा सखा*
*का मला टाळून गेली सावली ।*

सोबती मागे कुणी ना राहिले
ही कशी रेंगाळलेली सावली ।
दिवस ढळला उतरली भिंतीवरी
जीवनाची जीवघेणी सावली ।
का कुणी नसते कुणाचे, रे 'सुरेश'
बघ तिला टाळून गेली सावली ।

**ग़ज़ल**

अशीच केव्हा तरी भेटुनी हसली श्रावणरात
सुखद कुणाच्या आठवणीने सजली श्रावणरात ।
थरथरला तो ओठांवरचा नाजुक इवला तीळ
काजळ नयनी भरले पाणी विझली श्रावणरात ।
भिडल्या नजरा निरोप घेण्या आसुसलेले ओठ
पुन्हा न दिसली त्या डोळ्यांची भरली श्रावणरात ।
का विझतांना कळवळली ही मंद दिव्याची ज्योत
अन् विझतांना पुटपुटली ती सरली श्रावणरात ।
अशी कशी ही हूल अनामिक स्वप्ने झाली चूर
मनात माझ्या कशी अचानक विरली श्रावणरात ।
हार उतरले, फुले गळाली, ओसरतांना रात
'सुरेश' हसुनी कळी म्हणाली, कुठली श्रावणरात ।

**ग़ज़ल**

मनात होते बरेच काही परंतु जे बोलण्यात नव्हते
तुला उमजले कसे म्हणावे तसे तुझ्या वागण्यात नव्हते ।
अनेकदा भेटलो तिला अन् कितीतरी बोललो तिच्याशी
तिला न रूचले असेच काही कुठेच जे बोलण्यात नव्हते ।
किती तुझी वाट पाहिली अन् अखेर तारे निघून गेले
पहाट हलकेच बोलली की हंशील या जगण्यात नव्हते ।
उगाच हे भेटणे कशाला बळे बळे हासणे कशाला
अगत्य ते मागचे जराही कुठे तुझ्या वागण्यात नव्हते ।
तुला न कळले मला न कळले अशीच वर्षे निघून गेली
कुठेच ते बालपण निरागस आता तुझ्यात हसण्यात नव्हते

*पुन्हा पुन्हा चाळवून गेले स्मृतीतले स्वप्न चांदण्याचे*
*'सुरेश' ते चंद्रबिंब आता कुठेच त्या चांदण्यात नव्हते ।*

**ग़ज़ल**

*कुणी कुणा नजरेने खुणावले होते*
*अशा चुका करतांना सुखावले होते ।*
*कुठेतरी चुकलेले अनोळखी पक्षी*
*परस्परां बघतांना खुळावले होते ।*
*सुखासुखी कोणाला कळू दिले नव्हते*
*तरी कुणी बघणारे दुखावले होते ।*
*फुलांवरी रमणाऱ्या उनाड भृंगाला*
*पहाटच्या वाऱ्याने सुनावले होते*
*'सुरेश' थकलेल्या चंद्र आणि लिंबोणी*
*लहानपण काळाने हिरावले होते ।*

# शब्दार्थ

### अ

अक़्स - प्रतिबिंब
अज़ - पासून
अजनबी - अनोळखी, अपरिचित
अज़ाँ, अज़ान - मशिदीतून दिली जाणारी बांग
अज़ीज़ - प्रिय
अज़ीज़तर - अधिक प्रिय, चांगला
अदम - स्वर्गलोक
अदा - नखरा; विभ्रम, अभिनय
अदू - शत्रू, प्रतिस्पर्धी
अफलाक़ - आकाश
अफसाना - कल्पित कथा
अफसुर्दा - उदास, निराश, दुःखी
अफ्शा - प्रकट
अमाँ, अमान - शांती
अरके-इन्फआल - पश्चात्ताप
अरबाब - मित्र, हितचिंतक, स्नेही
अरबाबे-वफा - हितचिंतक, भक्तगण आशिक़, दोस्त
अरमान -इच्छा, आकांक्षा
अर्श -आकाश
अल्ताफ-ए-बेपायाँ - सतत केलेली कृपा, देणग्या
अल्फाज़ - अक्षरे (लफ्ज़ चे अनेकवचन)
अलफ़िराक़ - राम राम, - येतो, नमस्कार' या अर्थी
असर - परिणाम
असीर - कैदी
अहद - काळ, कालावधी
अहबाब -मित्र
अहल - लोक, माणसे
अहले-ज़बाँ - उघड बोलणारे
अहले-जहाँ - जगातील लोक
अहले-दिल - प्रेमळ, सुहृद
अहराम - हरीमचे बहुवचन अतिवृद्ध लोक
आईनासाज़ - आरसे बनविणारा
आक़बत - प्रतिष्ठा
आक़ा - मालक
आखिरे-शब - रात्रीचा शेवटचा प्रहर
आगाज़ - आरंभ, सुरुवात
आँचल - पदर, दुपट्टा
आज़माना - आजमावून पाहणे
आतिश - आग, अग्नी
आदम - आदिमानव
आन-अदा - नखरा
आबगीना - काचपत्र, आरसा
आब्रे-जमजम - मक्केतील पवित्र प्रार्थनास्थळातील जमजम या निर्झराचे पाणी
आबेरूद - नदीचे पाणी (रूद - नदी)
आबोहवा - हवापाणी
आमद-ओ-शद - काव्य, शब्द व काव्यपंक्ती
आरज़ू - इच्छा
आराइयाँ - आरसा
आरिज़ - गाल
आलम - जग
आलम फरेब - फसवा, जगाला फसविणारा
आलमे-नापाएदार - अस्थिर जग, नश्वर जग
आवाजे-ज़रस - जनावरांच्या (उंटांच्या) गळ्यांतील घंटांचा नाद
आवाज़े-हज़ीं; आवाज़े हजीन-दुःखार्त नाद
आवारागर्दी - उडाणटप्पूपणा

आवेज़िश - मारामारी
आशना -परिचित
आशिक़ कुशी - प्रेमिकाची हत्या
आस - आशा
आसताँ, आस्ताँ -जवळीक, दरवाज्याची चौकट
आसाँ, आसान - सोपा, सोपे. सहज शक्य.
आसूदा - तृप्त, समाधानी
आह - निःश्वास
आहो-फुगाँ - दुःखाने निःश्वास टाकणे
इक - 'एक' चे काव्यमय लघुस्वरूप
इक बार - एक वेळ
इख़्तिलाफ - भिन्नता, वेगळेपण
इज़ारा - अधिकार, मक्तेदारी
इज़्तराब - अस्वस्थपणा
इताब - राग
इदराक - अगोचर वस्तूंचा अनुभव
इन्क़िलाब - क्रांती, स्थित्यंतर
इन्तखाब - निवड, निवडक
इन्तज़ार - प्रतीक्षा
इबादत - उपासना, भक्ती, तपस्या
इन्सान - मानव
इम्तहाँ, इम्तहान - परीक्षा
इल्ज़ाम - दोषारोप
इर्शाद - आज्ञा
(ऐ) इश्क़े-जुनूँ-पेशा - अरे वेड्या प्रेमा
इश्क़े-बुताँ -पाषाणहृदयी सुंदरीवरील प्रेम
ईमान - धर्मनिष्ठा, प्रामाणिकपणा
ईसा - येशू ख़िस्त
उकताना - वैतागणे
उजडा - उद्ध्वस्त
उज़रत - श्रमाचा मोबदला
उज्र - बहाणा, कारण
उनवान - विषयाचे शीर्षक
उफ्तादगी - पडणे, आपटणे, आपत्ती, दीनता, विनम्रता
उम्र - आयुष्य
उम्रे-खिज्र - हज़रत खि.ज्र यांचे चिरंजीव आयुष्य, अमरता
उलझना - गुरफटणे; भांडण करणे
उल्फत - आत्यंतिक उत्कट प्रेम
एतबार - विश्वास, भरवसा
एहसास - जाणीव, अनुभूती
एहसासे-कमतरी - न्यूनगंड
अन्जाम - शेवट, अखेर
अंजुमन - मैफल
अन्दाज़ - शैली, ढंग, धाटणी

**-क-**

क़ज़ा - मृत्यू
क़तरा - थेंब, बिंदू
क़तरा-ए-खून - रक्ताचा थेंब, रक्तबिंदू
कत्ले-जहाँ - जगाची कत्तल
क़द्र, क़दर - कदर
क़द्रदाँ, क़द्रदान - कदर करणारा, जाणकार
क़द्रे-बाहमी -आपापसांतील प्रेमादर
कफन - प्रेतवस्त्र
क़फ़स - पिंजरा, तुरुंग
कब्ज़-ए-अगियार - शत्रूच्या ताब्यात
कम्बख्त - अभागी, फुटक्या कपाळाचा
क़मर - चंद्रमा
क़रार - वायदा, स्वस्थता, शांती,
क़रीं; क़रीब - जवळ; निकट
कलस - कळस, शिखर

क़लामे-बेहतरीन - उत्तम काव्यरचना
क़श्का - भस्माचा पट्टा, गंध
कश्ती - नाव, नौका, होडी
कश्मकश - ओढाताण
कहियो -सांगा, कहिए या शब्दाचे जुने रूप
काबा - मक्केची पवित्र मशीद
कायल - विश्वास ठेवणारा
कारवाँ, कारवान - काफिला, प्रवासी तांडा
कारोबार - व्यवस्था
काविश - शोध, जिज्ञासा
काशाना - काचेच्या तावदानांनी सजविलेले छोटेसे घर
क़ासिद - पत्रवाहक, संदेशवाहक
किफायत - फायदा, नफा
किरचियाँ - अणकुचीदार तुकडे
किरदार; किर्दार - चलन, आचरण, स्वभाव
किस्सा - गोष्ट, कहाणी
कुदरत, कुद्रत - प्रकृती, निसर्गशक्ती
कुफ्ल - कुलूप
क़ुर्ब - जवळीक
कू, कूचा - गल्ली
कू-ए-यार - प्रेयसीची गल्ली
कंद - साखर
कुंजे-मज़ार - कबरीचा कोपरा
कुंजे लब - ओठांचा कोपरा
कौल - विधान, वचन
कौंदा - विजेचा (क्षणमात्र) लखलखाट

**-ख-**

ख़त - पत्र
ख़ते - शौके - आशिक़े - ज़ार - आसक्त प्रेमिकाचे पत्र
ख़ता - चूक
ख़फ़ा - रागावणे
खम - कुरळ, पीळ, वाकडेपणा
खला - अवकाश, पैस, मोकळी जागा
ख़लिश - टोचणी, रुखरुख
खस्ताहाल - परिस्थितीने खचलेला
ख़ाक - माती
खाकदाँ; खाकदान -मृत्तिका ठेवलेले भांडे अर्थात जमीन
ख़ाकनशीन - मातीत बसलेले क्षुद्र जीव
ख़ाके-वतन - जन्मभूमीची मृत्तिका
ख़ानाखराब - घरदार सोडून बाहेर पडलेला
ख़ामुशी, ख़ामोशी - शांतता, नीरवता
ख़ामा-ए-खूचकाँ - रक्तस्राव करणारी लेखणी
ख्वाहिश -इच्छा
खि.ज्र - एक चिरंजीव पैगंबर, जे वाट चुकलेल्या जीवांना मार्ग दाखवितात
खिज़ाँ - पतझड, हिवाळा
खिरद - अक्कलहुशारी, बुद्धिमत्ता
खिल्वत; खल्वत - एकांत
ख़िश्त - वीट
खुदगरज़ - अप्पलपोटा, स्वार्थी
खुदनुमाई - स्वतःचे निर्लज्ज प्रदर्शन, मोठेपणा दाखवणे
खुदाई - ईश्वराची निर्मिती
खुदापरस्त - ईश्वरभक्त
खुफ्तगाँ - झोपलेले, निर्जीव
खुम-ओ-साग़र - सुरई व प्याला
खुर्शीद - सूर्य
खुल्द - स्वर्ग
खुलूसे-बातिनी - आंतरिक निष्ठा, मानसिक पावित्र्य

खुश्क - कोरडा
खुस्रवाँ - राजेशाही, बादशाही
खुस्रवाना - बादशहा खुस्रूच्या थाटात
खूगर - सवय असणारा

-ग-

गदा - भिकारी
गदाई - भीक मागणे
ग़म - दुःख
ग़मगीं, ग़मगीन - दुःखी, दुःखपूर्ण
ग़मे - हिज्रां - विरहाचे दुःख
ग़म-गुसार - सहानुभूती दाखविणारा
गर्क़ होना - बुडणे
गर्क़े-दरिया - नदीत बुडणे
गर्द - धूळ, पायधूळ
ग़ाजी - धर्मयोद्धा, लढवय्या, धर्मासाठी लढणारा शूरशिपाई
ग़ार - गुहा; गुंफा
ग़ारत - लूटमार
ग़ालिबे-खस्ता - थकलेला, निराश झालेला ग़ालिब
ग़िला - आरडाओरडा, तक्रार
गुन्चे - अविकसित पुष्पगुच्छ
गुबार - धूळ, धुरळा
गुमनाम - अनुल्लेखित, अनामिक
गुमशुदा - हरविलेला
गुमसुम - चुप बसलेला
गुमाँ, गुमान - शंका, संशय
गुरबत - परदेश
गुरबत-नसीब - ज्याच्या नशिबी परदेशवास आहे, असा
गुलफाम - फुलाप्रमाणे लालबुंद
गुलचीं, गुलचीन - माळी
गुलशन - फुलबाग
गुलसिताँ, गुलिस्ताँ - बगिचा
गुल-ओ-बार - फुले व फळे
ग़ैर - परका
ग़ैरियत - परकेपणा
गोद - मांडी
गोया - जणूकाय, जणू, जवळजवळ
गोयाई - बोलकेपण
गोर - थडगे, कबर
गोश-ए-दामाँ - पदराचे टोक
गोशा - कोपरा, टोक

-च-

चन्दरोज़ - काही दिवस
चमन - बाग
चटकना - बोटे मोडताना येणारा आवाज. कळी उमलताना पाकळ्यांचा असाच आवाज होतो, अशी कविकल्पना आहे
चश्म - डोळा, नेत्र; पाण्याचा झरा
चश्मे-गयूर - स्वाभिमानी नज़र
चश्मे-दोस्त - मित्राचे (प्रेयसीचे) नेत्र
चश्मे-सुबह - सकाळचे डोळे
चारासाज़ - वैद्य, हकीम, इलाज करणारा
चाह -आवड, प्रेम
चिलमन - चिकाचा पडदा

-ज-

जचना - पसंत पडणे, रुचणे
जज़बात - भावना (जज़बा चे अनेकवचन)
जन्नत - स्वर्ग
जफा - जुलूम, अत्याचार

जबतलक - जोपर्यंत
ज़ब्र - जबरदस्ती
ज़बीन - कपाळ
जमहूरियत - गणराज्य
जमाल -सौंदर्य
ज़माँ व मकाँ - विश्व
ज़र्रा - कण, अणुरेणू
जल्वागाह - जेथे प्रेयसीचा चेहरा दिसतो, ते घर, प्रेयसीचे निवासस्थान
जश्न, जशन - उत्सव
ज़हनी मफहिमत - वैचारिक एकवाक्यता
जहाँ, जहान - विश्व, जग
जा-ओ-बेजा - कारण-विनाकारण
जानिब -बाजू, दिशा
जाविद - अमर, चिरंजीव
जाँ, जान - प्राण
जाँ-ब-लब -प्राण ओठांशी (कंठाशी) येणे
जामाज़ेब - शोभिवंत
ज़ार ज़ार - ओक्साबोक्शी
ज़ाहिद - कर्मकांड करणारा, धार्मिक कर्मठ
ज़िक्र - चर्चा, विचार-विनिमय
ज़िक्रे-फ़िराक़ - विरहाची चर्चा
ज़िक्रे-यार - प्रेयसीबाबत चर्चा
ज़िक्रे - वतन - मातृभूमीबाबत चर्चा
ज़िक्रे-सुखन - काव्यविषयक चर्चा
ज़िन्दा, ज़िन्दान - तुरुंग
ज़िन्दानी - कैदी
जिन्स - वस्तू, बाजारातील विक्रीची वस्तू
जिन्से-लालोगुहर - माणिक, मोती वगैरे जिन्नस

जिस्म - शरीर, देह
जीनहार - कदापि, कधीच (नाही)
ज़ीस्त - आयुष्य
जुदा - वेगळा, पृथक
जुदाई - विरह
जुनूँ, जुनून - उन्माद, वेड
जुम्बिश - थरथराट, थरथर कापणे
जुर्म - गुन्हा, चूक
जुर्मे-खानाखराब - घरदार उद्ध्वस्त झालेल्याची चूक
ज़ुल्फ़ - केस, केसांची बट
ज़ुल्फ़े परेशाँ - विसकटलेले केस
ज़ुल्मत - अंधार, काळोख
ज़ुल्मतखाना - अंधार कोठडी, अंधकारमय घर
ज़ू-ए-खूँ - रक्ताची नदी
जूडा - अंबाडा
ज़ेरोज़बर - दबाव
ज़ेरोबम - चढ-उतार
ज़ेवर - दागदागिने, जडजवाहीर
जोबन - यौवन
जोशे-इश्क़ - प्रणयाचा कैफ
जंगो-जदल - झगडा, मारामारी

## - त -

तक़दीर - नशीब
तक़बीर -घोषणा (अल्ला हो अकबर- परमेश्वर सर्व श्रेष्ठ आहे- अशी घोषणा करणे)
तकमीले-ग़म - दुःखाची परिपूर्णता
तक़रीर - भाषण, बोलणे
तखरीब - विध्वंस, नाश
तग़य्युर - बदल, स्थितिपालट
तजरुबा - अनुभव

तदबीर - खटपट
तनहा - एकाकी, एकटा
तनासुख - पुनर्जन्म
तबस्सुम - स्मित हास्य
तबाह - नामशेष, उद्‌ध्वस्त होणे
तबाही-ए-दिल - हृदय उद्‌ध्वस्त होणे
तमाम - सर्व, संपूर्ण
तर - ओला, ओलसर
तरब-फज़ा - आनंदवर्धक
तर्क़ - तोडून टाकणे
तर्क़े-मुहब्बत - प्रेमाचा शेवट
तराना - गीत, गाणे
तल्खी - कडवटपणा
तलब - इच्छा करणे
तलबगार - इच्छुक, इच्छा करणारा
तलातुम - वादळ, तूफान
तलाश - तपास, शोध
तवज्जोह - मानसिक एकाग्रता, लक्ष देणे
तवाज़ुन - संतुलन, समतोलपणा
तवाफ - चक्कर, प्रदक्षिणा
तवंगर - अमीर, गर्भश्रीमंत
तश्ते-उफ़क़ -क्षितिजरूपी तबक
तहे-दामन - पदराआड
ताब - भान
तामीर - निर्मिती करणे
तारीखे-मिलल - जमातीचा इतिहास
तासीर - प्रभाव; परिणाम
तिजारत - व्यापार
तिही - भकास, रिक्त, उद्‌ध्वस्त
तिही दस्त - रिक्तहस्त
तीरगी - काळोख, अंधकारमयता
तीरे-नीमकश - अर्धवट खेचून मारलेला बाण
तीलियाँ - पिंजऱ्याचे गज, जाळी
तीसरा फाका - तिसरा भाग (आयुष्याचा) अर्थात वृद्धावस्था
तुनुक-आबी - पाण्याची कमतरता
तुलना - तोलणे, वजन करणे
तूतिया - काजळ, सुरमा
तेवर - वागणे, चालचलणूक, वृत्त
तोप - तोफ
तोहफ़ा - प्रेमभेट
तोहमत, तुहमत - आरोप, आळ
तौफीक - ईश्वरी सामर्थ्य
तौहीन - अपमान, मानहानी
तंग - घट्ट, निरुंद, आवळ

**-थ-**

थर्राना - डगमगणे, अडखळणे
थामना - थांबविणे, आधार देणे

**-द-**

दफ़अतन - अकस्मात; एकाएकी
दम - श्वास, प्राण
दमसाज़ - प्राणदाता, प्राण निर्माण करणारा
दमे-अज़हर - प्रकट सामर्थ्य
दयार -जग, दुनिया
दर - दरवाजा, दार
दर्दे-जुदाई - विरहाचे दुःख
दर्दे-दिल - हृदयाचे दुःख, संवेदना
दर्दे-निहाँ - आत छपलेले दुःख
दराज़ - लांबलचक
दरिया - नदी
दरिया-ए-मआसी - पापाची नदी
दस्त - हात

दस्ते-आशिक़ - प्रेमिकाचा हात
दस्ते-गिरेबाँ - शर्ट पकडणे, दोन हात करणे
दस्ते-तहे-संग - दगडाखाली हात
दस्ते-सबा - प्रात:वायूचा हात
दहर - जग
दहान - तोंड, मुख
दाना - हुशार, बुद्धिमान; काचेचा मणी
दानिश - हुशारी
दानिशवरी - हुशारीचा वापर करणे
दाम - जाळे, फास
दामने-बाद - वाऱ्याची झुळूक
दामने-आसमाँ - आकाशाचे वस्त्र
दास्ताँ, दास्तान - गोष्ट, कहाणी
दिलनशीं, दिलनशीन - हृदयंगम
दिलफरेब - फसवे, धोकादायक
दिले -खानाखराब - घरदार उद्धवस्त झालेल्याचे हृदय
दिले - दाग़दार - पोळलेले हृदय
दिले बेताब - अधीर हृदय
दीदा-ए-रोज़ने-दिल - हृदयाचे गवाक्ष
दीदावर - जाणकार
दीन - धर्म
दुरुस्त - योग्य; बरोबर
दैर - मंदिर
दैरो-हरम - मंदिर आणि मशीद
दोश - खांदा
दौरे-ज़माँ - कालचक्र

-ध-

धुआँ - धूर

-न-

नक़्शे-दुई - दुफळी, भाऊबंदकी, आपापसातील वैर
नक़्शे-फरियादी- तक्रार करणारी कलाकृती
नग़मा - गीत
नग़मा-ए-जाँफिजाँ - उत्साहवर्धक गीत
नग़मा-ए-दिल - हृदयातले गीत
नजात - मोक्ष, सुटका
नफस - श्वास
नम - ओला, दमट, ओलसर
नमकहराम, निमकहराम - खाल्ल्या मिठाला न जागणारा
नमूदे-सहर - प्रकाशमान सुप्रभात
नशेमन - घरटे
नसीम - सकाळी वाहणारा सुगंधी पवन
नाक़र्दाकार - अननुभवी
नाकाम - असफल
नाखुदा - नावाडी
नागवार - नापसंत
नागुज़ीर - अटळ
नाज़ - अभिमान, नखरा
नाज़ाँ - अभिमानी, नखरेबाज
नातवाँ - अशक्त, नाजूक
नामाबर - संदेशवाहक, पत्रवाहक
नारा - घोषणा
नाला - आरोळी, रुदन
नाशाद - दु:खी
नासेह - धर्मोपदेशक
निक़हते-ज़ुल्फे-परेशाँ - विस्कटलेल्या केसांचा सुगंध
निखरना - अधिक चमकणे
निज़ाम - व्यवस्था
नुक्ताचीं, नुक्ताचीन - छिद्रान्वेषी, दोष हुडकून काढणारा
निबाह - निर्वाह
नियाज़ - अर्पण केलेला
निशात, नशात - आनंद

निशात-ओ-ग़म - सुखदुःख
नीमकश - अर्धवट खेचलेला
नीमबाज़ - अर्धोन्मीलित, अर्धवट मिटलेले
नुमाया - प्रकट
नुमाईश - प्रदर्शन, दर्शन
नूर - प्रकाश, तेज
नुत्क-ओ-लब - वाणी आणि ओठ

**-प-**

पयाम - निरोप
परचम - ध्वज, पताका, झेंडा
परछाई - प्रतिबिंब
पर्दानशी, पर्दानशीन - पडद्याजवळ असणारी अर्थात बुरखाधारी
परवरदिगार - परमेश्वर
परवाज़ - उड्डाण, हवेत उडणे
पराई - परकी, परक्याची
परीत, प्रीत - प्रेम
परीवश - परीसदृश सुंदर
परेशाँ, परेशान - अस्वस्थ
पलकें - पापण्या
पसमंज़र - पार्श्वभूमी
पसेमर्ग़ - मरणोत्तर, मृत्यूनंतर
पहनाई - विस्तार
पाकीज़गी - पावित्र्य
पा-दर-रिक़ाब - पाय रिकिबीत ठेवून तयार
पालकी - पालखी
पास - जाणीव, अनुभूती
पासबाँ, पासबान - पहारेकरी, रक्षक

पिनहाँ - लपलेला, लपलेली
पीरी - म्हातारपण, वृद्धावस्था
पुर-अलम - दुःखाने परिपूर्ण
पुरकैफ़ - उन्मादपूर्ण
पुरपेच - वाकडीतिकडी
पुरसिश - विचारपूस
पेचोताब - गोते खाणे, पिळवटणे
पेशतर - अगोदर
पैग़ाम - संदेश
पैमाना - प्याला, प्रमाण
पैरहन - पैरण, शर्ट, पेहराव

**-फ-**

फ़ख्र - अभिमान
फज़ा - वातावरण
फर्दा - उद्या, उद्याचा दिवस
फ़राग़ - मुक्ती, सुटका
फरिश्ता - देवदूत
फरेब - धोका
फरेबकार - फसविणारा, फसविणारी
फरोजाँ - प्रज्वलित
फलक - आकाश
फलके-पीर - वृद्ध आकाश
फसाना - गोष्ट
फस्ले-तमन्ना - आशा- आकांक्षांचा ऋतू
फस्ले-बहार - वसंतऋतू
फातेहा - मृत्यूनंतर करण्याची प्रार्थना
फिक्रे-खूबाँ - चांगल्या गोष्टींविषयी चिंता
फिक्रे-मआश - द्रव्यार्जनाची चिंता
फिक्रे-सुखन - काव्यविषयक चिंता
फिग़ार - जखमी, थकलेला, दुर्बल
फितरत - प्रवृत्ती; प्रकृती; स्वभाव
फिरदौस - स्वर्ग

फिरदौसे-गुमशुदा - हरविलेला स्वर्ग
फुर्क़त - विरह
फुर्सते-गुनाह - चुका करण्यासाठी अवसर
फुवार - वर्षाव, फवारा
फौजे-नसारा - इंग्रज फौज

-ब-

बकार - योग्य कारणाने
बखियागिरी - जादूमय हालचाल, नजरबंदी
बग़ावत - बंड, विरुद्ध जाणे
बज़्म - सभा, मैफल
बज़्मे खयाल - विचारांची मैफल
बज़्मे-ग़ैर - परक्यांची किंवा शत्रूंची मैफल
बदकिमार - वाईट खेळणारा खेळाडू
बदन - शरीर
बयाँ, बयान - वर्णन
बर्क़ - वीज
बर्क़ेजमाल - सुंदर दिसणारी विद्युल्लता
बरपा होना - घडणे, घडून येणे
बरहमी - नाराजी
बरहमन - ब्राह्मण; हिंदू मनुष्य
ब-वक्ते-मर्ग़ - मृत्यूच्या वेळी
बशर - माणूस
बहरे-खुदा - परमेश्वरासाठी म्हणून
बाइस - कारण
बाइसे-इज़्तिराब - अस्वस्थतेचे कारण
बाज़ी - जुगाराचा डाव
बातिल - व्यर्थ, निरर्थक
बादाकश - मद्यपी
बादाखाना - मद्यालय

बादे-नौबहार - नववसंत ऋतूतील वाऱ्याची झुळूक
बारबार, बारहा - पुन्हा पुन्हा
बारात - वरात
बावफा - विश्वासू
बाशिंदा - राहणारा, रहिवासी
बाहम - आपसात
बिछडा - भरकटलेला
बिन्ध जाना - भोक पडणे मण्याला भोंक पाडणे
बिरोग - वैराग्य
बिस्तर - बिछाना
बिसात - सारीपाट, सोंगट्या खेळण्याचा पट
बिहिश्त, बहिश्त - स्वर्ग
बीमार - आजारी मनुष्य
बुत - सुंदर पाषाणमूर्ती
बुताने-सितमगर - सुंदर जुलमी प्रिया
बुलंदी - उंची
बेअदद - अगणित
बेकराँ - अपार, अमर्याद
बेक़रारी - अस्वस्थता
बेकस - उपेक्षित, असहाय
बेकसी - असहायता, उपेक्षित अवस्था
बेकैफ़ - नीरस
बेखुदी - स्वत:विषयीची उदासीनता, भानरहित अवस्था
बेग़ाना - परका
बेजा - विनाकारण
बेताबी - अस्वस्थता
बेदिमाग़ - तऱ्हेवाईक, तिरसट
बेनियाज़ - नि:स्पृह, स्वच्छंद
बेनूर - रंगहीन, कळाहीन
बेबाक - भयरहित, निर्भय

बेरुखी - उदास चेहरा, तोंड फिरवणे

बेवजहा - विनाकारण

बेलिबास - नट्टापट्टा न केलेला, अजागळ पोशाख असलेली

बेवफा - विश्वासघातकी (प्रियकर-प्रेयसी)

बेशुमार - अगणित

बेसबब - विनाकारण

बेहतर - अधिक चांगले

बेहिजाब - बुरखा काढलेली अवस्था संकोचरहित अवस्था

बैर - वैर, द्वेषभाव

बंजर - वांझ, वांझोटी

बंदानवाज़ - भक्तांची कैवारी

**-भ-**

भद्दा, भद्दी - जाड, ओंगळ

**-म-**

मक़ाँ, मक़ान - घर

मक़ाम, मुक़ाम - ठिकाण, मुक्काम, स्थान

मकामात - मकामचे अनेकवचन

मग़फिरत - मुक्ती; मोक्ष

मज़हर - प्रकट होण्याचे स्थान

मज़हब - धर्म

मजाज़ - पार्थिव

मज़ार - कबर, थडगे

मतवाली - मदमस्त

ममनुअ़ - निषिद्ध; वर्जित

ममलू - परिपूर्ण

मय - मद्य, मदिरा

मए-नाब - कैफ आणणारी दारू

मयकदा, मयखाना - मद्यालय

मरकज़ - केन्द्र

मर्गे - ग़ैरत - लज्जेची अखेर

मर्गे-नागहाँ - अनपेक्षितपणे येणारा मृत्यू

मश्क़ - सराव; अभ्यास

मशक्कत - कष्ट; मेहनत; दुःख

महताब - चंद्रमा

मसर्रत - आनंद

मसाइल - प्रश्न, समस्या, मसअलाचे अनेकवचन

मसाइले-तसव्वुफ - तत्त्वज्ञानातील समस्यांवर भाष्य

मसीहा - येशू

महदूद - सीमित, मर्यादित

महरम - रहस्य जाणणारा मित्र, जानी दोस्त

माआले-बंदगी - तपश्चर्येचे फळ

मातम - शोक, दुःख

मानूस - एकरूप

मादराना - आईसंबंधी, आईचा, आईची

मारे-सियह - कृष्णसर्प

माह - चंद्र; महिना

मिस्त्र - इजिप्त देश

मीज़ान - तराजू

मुअ़य्यन - ठरलेला, मुक्रर केलेला

मुआमला - मामला, बाबत

मुक़द्दर - नशीब

मुकम्मल, मुकम्मिल - संपूर्ण, सफल

मुख़्तलिफ़ - वेगवेगळे

मुख्तसर - थोडक्यात; सारांशाने

मुख्तारी - स्वातंत्र्य

मुख़ालिफ - विरूद्ध

मुजतर, मुज्तर - अधीर, उतावळा

मुंजमिद - दाटून येणे, घट्ट जमून येणे

मुंतज़िर - उत्सुक
मुद्दत - खूप दिवस
मुफलिसी - दारिद्र्य
मुबतिला, मुब्तिला - गुरफटलेला
मुश्क़बार - कस्तूरीगंध उधळणारा
मुश्ताक़ - उत्सुक
मुश्तक़िल - सतत, कायम
मुहीब - भयानक, भीषण
मेहर - सूर्य
मोअतबर - विश्वासार्ह
मौत - मृत्यू
मंज़िल - ध्येय, ध्येयमंदिर
मंज़िले-आखिर - शेवटचा टप्पा
मंज़िले-जानाँ - प्रेयसीचे निवासस्थान
मंतर - मंत्र
मूँदना - बंद करणे

**-य-**

यक़्ता - एकमेवाद्वितीय
यक़ीं, यकीन - विश्वास
यक़ीनन - निश्चितपणे
यलगार - आक्रमण; हल्ला
यादगार - स्मृतिचिन्ह
याँ - येथे, 'यहाँ' चे जुने काव्यरूप
यारब - परमेश्वर
यास्मिन - चमेली, निशिगंध
यूनान - ग्रीस देश
यूरिशें - आक्रमणे

**-र-**

रक़ीब - शत्रू
रक़्स - नृत्य
रग - रक्तवाहिनी
रगे-दिल - हृदयाची रक्तवाहिनी
रफ्ता रफ्ता - हळूहळू
रब्त - संबंध
रवानी - प्रवाह
रश्क - हेवा, मत्सर
रश्क़े-जिनाँ - स्वर्गाने हेवा करावा, असा
रसाँ - पोहोचलेला
रस्म - रूढी; पद्धत
रहगुज़र - जाण्या-येण्याची वाट, रस्ता
रहज़न - वाटमाऱ्या, लुटारू
रहबर - मार्गदर्शक, पथदर्शक
रहम - दया, अनुकंपा
रहरव, रहरौ - वाटसरू
राज़दाँ, राज़दान - रहस्य जाणणारा दोस्त
राज़दारी - दोस्ती, मित्रत्व
राज़े-उल्फत - उत्कट प्रेमाचे रहस्य
रास आना - वाट्याला येणे, नशिबी येणे
राह - रस्ता, वाट
राहतफ़ज़ा - आराम वाढविणारा
राही - वाटसरू
राहे-दहर - दुनियेची वाटचाल
राहेफना - मृत्यूची वाट
रिन्द - खूप पिणारा, दारूबाज
रिफाक़त - मैत्री
रिश्वत - लाच
रिश्ता - नाते, संबंध
रिहाई - मुक्तता
रुख - दिशा, रोख
रुखसत, रुख्सत - निरोप घेणे
रुसवा - बदनाम
रुसवाई - बदनामी
रूह - प्राण
रूहे-मिल्लत - जमातीची आकांक्षा

रेख्ता - ग़ज़लेचे जुने नाव
रेज़ा - कण परमाणू, लहान तुकडा
रोमा - इटली देश
रौशनी - प्रकाश, तेज
रंग-ओ-बू, रंगोबू - रंग आणि सुवास
रंज - दुःख
रंजिश - दुःख

**- ल -**

लब - ओठ
लबरेज़ - काठोकाठ, ओठांपर्यंत भरलेला
लमहा, लम्हा - क्षण
लंगर - नौकेचा नांगर
ला इन्तहा - चिरंतन, ज्याला शेवट नाही, असा
लाज़िम - योग्य
लाफानी - चिरंजीव, ज्याला मरण नाही, असा
लाट - स्तंभ
लाला-ओ-गुल - गुलाब आणि फूल
लिथडी - लडबडलेली
लिहाज़ - आदर
लुत्फ़ - आनंद
लैला-ए-जुल्मत - काळोखाची प्रिया
लौहे-जहाँ - विश्वरूपी लोखंडाची धूळपाटी

**-व-**

वक्ते-पीरी - म्हातारपण, वृद्धावस्था
वगर्ना, वर्ना -नाहीतर
वतन - स्वदेश, मातृभूमी
वलवले - वळवळ
वली - संत, महात्मा, पुण्यात्मा
वस्ल, वसल - मीलन
वादी - खोरे, सपाट सखल प्रदेश
वाबस्ता - संबंधित, संबंध असलेले
विसाले-यार - प्रिय व्यक्तीचे मीलन
वीराँ, वीराना - वैराण

**-श-**

शकर - साखर
शख्स - व्यक्ती
शज्र, शजर - वृक्ष
शम्स - सूर्य
शम्सो-कमर - सूर्य-चंद्र
शबाब - तारुण्य, जवानी
शब - रात्र
शबनम - दवबिंदू
शबे-इन्तज़ार - प्रतीक्षेची रात्र
शबे-ग़म - दुःखाची रात्र
शबे-फ़िराक़ - विरहाची रात्र
शबे-हिज्राँ - विरहाची रात्र
शरिअत -धर्मशास्त्र; राजमार्ग
शहज़ादी - राजकन्या
शहद - मध
शाद - आनंदी
शाने-करीमी - परमेश्वर
शामे-फ़िराक़ - विरहाची सायंकाळ
शायद - कदाचित
शाही - बादशहाशी किंवा राजघराण्याशी संबधित असलेला
शिकवा - तक्रार
शिकस्त - पराभव
शिकस्ता - तुटलेला, मोडलेला

शिकस्तापर - पंख तुटलेला
शिकस्ता-पा - पाय तुटलेला
शिकस्तापाई - पाय तुटलेली अवस्था
शिकस्ता-साज़ - तुटलेले वाद्य
शुआ - किरण, किरण शलाका
शुहरत - प्रसिद्धी, गाजावाजा
शेवा - पद्धत, रीत
शै, शय - वस्तू, चीज
शोखियाँ - नखरे, 'शोखी' शब्दाचे अनेकवचन
शोला - आग
शोकियाँ-ओ-अरमाँ - आशा-आकांक्षा

**-स-**

सइ-ए-रायगाँ - व्यर्थ प्रयत्न
सजदा, सिजदा - नमाज़ पढताना जमिनीवर डोके टेकलेली अवस्था
सज़ा - शिक्षा
सदनाज़ - शेकडो विभ्रम
सदा - हाक; आवाज
सनम - भावनाहीन, पाषाणहृदयी प्रिय व्यक्ती
सनम-आशना - प्रिय व्यक्तीशी परिचित
सफीना - नौका, होडी
सबक़ - धडा, पाठ
सब्र, सबर - संयम, मनोनिग्रह
सब्रो-ताब - संयम
सबा - सकाळी वाहणारा सुगंधी वारा
समाँ - वातावरण
सय्याल - वाहणारा, प्रवाही
सरे-काकुल - केशकलापापासून
सरे-वादिए-सीना - सीना नदीच्या खोऱ्यापासून
सलोना - लावण्यमय
सहरा - वाळवंट
साग़र - प्याला, मद्यचषक
साज़ - वाद्य
सादादिल - भोळसट
सादिक - प्रामाणिक, सच्चा
सादा-रू - निरागस, भोळा चेहरा
सानेहा - भरून न येणारी दुर्घटना
साया - सावली
साँवला - सावळा
साँस - श्वास
साहिल - किनारा
साहिले-शब - रात्रीचा किनारा
सितम - अत्याचार, जुलूम
सितमग़र - जुलमी
सितारे - चांदण्या
सिमटना - कोमेजणे, संकुचित होणे
सिलवट - सुरकुती
सियाह - काळा, कृष्णवर्ण
सीना - छाती, ऊर
सुकूतेमर्ग़ - स्मशानशांतता, मरणप्राय शांतता
सुकूते-यास - नैराश्यपूर्ण शांतता
सुकूँ, सुकून - शांतता
सुबह - सकाळ
सू - दिशा
सू-ए-दार - फाशीच्या तख्ताकडे
सेपहर - तीन प्रहर, अपराण्ह काळ
सैद - सावज, भक्ष्य
सैय्याद - फासेपारधी
सोज़ - पोळणे
सोज़िशे - दस्ती - आंतरिक दुःख
सोज़े-निहाँ - आतल्या आत पोळणे
सौदा - उन्माद, कैफ

संग - दगड
संग-ओ-खिश्त - दगड आणि वीट
संतरी - पहारेकरी

**-ह-**

हक़ीक़त - सत्य घटना
हदीस - हज़रत पैगंबरांच्या संबंधी पडताळून पाहिलेल्या सत्य घटनांचा ग्रंथ
हनोज़ - आतापर्यंत
हबीब - दोस्त
हमअसर - समकालीन
हमज़बाँ, हमज़बान - आपली भाषा बोलणारा
हमदम - मित्र
हमनशीन - मित्र
हमसाया - मित्र
हयात - जीवन, आयुष्य
हयातेखस्ता - दलित आयुष्य
हर्फ - अक्षर
हर्फे-मुकर्रर - पुन्हा लिहिलेले अक्षर
हरगिज़ - कधीही, कदापि
हरम - मशीद, प्रार्थनास्थळ
हरीम - प्रतिष्ठितांनी राहण्याची जागा
हरारत - ऊब, उष्णता
हर्फ-ए-हिकायत - काही अक्षरांची कहाणी
हल्क़-ए-ज़ंजीर - साखळीची कडी
हवादिस - संकट हादसा याचे अनेकवचन
हविसकारी - वैषयिकता
हरीस - लोभी
हस्ती - वस्ती, व्यक्तिमत्त्व
हसरत - (पूर्ण न होणारी) इच्छा
हाजत - जरुरी
हालात - परिस्थिती
हिकायत - गोष्ट, कथा
हिज्र - विरह
हिज्र-नसीब - ज्याच्या नशिबी विरह आहे, अशी व्यक्ती
हिजाब - घुंगट, बुरखा
हिफाज़त - रक्षण
हुजूम - गट, थवा, जमाव
हुज़ूरे-ग़ैब - परमेश्वरचरणी
हुबाव - बुडबुडा
हुब्बे-वतन - देशप्रेम
हुमाँ - तुर्की वाङ्मयातील काल्पनिक पक्षी. याची सावली अंगावर पडली असता माणूस बादशहा बनतो, अशी समजूत आहे.
हुस्न - सौंदर्य
हुस्ने-अजल - निसर्गसौंदर्य
हूर-ओ-परी - अप्सरा आणि परी
हौसला - आकांक्षा

कालिदासाच्या 'मेघदूत'चा शान्ताबाईंचा भावानुवाद

# ॥ मेघदूत ॥

## शान्ता ज. शेळके

*महाकवि श्रीकालिदास याचे 'मेघदूत' ही संस्कृत साहित्यातली एक स्वभावरमणीय अलौकिक कलाकृती आहे. 'मन्दाक्रान्ता' सारखे रसोचित वृत्त, प्रत्ययकारी निसर्गवर्णने, वेधक स्थलचित्रणे, विरहाच्या पार्श्वभूमीवर व्यक त झालेला उत्कट प्रणयभाव आणि हे सारे समर्थपणे शब्दांकित करणारी कालिदासाची सुश्लिष्ट शैली यांमुळे 'मेघदूता'ला अम्लान टवटवीत लावण्य लाभले आहे. मराठीत 'मेघदूता'चे अनेक अनुवाद झाले आहेत. आता प्रसिद्ध कवयित्री शान्ता ज. शेळके या आपला अनुवाद रसिकांना सादर करीत आहेत.*

*साधी सरळ निवेदनपद्धती, छंदोबद्ध प्रवाही रचना, मूळ काव्याच्या रसवत्तेला बाध न आणता किंवा आशयाला धक्का न लावता केलेली त्याची प्रतिकृती हे शान्ताबाईंच्या अनुवादाचे लक्षणीय विशेष आहेत.*

*'मेघदूता'च्या रसलुब्ध प्रेमिकांना तर हा अनुवाद आवडेलच, पण स्वतंत्रपणे वाचणारांनाही तो आस्वाद्य वाटेल.*

शान्ताबाईंना भावलेल्या कवितांचे रसग्रहण

# कविता स्मरणातल्या

## शान्ता ज. शेळके

*एक सुंदर स्वप्नरंजन....*

*काही काळापूर्वी 'अन्तर्नाद' मासिकामधून 'कविता स्मरणातल्या' हे सदर शान्ताबाई चालवत होत्या. आपल्याला आवडलेली, स्मरणात राहिलेली कविता प्रथम संपूर्ण द्यावयाची आणि मग तिच्याबद्दलचा रसग्रहणात्मक लेख लिहायचा, असे सदराचे स्वरूप होते.*

*असे पंचवीस लेख त्या वेळी शान्ताबाईंनी लिहिले. 'कविता स्मरणातल्या' या पुस्तकातून ते इथे प्रथमच एकत्रित स्वरूपात वाचकांसमोर येत आहेत.*

*शान्ताबाईंचे कवितांप्रेम सर्वज्ञात आहे. जुन्या-नव्या कवितेचा त्यांचा व्यासंग गाढ; सर्वस्पर्शी आहे. त्या स्वत: कवयित्री आहेत; पण त्यापेक्षा त्या एक चोखंदळ, रसिक आणि काव्यप्रेमी वाचक आहेत. त्यामुळे त्यांचे हे काव्यविषयक लेख अत्यंत वाचनीय झाले आहेत.*

*कवितेवर मन:पूर्वक प्रेम करणाऱ्या रसिकांनाच नव्हे, तर कवितालेखन करणाऱ्या*
*कवींनाही हे लेख कुतूहलजनक वाटतील. त्यांच्या पसंतीला उतरतील,*
*यात शंका नाही....*

*भारतीय भाषांतील काव्यविश्वाला दिलेली देणगी*

# त्रिवेणी

## गुलज़ार

**अनुवाद**

**शान्ता ज. शेळके**

*'त्रिवेणी' हा गुलजारांनीच निर्माण केलेला कवितेचा नवा आकृतिबंध. कोणत्याही भारतीय भाषांतील कवितेत हा रचनाबंध नाही. ही त्यांची कवितेला देणगीच! या अल्पाक्षरी कवितेत पहिल्या दोन कवितापंक्तींचाच गंगायमुनेप्रमाणे संगम होऊन कविता पूर्ण होते. मात्र या दोन प्रवाहांखालून जी सरस्वती गुप्तपणे वाहते, ती ते अधोरेखित करतात. तिसऱ्या काव्यपंक्तीने गुलज़ारांच्या कवितेतून प्रामुख्यानं भिडते ती त्यांच्या अंतरातील 'खामोशी'. या 'खामोशी'चं अंगभूत सामर्थ्य असं, की ती त्यांच्या अनुभूतींतूनच पूर्णत्वांन व्यक्त होते; त्यांची कविता यामुळेच मिताक्षरी व तरल आहे. कधी ती प्रिय व्यक्तीच्या हरवण्यानं व्याकूळ असते. तर कधी सामाजिक विसंगतीची खंत करते. सोबत असतं समृद्ध आकलनातून येणारं भाष्य आणि जगण्यातलं निखळ सत्य!*